# மேடைப்பேச்சு

# மேடைப்பேச்சு

தா.பாண்டியன்

**நியூ செஞ்சுரி புக் ஹவுஸ் (பி) லிட்.,**
41-B, சிட்கோ இண்டஸ்டிரியல் எஸ்டேட்,
அம்பத்தூர், சென்னை- 600 050.
☎: 044 - 26251968, 26258410, 48601884

Language : Tamil
## Medaippechu
Author : **D. Pandian**
First Edition : October, 2016
Second Edition : August, 2019
Third Edition : November, 2023
Copyright : Author
No. of pages : xiv + 190 = 204
Publisher :
**New Century Book House Pvt. Ltd.,**
41-B, SIDCO Industrial Estate,
Ambattur, Chennai - 600 050.
Tamilnadu State, India.
Email : info@ncbh.in
Online: www.ncbhpublisher.in

ISBN: 978 - 81 - 2343 - 268 - 7

Code No. A 3569

₹ **260/-**

**Branches**

**Ambattur (H.O.)** 044 - 26359906 **Spenzer Plaza (Chennai)** 044-28490027
**Trichy** 0431-2700885 **Pudukkottai** 04322- 227773 **Thanjavur** 04362-231371
**Tirunelveli** 0462-4210990, 2323990 **Madurai** 0452 2344106, 4374106
**Dindigul** 0451-2432172 **Coimbatore** 0422-2380554 **Erode** 0424-2256667
**Salem** 0427-2450817 **Hosur** 04344-245726 **Krishnagiri** 04343-234387
**Ooty** 0423 2441743 **Vellore** 0416-2234495 **Villupuram** 04146-227800
**Pondicherry** 0413-2280101 **Nagercoil** 04652-234990

### மேடைப்பேச்சு
ஆசிரியர்: **தா.பாண்டியன்**
முதல் பதிப்பு: அக்டோபர், 2016
இரண்டாம் பதிப்பு: ஆகஸ்ட், 2019
மூன்றாம் பதிப்பு: நவம்பர், 2023

அச்சிட்டோர்: **பாவை பிரிண்டர்ஸ் (பி) லிட்.,**
16 (142), ஜானி ஜான் கான் சாலை, இராயப்பேட்டை, சென்னை - 14
☎: 044-28482441

All rights reserved. No part of this book may be reprinted or reproduced or utilised in any form or by any electronic, mechanical, or other means, now known or hereafter invented, including photocopying and recording, or in any information storage or retrieval system, without permission in writing from the publishers.

## முன்னுரை

**மே**டைப்பேச்சு என்னும் நூலை எழுதத் தூண்டியோர் பலர். மேடை நினைவுகள், மேடை அனுபவங்கள் எனப் பல பெயர்கள் வந்தன. இறுதியாக, மேடைப்பேச்சு என்ற தலைப்பைத் தேர்ந்தெடுத்தேன்.

எனது முன்னுரையை விட, இந்நூலைப் படித்து முடிப்பவர்கள் கூறும் கருத்துக்கள் நல்ல, சரியான பின்னுரை ஆக அமையும்.

தன் குரலைக் கேட்டுத் தானே, ரசிப்பதும், தன் முகத்தைப் பார்த்துத் தானே, மகிழ்ந்து கொள்வதும் மனித இயல்பு. 'காக்கைக்குத் தன் குஞ்சு, பொன் குஞ்சு' என்று நம் முன்னோர் கூறியதும் சரியே.

ஆனால், கருத்தாக வெளியிடுவோர், மாற்றுக்கருத்து வரும் என்பதை உணர்ந்தே எழுத வேண்டும்.

நான் ஐம்பதாண்டுகட்கு மேலாக மேடைகளில், அதிக காலத்தைக் கழித்துவிட்டேன். நான் சேர்ந்த இயக்கமும் நாட்கணக்கில், குழுக் கூட்டங்களையும், மாநாடுகளையும் நடத்துவது வாடிக்கையாகி விட்டது என்பதை விட, மாற்றக்கூடாத விதிகள் என்றும் கருதப்படு கிறது. இவற்றில் அமர்ந்திருந்து கேட்பதில் கழிந்த காலம், பேசியதை விட அதிகம்.

மிஞ்சி வாழ்ந்த நாட்களில், மூன்று முறை உயிரைப் பறிக்கக்கூடிய விபத்துகளுக்குப் பிறகும், வாழ இயற்கை வாய்ப்பைத் தந்துள்ளது.

விந்தையிலும் விந்தை 1991 மே 21ம் நாளன்று திருபெரும்புதூரில், ராஜீவ் காந்தியுடன் அவரைச் சுற்றிக் காவலுக்கு நின்றவருடன் சேர்ந்து அதே இடத்தில் பதினெட்டுப்பேர் கொல்லப்பட்டனர்.

அத்தனை பேருக்கும் மத்தியில், ராஜீவ் காந்திக்கருகில் நின்ற நான் தப்பியது இன்றுவரை என்னால் விளங்கிக் கொள்ள முடியாத, நடந்தேறிய சம்பவம்...

இறந்திருந்தால், நான் வாழ்ந்தபோது கண்டதை, உணர்ந்ததை எழுத முடியாது போயிருக்கும்.

எனவே, எழுதி வைக்க ஆசைப்பட்டேன்.

**"வல்லமை தாராயோ, இந்த மானுடம் பயனுற வாழ்வதற்கே"** என பாரதி தன் படைப்பாற்றலால் ஏற்பட்ட நம்பிக்கையில் முழங்கினார்.

"பசியும், பிணியும் நையப்பாடென்று தெய்வம் ஒன்று கூறுமே, வையம் முழுவதும் பயனுற பாட்டிலே அறங்காட்டெனுமோர் தெய்வம்" எனக் கூறும் பாரதி, "நமக்குத் தொழில் கவிதை, நாட்டுக்கு உழைத்தல்" என்றார்.

இயற்கை தந்துள்ள எஞ்சிய வாழ்க்கையை, எழுதுவதில் பயன்படுத்திட விரும்பினேன், எழுதினேன். நீங்களும் விரும்பினால் படிக்கலாம்.

சமுதாய மாற்றத்தில் நம்பிக்கை உள்ளோருடன் நானும் பயணம் செய்ய முற்படுவதன் அடையாளமே இந்நூல் - இனி உங்கள் கைகளில்,

அணிந்துரை வழங்கியுள்ள பேராசிரியர் பெருமகன் முனைவர் தி.இராசகோபால் அவர்கட்கும், அச்சிட்டு வெளியிடும் என்.சி.பி.எச். நிறுவனத்தாருக்கும் நன்றி.

தா.பாண்டியன்
சென்னை

# அணிந்துரை

**தோ**ழர் தா. பாண்டியன் அவர்கள் தாம் வடித்த மேடைப் பேச்சு எனும் சிற்பத்திற்கு, என்னைப் புருவம் தீட்டும்படி பணித்திருக் கிறார்கள். ஆனால், ஒரு நாற்பதாண்டு காலக் குடும்ப-இலக்கிய உறவு எனும் தகுதியைத் தவிர, எனக்கு வேறென்ன தகுதியிருக்கிறது என்று தெரியவில்லை. என்றாலும், பேரறிஞர் அண்ணா, தோழர் தா.பா, நாவலர் போன்றோரின் பேச்சுகளை அர்ச்சுனனாகவும், ஏகலைவனாகவும் இருந்து கற்றவன் என்ற உரிமை இருப்பதால், இதற்குத் துணிந்தேன்.

ஏற்கெனவே திரு. அ.கி. பரந்தாமனார் எனும் பேராசிரியர் பல்லாண்டுகளுக்கு முன்பு, ‘பேச்சாளராக’ எனும் தலைப்பில் ஒரு நூல் எழுதியிருக்கிறார். அதற்கடுத்துத் தேசியப் பாரம்பரியத்தில் வந்த இலக்கியச்செல்வர் குமரி அனந்தன் அவர்கள் ‘நீங்களும் பேச்சாளராக’ என்று ஒரு நூல் எழுதியிருக்கிறார். இனி உங்கள் கரத்தில் தவழப்போகும் இந்நூல், வளரத் துடிக்கும் பேச்சாளர்களுக்கு ஒரு கையேடாகும். 1947க்குப் பின்னால் உருவாகிய கலை-இலக்கிய- சமூக-அரசியல் வரலாற்றைக் கூறும் வரைபடம், வழிகாட்டியுமாகும்.

‘மேடைப் பேச்சு’ எனும் தலைப்பிலேயே ஒரு தொனிப்பொருளைத் தொக்கிநிற்கச் செய்திருக்கிறார், நூலாசிரியர். விளையாட்டுத்துறையில் உள் அரங்கில் (இன் டோர்) ஆடிப் பழக்கப்பட்டவர்களே வெளி அரங்கிற்கு (அவுட் டோர்) வரமுடியும். அதுபோல வகுப்பறையில், விடுதியறைகளில் பேசிப்பேசிப் பழக்கப்பட்டவர்களே, மேடைக்கு வரமுடியும் என்பதே, அத்தொக்கி நிற்கும் தொனிப் பொருளாகும். தமிழ்த்தென்றல் திரு.வி.க. அவர்கள், எழுதுவது போல் பேசுவார்; தோழர் தா.பாண்டியன், பேசுவதுபோல் எழுதுவார் என்பதை இந்நூலின் நுழைவாயிலேயே வாசகர்கள் கண்டுகொள்ளலாம்.

‘சுருங்கச் சொல்லி விளங்க வைத்தல்’ என்பது பேச்சுக்கலைக்கும் எழுத்துக்கலைக்கும் அச்சாணி போன்றதாகும். அந்த அழகுக்குக்

'கண்டனன் கற்பினுக்கு அணியைக் கண்களால்' என்று சொல்லின் செல்வனாகிய அனுமன் இராமனுக்கு விளம்பியதையும் 'தேரா மன்னா' எனச் சொல்லின் செல்வியாகிய கண்ணகி மொழிந்ததையும் சான்றாக எடுத்துக்காட்டும் அழகு, நெற்றிச்சுட்டி போல் நெஞ்சில் நிலைத்து நிற்கிறது. சுருக்கமான பேச்சுதான் காலங்காலத்திற்கும் நிலைத்து நிற்கும் என்பதற்கு, ஆபிரகாம் லிங்கன் 'கெட்டிஸ்பர்க்கில் பேசிய ஏழு நிமிடப் பேச்சை எடுத்துக்காட்டாகச் சொல்லலாம்.

ஒருவர் வெற்றிபெற்ற பேச்சாளராவதற்குத் தாய்மொழியறிவு இன்றியமையாதது என்பதற்கு, வின்ஸ்டன் சர்ச்சிலுடைய வரலாற்றை நூலாசிரியர் எடுத்து விளக்கும் திறம் வியந்து பாராட்டக்கூடியதாகும். ஆங்கிலத்தில் ஒரு சொல்லை ஒருமுறை பயன்படுத்தினால், அடுத்து அதையே பயன்படுத்தாத மூவரில் சர்ச்சில் ஒருவர். மற்ற இருவர் பண்டித ஜவகர்லால் நேரு, பெவான் ஆகியோர் ஆவர். இரண்டாவது உலகப் போரின் போது நாசிசத்தையும் பாசிசத்தையும் எதிர்த்து சர்ச்சில் வானொலியில் பேசிய பேச்சு, அவரை உலகத்தின் காப்பாளராக் கியது. தாய்மொழியறிவு தாய்ப்பாலைப் போன்றது என்பதை அழுத்தம் திருத்தமாக எடுத்துரைத்திருக்கிறார், நூலாசிரியர்.

ஒரு பேச்சு எப்படித் தேர்ந்தெடுத்த சொற்களோடு அமைய வேண்டும் என்பதற்குத் தோழர் தா.பா. அவர்கள் உசிலம்பட்டி உயர்நிலைப்பள்ளியில் பேசிய பேச்சையே சான்றாகச் சுட்டலாம். மகாகவி பாரதியாரைப் பற்றிய பேச்சை அவர் முடிக்கும்போது, "தாய் நாட்டையும் தாய்மொழியையும் மறந்து கிடந்த தமிழர்கள் அந்த மகாகவி பாரதி கூறியபடி எழுந்திருந்தால், முப்பது கோடிப்பேரும், அறுபது கோடி தடக்கைகளால், சட்டி பெட்டி விற்க வந்த வெள்ளை யரைச் சட்டினி ஆக்கியிருக்கலாம்" எனக் கர்ஜித்தது, விளையும் பயிர் முளையிலேயே தெரியும் என்பதைக் காட்டுவதாக அமைகிறது. இது அவருடைய கன்னிப் பேச்சாக அமைந்தாலும், இன்றுவரை கன்னிப் போகாத பேச்சாகவும் நிற்கிறது.

முதல்தரமான பேச்சாளருக்கு அவைஅறிதலும் சமயோஜித புத்தியும் இரண்டு கண்களாகும். இந்த உத்தி வழக்கறிஞராக இருக்கும் பேச்சாளர் களுக்கு எளிதாகக் கைகூடும் என்பதற்கு மூதறிஞர் இராஜாஜி 1937-இல் பெருந்துறையில் பேசிய தேர்தல் பிரச்சாரத்தைச் சான்றாக எடுத்து வைக்கிறார், நூலாசிரியர்! காங்கேயம் தொகுதியில் நின்ற காங்கிரஸ் வேட்பாளரை வெற்றிபெற வைக்கவேண்டுமென்பதற்காக, எதிர்த்து நின்ற மன்றாடியாரை வஞ்சப்புகழ்ச்சியாகப் புகழ்ந்து பேசியது இருக்கின்றதே (பக்கம்: 44 பார்க்க) அது அற்புதம். மன்றாடியாரைச் சட்டசபைக்கு அனுப்பிவிட்டால், அவர் அன்பாகப் பார்த்துப் பார்த்து

வளர்க்கும் பசுக்கள் எங்கே போகும்? அவற்றிற்கு ஆதரவு அவரைப் போல் யார் தரமுடியும். எனவே அவரை இங்கேயே இருத்துங்கள்" எனப் பேசிய பேச்சு, பேச்சுக்கலையின் உச்சமாகும். இதுபோன்றதோர் பேச்சைக் கலைவாணர் என்.எஸ்.கே. 1957 தேர்தலில் காஞ்சிபுரத்தில் பேசினார். பேரறிஞர் அண்ணாவை டாக்டர் சீனிவாசன் எதிர்த்து நின்றார். அறிஞர் அண்ணாவை ஆதரித்துப் பேச வந்த கலைவாணர், "காஞ்சிபுரத்து மக்களே, டாக்டர் சீனிவாசன் ஓர் ஒப்பற்ற டாக்டர்; கைராசிக்காரர். ஏழை எளியவர்களுக்கு எப்பொழுதும் உதவக்கூடியவர். கூப்பிட்ட குரலுக்கு ஓடிவரும் டாக்டரைச், சென்னைக்கு அனுப்பி விட்டு, வாய் வலி, வயித்துவலி அர்த்த இராத்திரியில் வந்துவிட்டால், நீங்கள் சென்னைக்கா போகமுடியும்? அதனால், அண்ணாவைச் சென்னைக்கு அனுப்பிவிட்டு, சீனிவாசனைக் காஞ்சியிலேயே இருத் துங்கள்" என இலாவகமாகப் பேசியதை, மூதறிஞர் இராஜாஜி பெருந் துறையில் பேசியதோடு ஒப்பிடலாம்.

பேச்சுக்கலையை மானுடத்திற்குப் பயன்படுத்த வேண்டும் என்பதைத் திருவள்ளுவர், "சொல்லுக சொல்லிற் பயனுடைய சொல்" என்பார். அதற்குத் தா.பா. அவர்கள், தோழர் ஜீவாவினுடைய இரசனை மிக்க ஓர் உவமையை எடுத்துக்காட்டி விளக்குகிறார். (பக்கம்: 104 பார்க்க) "நாம் வளர்க்கும் பசுக்களுக்கு உணவாகப் புல், பருத்திவிதை, புண்ணாக்கு, வைக்கோல் ஆகியவற்றைத் தருகிறோம். அவற்றை யெல்லாம் அசைபோட்டு ஜீரணித்த பசுக்கள், திரும்பி நமக்கு வைக் கோலைத் தருவதில்லை. மாறாகக் குழந்தையிலிருந்து முதியவர் வரைக்கும் பயன்படும் பாலைத் தருகின்றது... அதுபோன்று நாமும் மார்க்சீயம் உட்பட கற்றாலும், அவற்றைச் சீரணித்து உள்வாங்கிக் கொண்டு படிக்கும் வாய்ப்பில்லாத மக்களுக்குப் பாலாகக் கொடுக்க வேண்டும்" எனத் தோழர் ஜீவாவிடம் குருகுலவாசம் செய்த தோழர் தா.பா, நம்முடைய மனங்கொள்ளுமாறு எடுத்துமொழிகிறார்.

மேடைக்கலையில் சொற்களை வெகு எச்சரிக்கையோடு கையாள வேண்டும். கொட்டிவிட்ட எண்ணெயை அள்ளமுடியாதது போல, வெளிவிட்ட வார்த்தைகளையும் திரும்பப் பெற முடியாது. திருவள்ளுவர் 'எண்ணித் துணிக கருமம்' எனக் கூறியது பேச்சுக்கலைக்கும் பொருந்தும். ஒருவேளை ஏதோ ஒருமுறை ஒரு சறுக்கல் ஏற்பட்டாலும், அது சொல்லியவரையும் கேட்டவரையும் மகிழும்படியாகச் செய்யவேண்டும் என்பதற்குத் தோழர் தா.பா. தம்முடைய வாழ்க்கையில் நடந்த நிகழ்ச்சி யையே மற்றவர்களுக்கு எச்சரிக்கையாகச் (பக்கம் 116 பார்க்க) சுட்டிச் செல்கிறார். சட்டக் கல்லூரிப் படிப்புக்காக அப்போதைய கௌரவ இயக்குநர் ஏ.எஸ்.பி அய்யரைப் பார்க்கச் செல்கிறார். இயக்குநர் தம்மை

யாரென்று நூலாசிரியரைப் பார்த்துக் கேட்க, அவர் வாய்தவறி, 'ஹானரரி டைரக்டர் ஃபார் லீகல் ஸ்டெடிஸ்' என்று சொல்வதற்குப் பதிலாக 'லீகல் டைரக்டர் ஃபார் ஹானரரி ஸ்டெடிஸ்' எனக் கூறிவிட்டார்.

யானைக்கும் அடி சறுக்கும் என்பது பழமொழி. இப்படி நேர்வது வழுவன்று என்று கூடச் சொல்லலாம். இங்கிலாந்து பிரபுக்கள் சபையிலேயே, இப்படியோர் நிகழ்வு நிகழ்ந்திருக்கிறது. லார்டு ஸ்பூனர் என்பவர், டியர் குயின் என்பதற்குப் பதிலாகக் 'குயிர் டீன்' எனக் குறிப்பிட்டுவிட்டார். அதிலிருந்து இப்படி ஏற்படுகின்ற பிறழ்வுகளுக்கு 'ஸ்பூனரிசம்' என்றே ஆங்கிலத்தில் இலக்கணம் வகுத்துவிட்டார்கள்.

பேச்சுக்கலையின் ஆற்றலையும், இலக்கணத்தையும் திருவள்ளுவர் ஒரே குறளில் சொன்னார் 'விரைந்து தொழில் கேட்கும் ஞாலம்' என்பது பேச்சுக்கலையின் ஆற்றல். 'நிரந்து இனிது சொல்லுதல் வல்லார்ப் பெறின்' என்பது பேச்சுக்கலையின் இலக்கணம். இதனைப் பேரறிஞர் அண்ணா, "நீளப் புகழ்பரப்பி, நெடுமரத்தில் கொடிகட்டி, நிகரில்லை என்று நிகண்டு பல தீட்டிநின்ற நெடுவரசுகளைக் கூட, நின்ற சுவர் நெடுமாரியிலே சடுதியிலே விழவைத்தது போல், விழவைக்கக் கூடியது பேச்சுக்கலை" எனப் பேச்சுக்கலைக்கு ஓர் சட்டவடிவம் தந்தார். தோழர் ஜீவா, தோழர் P. இராமமூர்த்தியை ஆதரித்து மதுரையில் பேசிய பேச்சு, ஓர் இலக்கிய வடிவம் ஆகும்.

மொழிபெயர்ப்பு என்பது இரண்டு பக்கமும் கூர்மையுள்ள கத்தியின் மீது நடப்பது போன்றதாகும். பிறமொழிப் பேச்சாளர் பேசுகின்ற பேச்சை உள்வாங்கிக் கொண்டு, அவர் பயன்படுத்தும் சொற்களின் சாரத்திற்குச் சென்று, அதனை மொழிபெயர்ப்பாளர் தம்முடைய மொழியில் சரியான சொற்களைத் தேர்ந்தெடுத்து, மூலப் பேச்சாளரின் கருத்தைப் புலப்படுத்த வேண்டும். அதனைத் தோழர் தா.பா. அவர்கள், அந்த வாளின் மேல் நடந்த வியூகங்களை எல்லாம் எதிர்காலப் பேச்சாளர்களுக்குப் பயன்படும்படியாக வகுத்திருக்கிறார்.

ஆய கலைகள் அறுபத்துநான்கிலும் எல்லார்க்கும் எளிதாகக் கைகூடிவரக்கூடிய கலை, பேச்சுக்கலை ஆகும். ஆனால், அந்தக் கலையில் சாதாரண பேச்சாளரான யாரும் வர முடியுமே தவிர, வெற்றிபெற்ற பேச்சாளராவது கடினமான செயலாகும். அதற்குச் சான்று சொல்ல வேண்டுமென்றால், தோழர் ஜீவா 'கடவுள் ஒரு கற்பனை' எனப் பேசிய பேச்சாகும். ஜீவா அள்ளி வைத்த வாதங்களைச் செவிமடுத்த அமரர் கல்கி, 'இந்தக் கூட்டத்தில் கடவுளே உட்கார்ந்திருந்தால் கூடத் தாம் இருக்கிறோமா எனக் கிள்ளிப் பார்த்துக் கொள்வார்' எனக் கொடுத்த

தீர்ப்பு. 'கேளாரும் வேட்ப மொழிவதாம் சொல்' எனும் திருக்குறளுக்குச் சரியான எடுத்துக்காட்டாகும்.

இந்நூலில் என்னை நெருக்கிப் பிழிந்த ஓர் உருக்கமான செய்தி யுண்டு. தோழர்.தாபா தம்முடைய துணைவியாரைப் பிரிந்து தவிக்கும் தவிப்பு, என் கண்களைப் பனிக்கச் செய்து விட்டது. "சுருக்கமாகச் சொன்னால், அநாதைக் குழந்தையாக வளர்க்கப்பட்டவள் என் மனைவி... அவர் ஆசிரியையாகப் பொறுப்பேற்று நல்லபெயரெடுத்த தன்மை. என் குழந்தைகளை முழுப்பொறுப்பேற்று வளர்த்த தாய், ஆசிரியை, காப்பாளர்- எல்லாமாகி நின்ற என் மனைவி ஆசிரியையாகி மாத ஊதியம் பெற்று இறுதிவரை அங்கும் பணியாற்றி, வீட்டையும் காத்திருக்காவிட்டால், என்கதை 50 ஆண்டுகளுக்கு முன்பே அனுதாபத் தீர்மானம் கூட இல்லாது புதையுண்டு போயிருக்கலாம். என் மனைவிக்கு நான் தந்த பரிசு கண்ணீரும் தனிமைத் துன்பங்களும் தான்!... இழந்த பிறகுதான் எதை இழந்தேன் என்பதை ஊர்ந்து, என் உள்ளம் வடிக் கிறது உதிரம்" என்ற வரிகள், மையால் எழுதப்பட்டதாக நான் கருத வில்லை; கண்ணீரால் எழுதப்பட்டதாகவே கருதுகிறேன். தந்தை பெரியார் நாகம்மையை இழந்து தவித்த தவிப்பை, துடித்த துடிப்பைத் தோழர் தா. பாவின் உதிரத்தில் கண்டேன். நூலைப் படித்தால், உங்கள் கண்களிலும் உப்புக் கரிக்கும்.

தோழர் தாபா. அவர்களின் படைப்புகளில் இந்நூல், காலத்திற்கும் பெயர் சொல்லி நிற்கும். காரணம் இந்நூலில் ஆசிரியர் கையாண்டி ருக்கும் செம்மாந்த நடை, ஆற்றுநீரின் நடை, ஊற்றுநீரின் நடை, அருவியின் நடை, ஏறுநடை, பீடுநடை அத்தனையும் இந்நூலில் சொந்தம் கொண்டாடி நிற்கின்றன. 'வார்த்தை வணிகர்கள்', 'பேச்சுப் பிரியர்கள்', 'காயம்படாத வீரர்' என்பன போன்ற சொற்றொடர்கள், பட்டுச்சேலையில் ஜரிகைகளாக ஜொலிக்கின்றன.

என்றாலும், இந்நூலில் தலைப்பிற்கேற்ற செறிவையும் மீறி, சமூக, வட்டாரச் சூழல்கள், நிகழ்கால அரசியல் போக்குகள் வீங்கி நிற்கின்றன. 'ஜான் மில்ட்டன், கடவுளை மகிமைப்படுத்தத்தான் இழந்த சொர்க் கத்தை எழுதத் திட்டமிட்டிருந்தான். ஆனால், காப்பியத்தின் போக்கு சாத்தானை வீரியப்படுத்துவதாக அமைந்துவிட்டது' என்பர். கவிஞர் குருவிக்கரம்பை சண்முகம் கடலைப் பற்றி ஒரு கவிதை எழுதியிருந் தார்.

"இயற்கை அன்னை மீன்குழம்பு வைத்தாள். ஆனால், கொஞ்சம் உப்பை அதிகமாகப் போட்டுவிட்டாள்" என்பது போல, நிகழ்கால உப்புக் கொஞ்சம் அதிகமாகப் போய்விட்டதோ என்று எனக்குத் தோன்றுகிறது.

சிற்பியின் கைப்பட்டு ஒரு சில்லு சிதறினாலும் சிற்பம் விகாரப் படாது. அதுவும் ஓர் மச்சம் ஆகி, அழகைக் கூட்டும். இந்த நூலுக்கும் அப்படித்தான்!

இன்றைய காலக் கட்டத்தில் வாழும் இளைஞர்களுக்கு மேடைக் கலை இன்றியமையாதது ஆகும். ஆங்கில இலக்கியத்தில் கோல்ஸ்மித் என்றொரு கவிஞர் இருந்தார். மிகப்பெரிய நாடகாசிரியர்; நாவலாசிரியர்; கவிஞர் என்றாலும், அவருக்குப் பேச்சுக்கலை வராது. அதனால், அவரை ஓர் ஆக்ஸ்போர்ட் படிப்பாளி "கோல்ஸ்மித் கவிதை என்றால் குயிலைப்போல் கூவுவார். ஆனால், பேச்சென்றால், கிளிப்பிள்ளையைப் போல் ஒரே சொல்லைத் திருப்பித்திருப்பிச் சொல்லிக் கொண்டிருப்பார்" என விமர்சித்தார்.

முடியாட்சிக் காலத்திலும்- சர்வாதிகார ஆட்சியிலும் ஒருவருக்குப் பேச்சுக்கலை தேவையில்லாமல் போகலாம். ஆனால், மக்களாட்சியில் வாழுகின்ற அனைவருக்கும் பேச்சுக்கலை தேவை! பாவேந்தர் பாரதி தாசன் "இன்று குழந்தைகள் நீங்கள்- எனினும் இனி இந்த நாட்டினை ஆளப்பிறந்தவர்" எனப் பாடினார். இன்றைக்குக் குழந்தைகளாக இருப்பவர்கள்தாமே நாளைய சட்டமன்றத்திற்கும்- பாராளுமன்றத் திற்கும்- உயர், உச்சநீதிமன்றங்களுக்கும் வந்தாக வேண்டும். அங்குப் போனபிறகு இக்கலையைக் கற்கமுடியுமா? பூலான் தேவி நாடாளுமன்றத் திற்கு வருவார் என யாரேனும் எண்ணிப் பார்த்ததுண்டா?

இந்நூல் இன்றைய இளைஞர்களின் கையேடு ஆகட்டும்; இன்றைய ஆசிரியச் சமுதாயத்தின் நாளேடு ஆகட்டும்; புரட்சியாளர்கள் போர் வாள் ஆகட்டும்! ஒரு செங்கரும்பின்- தமிழ்க்கரும்பின் கணுவை வெட்டி, கண்டம் கண்டமாக்கி உங்கள் முன் பரிமாறியிருக்கிறேன். முழுக்கரும்பையும் சுவைக்க வேண்டியது வாசகர்களின் கடமை!

பேராசிரியர் தி.இராசகோபாலன்
30-9-16

## பொருளடக்கம்

1. பேச்சுக்கலை — 1
2. நான் கேட்ட முதல் பொதுக்கூட்டப் பேச்சு — 24
3. விடுதலைப் போரில் — 37
4. மொழி தோன்றி வளர்ந்தது — 83
5. மேடை ஏறும் முன் வள்ளுவரை வணங்கிட — 93
6. என் முதல் மேடை அனுபவம் — 109
7. வளர்ந்த காலத்தில் — 125
8. ஜீவ முழக்கம் — 142
9. மொழிபெயர்ப்பாளனாக — 153
10. நிற்கும் நினைவுகள் — 168
11. கைக்கொள்ள வேண்டியவை — 175
12. பள்ளி முதல் பல்கலை வரை... — 182
13. விடை பெறும் முன் — 188

## 1. பேச்சுக்கலை

**பே**சுவது என்பது ஒரு கலையா? யார்தான் பேசவில்லை? மனிதர்களாகப் பிறந்தோர் அனைவரும் பேசிக் கொண்டுதான் இருக்கிறார்கள். உயிரினங்களில் மனித உருவெடுத்த உயிரினம் மட்டும் தான் பேசுவதைக் கேட்கிறோம். மற்ற உயிரினங்களில் பறவைகள் ஒவ்வொன்றும் வெவ்வேறு வகையான ஒலி ஓசையை வெளியிடக் கேட்கிறோம். விலங்குகளும் ஒலியை எழுப்புகின்றன. தாவரங்களுக்கும் உயிர் உண்டு. ஆனால் அவை ஒலியை வெளியிடுவது இல்லை.

மனிதர்களில், பிறக்கும் போதே சிலருக்குப் பேச முடியாத உடற்குறை ஏற்படுகிறது. அவர்கள் மட்டும் தான் சொற்களால் பேசுவது இல்லை. அவர்கள் தங்களது கருத்தை வெளியிட சைகைகளைக் காட்டுகிறார்கள். அதிலும் தொலைக் காட்சிகளில், விரல்களை சைகை காட்டுவதன் மூலமும், முகத்தோற்ற மாற்றங்கள் மூலமும் மெய்ப்பாடுகள் மூலமும் செய்திகள் கூறப்படுகிற முறையைப் பார்த்து வியக்கிறோம். அதுதான் கலை. மனித குலம் தோன்றிப் பல ஆயிரம் ஆண்டுகளாக, மனிதர்கள் சைகை, ஓசை மூலம்தான் கருத்துகளை வெளியிட்டு வந்தனர்.

பறவைகள் அனைத்தும் ஏதோ ஒருவகையான குரலை எழுப்பினாலும், அவற்றுள் குயில் கூவுவதைத் தான் இனிமையானதாகக் கவிஞர்கள் கவிதைகளில் எழுதியுள்ளனர். அதேபோன்று மயில் தோகைவிரித்து ஆடுகிற அழகை வருணிக்கின்றனர்.

விலங்குகள் அனைத்தும், ஏதாவதொரு வகை ஓசையை எழுப்புவது இயல்பு. அதில் சிங்கம் கர்ஜிப்பதை, வீரத்தின் குரலாக வருணிக்கக் கேட்கிறோம்.

ஆக, எந்தவொரு செயலும் எல்லோருமே செய்துவருகிற இயற்கை நடைமுறையாக இருந்தாலும், அதில் ஒருவர், ஏனையவர் எவரும்

செய்வதை விட, சிறப்பாக, அழகாக, விரைவாக, அதிகமாக, மாறுபட்ட முறையிலும், பிறரது கவனத்தை ஈர்த்து இழுத்துப் பார்க்க, ரசிக்க, பாராட்ட வைக்கக்கூடிய முறையிலும் அமைவது எல்லாமே கலைகள் தான்.

எனவேதான் உணவைச் சமைப்பதும் ஒரு கலை என்கிறோம். எப்போது? அதனை சுவையுடன், பார்த்தவுடன் விரும்ப வைக்கும் காட்சித் தோற்றத்துடன் உணவு படைக்கப்பட்டால், அதை நளபாகம்-சுவைமிக்கது என வருணிக்கிறார்கள்.

சமைப்பதில் சுவை மட்டும் அல்ல, அதை அழகுறச் செய்து அடுக்கிக் காட்டிப் பரிமாறுவதிலும் கலை மிளிரும்.

சீன நாட்டுத் தத்துவ ஞானியாகப் போற்றப்படும் கன்பூசியஸ், தம் மனைவியை விவாகரத்துச் செய்தவர். ஏன் தெரியுமா?

நம் நாட்டில் விவாகரத்து வரதட்சிணை என்ற பெயரால் பொன்னும், பொருளும் தந்து மாப்பிள்ளை என்ற "ஆண்" எனப்பட்ட நெஞ்சக்கோணல் விழுந்தவனுக்குப் பணம் தரவில்லை என்பதனால் மனைவியைத் துரத்துவான். சில சமயங்களில், ஆண், பெண் உறவில் குறைவு, சில நேரங்களில் குண மாறுபாடு, பழக்க வழக்க வேறுபாடு ஆகியவற்றாலும் இல்லற வாழ்க்கை உறவுகள் முறியக் கண்டுள்ளோம்.

கன்பூசியஸ், தன் மனைவிமீது எவ்விதக் குணக்கேடு, சேவைக் குறைவு என்று எதையுமே சொல்லவில்லை. அவள் உற்ற துணை. உத்தமி; குணக்குன்று. கற்பில் சிறந்தவள் எனப் பாராட்டியவர், சமைத்த உணவை, என் மனைவிக்கு அழகாக அடுக்கிக்காட்டத் தெரியவில்லை. தொடுகறிகளை அழகாக வெட்டிச் சமைக்கத் தெரியவில்லை. உணவு சுவையாக இருந்தும் பார்க்க ஈர்ப்பதாகத் தோன்றவில்லை. அவ்வாறு அழகுபடுத்து என்றார். ஆனால் அக்கலை அவளுக்கு வரவில்லை. எனவே, விவாகரத்து என்றாராம்.

அதை, அக்கால சீன சமூக அமைப்பு முறைப்படி ஏற்றுக் கொண்டதாம்- ஆக உணவைச் சமைத்தால் மட்டும் போதாது. அதைக் கவர்ச்சியுடன் காட்சியாகவும் காட்ட வேண்டும் என்பதைத்தான் கன்பூசியசின் குடும்ப வாழ்க்கையில் நிகழ்ந்த வழக்குக் காட்டுகிறது. இதிலிருந்து சமைப்பதும் ஒரு கலை. உணவை அழகுபடுத்திக் காட்டுவதும் ஒரு கலைதான் என்பதைக் காண்கிறோம்.

பல்லாண்டுகளாக, பக்குவமாக, சுவைபடச் சமைப்பதற்கான போட்டா போட்டிகள் நடந்து வருகின்றன.

சமைக்கும் கலை மட்டும் அல்ல, சாப்பிடும் கலையும், போட்டா போட்டியாக நடப்பதைப் பார்த்துள்ளோம். எல்லோரும் சாப்பிடத் தான் செய்கிறோம். ஆனால், ஒருவர், நம்மை விட அதிவேகமாகச் சாப்பிட்டுவிட்டு எழுவதையும் கண்டுள்ளோம்- பிறரை விடப் பல மடங்கு சாப்பிடுவோரையும் பார்த்துள்ளோம்.

கும்பகர்ணன் சில நூறு எருமை மாமிசத்தைச் சாப்பிட்டுவிட்டு, சில நூறு குட நரவமும் (மதுவும்) குடித்தான் எனக் கம்பர் எழுதுவது மிகைப்படுத்தப்பட்ட வருணனையாக இருக்கலாம். ஆனால், நூறு இட்டிலி, நூறு சப்பாத்தி, 60 தோசைகள் எனச் சாப்பிட்டு விழுங்கிய 'மனிதர்களை'ப் பார்த்துள்ளேன்.

எல்லோரும், அன்றாடம் செய்யும் பொதுவான செயலை ஓரிருவர் மட்டும், மற்றவர்களை விட வேகமாக, அழகாக, பிறர் பார்த்து மகிழ அல்லது வியக்க வைக்கிற முறையில் செய்யப்படும் அனைத்துமே கலைதான்.

ஆனால், கலைகளுக்குள்ளும் பெரிதும் போற்றப்படுபவையா கவும், பயன்படுத்தப்படுவதாகவும் உள்ள கலைகள் சில எனக் கூறலாம்.

எனவேதான் கவிஞர் கண்ணதாசன், "காலங்களில் அவள் வசந்தம்" என்கிறார். இயற்கையின் தன்மை தான் கால மாற்றங்கள்- பிறகு ஏன் வசந்தம் எனக் கவிஞர் மகிழ்கிறார். அக்காலம் இனிமையானது- சுகமானது என்பதால்தான். அதே பாட்டில், "கனிகளிலே அவள் மாங்கனி" என்கிறார். "காற்றினிலே அவள் தென்றல்" என்கிறார். "கலை களில் அவள் ஓவியம்" என்கிறார்.

ஓவியக் கலை, கலைகளுள் சிறந்த கலையாகத் தெரிகிறது. சித்திரம் தீட்டியோர், தீட்டுவோர், எண்ணற்றோர்- இருந்தாலும், லியாநார்டோ-டாவின்சி என்றும், பிகாசோ என்றும் ரவி வர்மா என்றும், எங்கும் பேசுகிறார்கள்! சித்தன்னவாசலில் வரையப்பட்டுள்ள சித்திரத்தின் வரலாற்றுப் பெருமை என்ன? ஆகச் சிறப்புடையவை கலை எனப் போற்றப்படும்.

கால்கள் இருப்பதே நடப்பதற்குத்தான். இறகுகள்- சிறகுகள் இருப்பது பறப்பதற்குத்தான். கைகள், தூக்குவது உட்பட, உற்பத்திக் கான எதையும் செய்ய உதவும் கைகளும், அதிலுள்ள விரல்களும் தான்.

எனவே தான் நடப்பதிலும் போட்டி நடத்தப்படுகின்றன. ஓட்டப் பந்தயம், நீச்சல், தாவுவது, குண்டு, பந்து எறிவது, பளுவைத் தூக்குவது எனப் பலவகை, மனிதச் செயல்களை, ஒலிம்பிக் போட்டியிலும் விளையாட்டு வடிவங்களாக வைத்துப் போட்டி நடத்திப் பரிசும் வழங்கி

வருவது, அதை யார், எவ்வாறு சிறப்பாகச் செய்கிறார்கள் எனக் கண்டு திறமைசாலிகளைப் பாராட்டுவதுடன், வளரும் சந்ததியினரை அத்தகைய திறமைகளை வளர்த்துக் கொள்ளத் தூண்டுவதற்காகவே, அமைக்கப் பட்டவை தான் விளையாட்டிற்கான விழாக்கள், போட்டிகள்.

இந்த முறையில் தான் பேசுவது என்பதும். மனித உயிரினம் இயற்கை தந்த பேசும் சக்தியைப் பெற்றது. ஆகவே, பொதுவான ஒரு செயல்தான். ஆனால், அந்தப் பேச்சே பிறரை ஈர்ப்பதாக, மற்றவருக்கு நற்கருத்தைத் தெரிவிப்பதாக, அதாவது,

"கேட்டார்ப் பிணிக்கும் தகையவாய்க் கேளாரும்
வேட்ப மொழிவதாம் சொல்"

எனத் திருவள்ளுவர் கூறியுள்ளதுபோல் ஒருவர் பேசினால், அவரைச் சொற்பொழிவாளர் என்று நம் நாட்டவர் பாராட்டுவது உண்டு.

தமிழ் இலக்கியங்களில், "சொல்லின் செல்வன்" எனக் கம்பன் அனுமனையும், இளங்கோவடிகள் கண்ணகியைச் "சொல்லின் செல்வி" எனவும் பாராட்டி எழுதியுள்ளனர்.

கம்ப ராமாயணத்தில் இராமன், இலக்குவன், பரதன், அனுமன், சுக்கிரீவன், குகன் எனப் பலரும், இராவணன், கும்பகர்ணன், மகோதரன், இந்திர சித்தன், வீடணன் எனப் பல பாத்திரங்கள் படைக்கப்பட்டுள்ளன. இவர்கள் எல்லோருமே பேசினர், உரையாடினர். பின்னர் ஏன் அனுமனை மட்டும், அதுவும், மனிதர்கள் பலர் இருக்க அவர்களுள் சிலரை அவதாரங்கள் எனக் கூறிய பிறகும் அனுமன் என்ற குரங்கினத் தலைவனைக் குறிப்பிட்டார் கம்பர் என்றால், அனுமன் ஞானத்துடன் பேசுவது மட்டும் அல்ல- சுருங்கக்கூறி விரிய உணர வைக்கத்தக்க வகையில் பேசுவதாகக் காட்டப்பட்டதால் தான் சொல்லின் செல்வன் எனப் பாராட்டப்பட்டான்.

இலங்கைக்குச் சென்று, சீதை இருக்கும் இடத்தையும், அவளது உண்மை நிலைமையையும் கண்டு, கேட்டறிந்து விட்டு, திரும்பி வந்து, வழிமேல் விழி வைத்து, பல்லாண்டுகளாகத் தேடியும், சீதை உயிருடன் இருக்கிறாரா? இருந்தால் எங்கு? எவ்வாறு இருக்கிறார்? தூக்கிச் சென்றவன் மூர்க்கன் ஆதலால்- என நினைத்தவுடன் ஒவ்வொரு ஆணுக்கும் வரக்கூடிய பல்வேறு ஐயப்பாடுகள்- என மனக் கொதிப் புடனும், குழப்பத்துடனும், கவலையுடனும் உள்ளவனிடம், எப்படி அந்தச் செய்தியைக் கூற வேண்டும் என்பதற்கு அனுமன் தெரிவிக்கிற செய்திமுறை தனிச் சிறப்புக்குரியதாகிறது. போய்த் திரும்பிய ஒருவன், தான் பயணத்தின்போது பட்ட பாடுகள், தேடி அலைந்து களைத்துப் போன காலங்கள், பகைவர்களுடன் மோதியது, பட்ட

வேதனைகள், பின்னர் தீயிட்டுப் பொசுக்கியது எனப் பலபட தான் பட்ட பாடுகளையே மிகைப்படுத்திப் பேசி, எதிர்பார்க்கும் மையச் செய்தியை மட்டும் கூறாமல், பொறுமை இழக்க வைக்கும் பேச்சுப் பிரியர்கள், வார்த்தை வணிகர்கள் பலர் உண்டு. மாறாக, மாருதி, ராமனின் மனநிலையை உணர்ந்தவனாக, நீட்டி நெளித்து வெட்டிக் கதை அளந்தால் சீதையை இவனும் காணவில்லையோ என்ற ஏமாற்ற உணர்வு ஏற்பட்டால், அவன் ஆவி போனாலும் போய்விடக்கூடும் எனக் கருதியதால்,

**“கண்டனன்; கற்பினுக்கு அணியைக் கண்களால்”**

எனக் கூறியதோடு, தேவி இருக்கும் திக்குத் திரும்பி வணங்கவும் செய்தான்- ராமனுக்கு இப்போது தான் சீதை உயிருடன் இருப்பதும், கற்பு இழக்காமல் இருப்பதைக் கண்களால் கண்ட உண்மையை மட்டுமே உரைக்கும் உத்தமக் குணத்தான் கூறுகிறான் என்பதால், ராமன் புத்துயிர் பெற்றான். எனவேதான், வற்றாத சுரங்கம் போன்ற தமிழ் மொழியில் உள்ள மிகமிக அதிகமான சொற்களைத் தன் படைப்பில் பயன்படுத்திய கவிச் சக்கரவர்த்தி, அனுமனை சொல்லின் செல்வர் என வருணிக்கிறார். இது செய்தியைச் சொல்லும் முறையில் உள்ள சிறப்பால் கிட்டிய பாராட்டு.

இதே போன்று, கோவலன் அநியாயமாக பொன் செய்கொல்லன் தன் சொல் கேட்டுத் தீர விசாரித்து ஆராயாமல் தந்த உத்தரவால் வெட்டிக் கொல்லப்பட்ட கோவலனின் மனைவி என்ற முறையில், நீதி கேட்டு, சீற்றத்துடன் வாதிடும் போது, “தேரா மன்னா, செப்புவது உடையேன்” எனத் தொடங்கி, தான் நீதி நிலைத்திருக்கும் சோழ நாட்டிலுள்ள, செல்வம் செழித்துத் திகழும் பூம்புகார் என்ற நன்நகரில் இருந்து, மலைபோல் நிதியம் உடைய மாசாத்துவான் என்ற வணிகரின் குடும்பத்தில் பிறந்து, உம்மால் கள்வன் எனக் குற்றம் சாட்டப்பட்டு, வெட்டிக் கொல்லப்பட்ட கோவலனின் மனைவி நான், என் பெயர் கண்ணகி எனக் கூறியதோடு நிறுத்தாமல், என் கால் சிலம்புகளில் ஒன்றைத்தான் விற்பதற்காக என் கணவர் வந்தார்- அதை உங்கள் அரண்மனையில் திருடியதாகக் கூறிக் கொன்றுவிட்டீர்கள்- இதோ என்னிடமுள்ள மற்றொன்றான சிலம்பு என எடுத்துக்காட்டுவது வரை, வழக்கு, வாதங்கள், ஆதாரங்கள், சாட்சியங்கள் என அடுக்கி, ஆகவே, “நீதி தவறிய மன்னவா!” எனக் கூறி முடித்த முறை இருக்கிறதல்லவா, அந்தச் சீரிய முறையைப் பாராட்டித்தான், சொல்லின் செல்வி கண்ணகி எனப் பாராட்டினார் இளங்கோவடிகள்.

இதுவும் செய்தியை முழுமையாக, ஐயங்கள் எழ, கேள்விகள் கேட்க, இடம் தராமல் பேசுகிற சிறப்பான முறையாகவே உள்ளதால்

பாராட்டப்பட்டது. ஆனால், இது மேடைக்கலை அல்ல, உரையாடலில் செய்தியைக் கூறும் திறன் போற்றப்படுகிறது.

மேற்கூறிய எடுத்துக்காட்டுகள் உரையாடலின் போது, செய்தியைக் கூறும்போது காட்டப்பட்ட திறனை, அழகை, அங்கீகரித்துப் பாராட்டப்பட்டதாகும்.

மேடைக் கலையை கற்றுத் தேறுவதற்கு முன்னதாக, மேடையில் ஏறுவதற்கு முன்னதாகக் கற்றுக் கொள்ள வேண்டிய முதல் பாடம் எது?

பேசப்படுவது எல்லாமே கலை என்ற மதிப்பைப் பெற முடியாது. அதில் சிறப்புத் தன்மைகள் இருக்க வேண்டும். ஆங்கிலத்தில், கூட்டத்தாரிடம் கூச்சம் இன்றி, தடங்கல் இல்லாமல் ஒரு செய்தியை அல்லது கருத்தை விளக்கிப் பேசுகிறவரை SPEAKER- பேச்சாளர் என அழைத்தனர். அதாவது, பல தலைகளைப் பார்த்தால், சிலருக்குப் பேசவே வராது. நா நடுக்கம், தடுமாற்றம் வரும். எனவே தான் பலர் மேடைகளில் ஏறுவதே இல்லை. கூச்சம் இல்லாததோடு, தான் கூறப்போகும் செய்தி, கருத்தை விளக்கிடும் தன்னம்பிக்கை இருத்தலும் அவசியம். ஆங்கிலத்தில், வள்ளுவர் வகுத்த இலக்கணப்படி கேட்போரை மட்டுமல்லாது, கேட்க விரும்பாத மனிதர்களையும் ஈர்த்துக்கவர்ந்து உட்காரச் செய்து, கேட்க வைக்கும் சொல்லாற்றல் உள்ளவர்களை ORATOR- சொல்லின் செல்வர் என அழைக்கிறார்கள்.

ஒன்று இரண்டாக மட்டுமல்லாது, பல தர வரிசைகள் சொற்பொழிவாளர்களில் உண்டு. அதற்கான காரணங்களைப் பின்னர் பார்க்கலாம்.

மேடைக்கலை என்றால் என்ன? அது எப்போது, எதற்காக உருவானது? அந்த மேடைக்கலை முன்னர் இருந்த முக்கியத்துவத்தை இழந்து வருகிறதா? வரப் போகின்ற காலத்திற்கு இந்த மேடைக் கலை தேவைப்படுமா?

இது, காலப்போக்கில் இயற்கை மரணம் எய்திவிடுமா?

மேடைக் கலையை உருவாக்கியவர்கள் அரசியல்வாதிகள்தானா அல்லது வேறு அமைப்புக்களா?

உரைநடையில் மேடையில் பேசப்படுவது மட்டும்தான் மேடைக் கலையா? இசைக் கலைஞர்கள் பாடுவதும் மேடைகளில் இருந்து தானே இசைக்கிறார்கள். கதா காலட்சேபங்களும் மேடையில்தானே நடத்தப்படுகிறது. நாடகங்களும் மேடைகளில் நடிக்கப்படுவது தானே. அதை, பிரச்சாரம் என்கிறோமே, அதுதான் மேடைக் கலையா?

மேடைகளிலும் அறிமுகமாகியுள்ள ஒரு மனிதன் என்ற முறையில், நான் தெரிந்துகொண்ட அளவில், எழுத விழைகிறேன்- பெற்ற அனுபவங் களை வளரும் சந்ததியினரோடு பகிர்ந்துகொள்ள முயல்கிறேன்.

மனித உயிரினம் தோன்றி வளர்ந்த தொன்மைக்கால வரலாறு பற்றிச் சுருக்கமாக மட்டும் பார்க்கலாம்.

உயிரினங்கள் அனைத்தும், இயற்கை படைத்த முறையிலேயே பிறந்தது முதல், வளர்ந்து, வாழ்ந்து, மறைகிற வரை உயிர்பிழைத்து, உண்டு, உறங்கி, இனவிருத்தி செய்துவிட்டு மடிகின்றன.

இவை எதுவுமே மேனியை மூடிக் கொள்ள ஆடை தேடவில்லை. இரை தேடி அலைந்து இயற்கை தந்துள்ளதை உணவாக உட்கொண்டு வாழ்கின்றன. சமைப்பது இல்லை. கூடு கட்டி, முட்டையிட்டு குஞ்சு பொரிக்கும் பறவைகளைக் காண்கிறோம். தூக்கணாங்குருவி பின்னுகிற கூடு, அழகானது. நுணுக்கமாகப் பின்னப்பட்டது. வலிமையும், வசதியும் உடையது. சிலந்தி வலை பின்னுகிறது. தேனீக்கள் தேன்கூடு கட்டு கின்றன. அவை அன்று முதல் இன்று வரை அவற்றை மாற்றவும் இல்லை. வேறு புதிதாக எதையுமே செய்யக் காணோம். ஆனாலும் பேசுவது இல்லை.

ஆனால், மனித உயிரினமோ, வீடு கட்டி, கோயில் கட்டி, கோபுரம் அமைத்துக் கோட்டை கட்டி, கிராமம், நகரம், மாநகரம் எனக் கூட்ட மாக ஓரிடத்தில் வாழ வகை செய்துகொண்டே வளர்ந்தது. தண்ணீரில் கப்பலை மிதக்க விடவும், காற்றிலே எடையுள்ள விமானங்களைப் பறக்க விடவும், தற்போது அண்ட கோளங்களுக்கும் சென்று திரும்ப, விண்வெளிக் கலங்களையும் சோதனை செய்து தயாரித்து வருகிறது. இதற்கான காரணத்தை விஞ்ஞானிகள், ஆய்வாளர்கள் விளக்கியுள்ளனர்.

மனித இனத்திற்கு மட்டுமே ஆறாவது அறிவை, இயற்கை உடல மைப்பில் வைத்துள்ளது. இதர உயிரினங்கட்கு அறியும் ஐந்து திறன்கள் மட்டுமே உள்ளன.

மனிதனுக்குக் கிட்டியுள்ள சிந்திக்கும் சக்தி, மண்டைக்குள் பாது காப்பாக ஒரு மெல்லிய எலும்பு ஓட்டால் மூடிக் காக்கப்படுகிறது. அதுதான் மூளை. அதிலே சுரப்பிகள் உண்டாம். அவைதான் மனிதனை இயக்குகின்றன. அதனால் இயக்கப்படுவது நாக்கும், அனைத்து உடல் உறுப்புக்களும் ஆகும். மூளை இயங்குவது முடிவுறுவதுதான், சாவு அல்லது மரணம்.

மூளையின் நுட்பமான அமைப்பையும், இயக்க முறையையும் இன்னும் மருத்துவ விஞ்ஞானிகள் முழுமையாகக் கண்டறிந்து விட்டோம் எனக் கூறவில்லை. மர்மங்கள் நீடிக்கின்றன.

திசுக்களாலும், நுண்ணிய துகள்களாலும் இயங்கும் மூளை தான் மனிதர்களைப் பேச வைத்தது; எழுத வைத்தது. இலக்கியங்களைப் படைக்கவும், இந்த உலகில் இன்று காண்பனவற்றையெல்லாம் செய்து முடிக்க வைத்தது.

அதைத் தீண்டிப் பார்க்கவும், வேறு முறையில் உணரவும் முடியாது, ஆனால் மனிதர்கள் நினைப்பதை வெளிப்படுத்த கண்டுபிடிக்கப்பட்ட மொழி வளர்ந்துகொண்டே இருக்கும் ஒரு அபூர்வ, படைப்புக் கருவியும் சக்தியுமாகும்.

மொழியை, அதுவும் தாய்மொழியை, கத்தி போல், சட்டி போல், வாகனம் போல ஒரு கருவி என்று சொல்லலாமா? அது கருத்தை வெளிப்படுத்த உதவிடும் சாதனம் "Language is a Vehicle for the communication of Thoughts" என்று சொல்வார்கள். ஆனால், மொழி, சாதனங் களுக்கும் கருவிகளுக்கும் மேம்பட்டது. மொழி தானும் வளரும்-அதனைப் பேசும் மக்களையும் அறிவில் வளர்க்கும்.

முன்னோர்கள் மறைந்த பிறகும், அவர்கள் வெளியிட்ட அல்லது பயிற்றுவித்த அரிய கருத்துச் செல்வத்தை அழியவிடாமல் பாதுகாத்து, எழுத்து வடிவில் காத்து வைத்திருக்கும் ஞானக் கருவூலமும் ஆகும். வருங்கால வாழ்க்கைக்குத் தேவைப்படும் வழிகாட்டுதல், துணைக் கருவிகளையும் கொண்டதாகும் மொழி.

வாழ்க்கையில் மனிதர்களுக்கு இயற்கைத் தாயாக விளங்கி, எண்ணற்ற உதவிகளைச் செய்கிறது. அதே சமயத்தில் தாங்க முடியாத தீர்வும் எளிதில் காணமுடியாத கடுந்தண்டனைகளையும் பிறக்கும் போதே வழங்கி விடுகிறது.

இயற்கையிலிருந்து தான், மனித இனம் உள்ளிட்ட அனைத்து உயிரினங்களும் தோன்றின. பூமண்டலம் தவிர்த்து பிற கோள்களில் உயிரினம் காணப்படாததிலிருந்தே, பூமண்டலத்தின் தனிச்சிறப்பை மனிதர்கள் புரிந்துகொண்டு, தான் பிறந்து வாழ வழிவகுத்த இயற்கை யைக் காக்க வேண்டும், போற்றவும் வேண்டும்.

அதே இயற்கை சிலருக்குப் பிறக்கும் போதே மூளை வளர்ச்சி இன்றி வாட விட்டு விடுகிறது. விழிகளின்றிப் பார்க்க முடியாமலும், வாய் இருந்தும் பேச முடியாமலும் வாழ்க்கையைக் கழிப்போரை விட, அத்தகையோரைப் பெற்றோர் படும் பாட்டினை, கம்பனால்தான் வருணிக்க இயலும்.

கொடுமையிலும் கொடுமை, இழந்தோர்க்குத்தான் இழந்த உறுப்பின் அருமை தெரியும். மருத்துவ விஞ்ஞானம் வளர்ச்சியடைந்து இவ்விதக்

குறைபாடுகளை அகற்றி, பிறந்த உலகையும், பெற்றெடுத்த தாய் தந்தை யரைக் காணவும், மழலை மொழி பேசி மகிழ வைக்கவும், வழி பிறக்க வேண்டும் என விழைகின்றோம்.

தனி மனிதர்கட்கு ஏற்படும் இடர்ப்பாடுகள் இத்தகையவை. மனிதகுலம் முழுவதையும் பார்வையிடும் போது, நவீன வசதிகள் அனைத்தையும் பெற்று அனுபவித்துக் கொண்டிருக்கும் மக்கள் பெருங்கூட்டத்தைக் காண்கிறோம். இருப்பினும், இன்றைக்கும் மலைகளை விட்டு இறங்காது, அங்கேயே குடியிருந்து இயற்கை வாழ்வு வாழ்ந்துகொண்டிருக்கும் பழங்குடி, பூர்வீக மக்கள் பல குழுக்களாக வாழ்வதையும் பார்க்கிறோம்.

சில நாடுகளில், சில பழங்குடிக் குழுக்கள், பிறந்த கோலத்திலேயே உலாவித் திரிகின்றனர். மனித மாமிசத்தைச் சாப்பிடும் ஓரிரு குழுக் களும் உள்ளன.

இவர்களில் சில குழுக்களுக்குப் பேசும் மொழிகள் உள்ளன. வரி வடிவம் எழுத்து வடிவம் இல்லை. மேலும் ஓரிரு குழுக்கள் பேச்சு என்றே இல்லாமல், ஒலி எழுப்பி சமிக்ஞை காட்டி வாழ்ந்து வருகிறார்கள். மக்களால் பேசப்படுகிற மொழிகளும் பலப்பல. அவற்றுள் ஒலி வடிவம், வரிவடிவம் பெற்று இலக்கணம், இலக்கியம், இதிகாசம் என மொழிச் செழுமை பெற்றுள்ள மொழிகள் எனச் சில மொழிகளே அங்கீகரிக்கப்பட்டுள்ளன.

நம் தாய்மொழியாம் தமிழ் செம்மொழி என ஏற்கப்பட்டுள்ளது. மக்கள் பேசும் மொழி, மக்கள் மொழியாக இருந்து வருகிறது.

சில நாடுகளில் மக்கள் பேசிவரும் மொழிகளுக்கு வரிவடிவம் பெற்ற வளர்ச்சி இல்லை.

எனவே, மொழிகளுக்குள் பேசப்படுகிற முறையால் எழுதப்படுகிற வடிவத்தால் மட்டும் அல்ல- வளர்ச்சிக்கட்ட வேறுபாடுகளும் உள்ளன.

மேற்கத்திய நாடுகள் சண்டை போட்டு ஓய்ந்து களைப்படைகிற போது, சமாதான உடன்படிக்கையை எழுதிக் கையெழுத்திடுவது வழக்கம். அதற்கென அங்கீகரிக்கப்பட்டுள்ள மொழிகள் சில.

ஸ்பானிஷ், பிரெஞ்சு, ஜெர்மன், ஆங்கிலம்- சீன மொழியும், ரஷ்ய மொழியும் இரண்டாம் உலகப் போருக்குப் பின் அங்கீகரிக்கப் பட்டுள்ளன.

பிரெஞ்சு, ஸ்பானிஷ் மொழிகள் மட்டுமே அதிகாரப்பூர்வ ஆதார மாக ஏற்கப்படுகிறது. ஏன் தெரியுமா?

இந்த இருமொழிகளிலும் ஒரு சொல்லுக்கு ஒரு பொருள் மட்டும் தான் உண்டாம். இருவகை அர்த்தம் கூறக்கூடிய சொற்கள் இல்லை யாம்- பிற மொழிகளில் பல சொற்களுக்கு ஒன்றுக்கு மேற்பட்ட பொருள்கள், அர்த்தங்கள், இடம், பொருள், காலத்திற்கேற்ப மாறுபடு வதும் உண்டு.

சட்ட வரையறைகளை எழுதும்போது, ஒன்றுக்கு மேற்பட்ட அர்த்தம் கூறமுடியாத சொல் அமைப்புடன் வாக்கியங்கள் எழுதப்பட வேண்டும். இல்லையேல், விளக்கமும், வியாக்கியானமும் வில்லங்கங் களை விரிவுபடுத்திவிடக் கூடும் அல்லவா?

ஆக மொழி, அறிவோடு இணைந்த கூர்மையான வாள் போன்றது. கவனமாக மட்டும் அல்ல- தேவைக்கு மட்டுமே பயன்படுத்த வேண்டும்.

மேடை ஏறிப் பேச விரும்புவோர் தம் தாய்மொழியே ஆனாலும், கற்றுத் தேறவேண்டியது அவசியம். புலவர்களைப் போன்று மொழிப் புலமை பெற இயலாவிடினும், தமக்குத் தெளிவு இல்லாத சொல் லையும், கருத்தையும் கையாளவே கூடாது. எனவேதான் தெரிந்து சொல், தெளிந்து சொல் என நல்லோர் கூறியுள்ளனர். பண்பாட்டோடு வாழ்ந்த நம் முன்னோர்கள் நச்சுக் காற்றும், அழுக்குக் கலந்த தண்ணீரும் இல்லாத காலத்தில் தீஞ்சுவைத் தண்ணீர் அருந்தி, நதியில் விளையாடி கொடியில் தலைசீவி, நம் உடலில் மெல்லத் தழுவி வீசிய தென்றல் சுவாசித்து வாழ்ந்த நன் மக்கள் பெற்ற அனுபவ அறிவில் முகிழ்ந்த பொன்மொழியான, "சித்திரமும் கைப்பழக்கம் செந்தமிழும் நாப்பழக்கம்" என்பதை நெஞ்சில் கொள்க.

இந்திய நாட்டில் பிறந்த நமக்குச் சில அனுபவங்கள் உண்டு. மங்கோலிய, முகமதிய, கிரேக்க நாட்டுப் படையெடுப்புக்களால், வட இந்திய மொழிகள் பல மொழிகளின் கலப்புடன் திகழ்கின்றன. இத்துடன் ஆரியர்கள் வந்து புகுந்து அவர்களது சமஸ்கிருதத்தை வேதம் பாட, தேவ பாஷை ஆக்கியதால், பிற மொழிகள், தமிழ் உட்பட, கோயில்களில் இருந்து துரத்தியடிக்கப்பட்டு விட்டது. முகமதிய படையெடுப்பாளர்கள், கொள்ளையடித்து விட்டுத் திரும்பாமல், இங்குத் தங்கி ஆட்சி நடத்தத் தொடங்கியதால், பாரசீக மொழி, பல ஆவணங்களில் இடம் பெறலாயிற்று.

மேற்கத்தியர், பின்னர் வணிகம் செய்யவந்து சரக்குகளை வாங்கி விற்பதோடு நில்லாது பரந்த பாரத நாட்டையே விலை கொடுக்காது எடுத்துக்கொண்டு, 200 ஆண்டுகளுக்கு மேலாக ஆண்டதால், அவர் களது ஆங்கிலமே ஆட்சி மொழி, கல்வி கற்பிக்கும் மொழி, நீதி

வழங்கிடும் நீதிமன்ற மொழி என்றாகி விட்டது. இந்திய மக்களின் தாய் மொழிகள் நலிவுற்றன.

இத்தகைய வரலாற்றைக் கொண்ட நாட்டில், இந்த நாடு அரசியல் சுதந்திரம் பெறுவதற்கு முன்னரே பிறந்து, அதாவது 1947க்கு முன்னர் பிறந்து இன்றும் வாழ்ந்துகொண்டிருக்கும் சிலருக்கு, அடிமைப் பட்டிருந்த நாட்டில் மக்கள் மட்டும் அல்லாது இந்த நாட்டு மக்கள் பேசிய தாய்மொழிகளும் அடிமைப்படுத்தப்பட்டிருந்தன. பகத்சிங் எழுதியது மாதிரி, இந்த நாட்டு மக்களால் தொழப்படும் அனைத்து சர்வசக்தி படைத்த கடவுள்களும் நெற்றிக்கண்ணால் சுட்டெரிக்கும் சக்தி படைத்த சிவபெருமானும், வேல் பிடித்து நிற்கும் வீரம் செறிந்த முருகனும், துர்கா தேவியும் வெள்ளை வியாபாரிகளால் அடிமை யாக்கப்பட்டனர் அல்லவா?

இதிலிருந்து விடுபட நடந்த சுதந்திரப் போராட்ட இயக்க வரலாற்றுக்காலத்தில் மேடைக்கலை பெரிதும் பயன்படுத்தப்பட்டது, வளர்ந்தது. அது ஒரு முக்கியப் போராட்டத் தளமாக, களமாக மலர்ந்தது.

எனவே 1947க்கு முன்னர் பயன்பட்ட மேடைகளையும், 1947க்குப் பின் அது மேலும் விரிவடைந்து வளர்ந்த காலத்தையும் கண்ணால் கண்டவன் என்ற முறையில், பெற்ற அனுபவத்தை எழுத முற்படுகிறேன்.

அதன் வீச்சு மங்கிவருவது போலத் தோன்றுவதால், மேடைக் கலை இனியும் தேவைப்படுமா அல்லது மெல்லச் சாகுமா என்ற கேள்வியும் எழும்பியுள்ளது.

இந்தியாவை ஆண்ட இங்கிலாந்து மந்திரிகளில், வின்ஸ்டன் சர்ச்சில் இந்தியர்களுக்குச் சுதந்திரத்தைக் காத்துக் கொள்ளத் தெரியாது ஆதலால், அவர்களுக்கு வழிகாட்ட நாமே தொடர்ந்து ஆள வேண்டியது அவசியம் என்றார்.

ஆகவே அரசியல் சுதந்திரம் வழங்கக்கூடாது என்பதில் கடைசி வரை உறுதியாக இருந்தவர் சர்ச்சில். வாயில் ஒரு பெரிய சுருட்டோடும், தலையில் குடைபோன்ற தொப்பியுடனும் தான் இவரது படத்தைப் பத்திரிகைகள் வெளியிடுவது வழக்கம். அவர் தம் வாழ்க்கைச் சம்பவங் களை பெரிய புத்தகமாக எழுதியுள்ளார். அதில் அவர் தொடக்கப் பள்ளியில் சேர்ந்து படித்த நிகழ்ச்சியைக் கதை மாதிரி எழுதியுள்ளார், அதை நீங்களும் படித்து ரசிக்கலாம்-

சர்ச்சில் பிறந்த போது, நல்ல கனத்த உடலமைப்புடன் பெரிய கூடைப்பந்து மாதிரி பிறந்தாராம். ஊதிய கன்னங்கள்- உயரம் குறைவு- குள்ளம். அவர் அப்போதைய இங்கிலாந்தில் நிதித்துறை செயலராக

இருந்த ரேலண்டு சர்ச்சிலின் மகன். அக்காலத்திலும் தொடக்கப் பள்ளியில் சேர்ப்பதற்கே நுழைவுத் தேர்வு நடத்தப்படுமாம்.

பெரிய பிரமுகர் வீட்டுப் பிள்ளைதான் சர்ச்சில். ஆனால் படிப்பில் ஆர்வம் இல்லை போலும். நுழைவுத் தேர்வுக்குத் தந்த காகிதத்தில் மையைக் கொட்டி, கிறுக்கி எழுதிக் கொடுத்து விட்டு வந்துவிட்டாராம். பெரிய வீட்டுப் பிள்ளை என இருந்தும், பையன் அடுத்த வருடம் தகுதிப்படுத்திக் கொண்டு வருவது நல்லது- இப்போது அனுமதி இல்லை என எழுதி அனுப்பி விட்டனராம். இது இங்கிலாந்தில் நடந்தது. இந்தியாவில் நடக்குமா?

நம் நாட்டில் மந்திரிவீட்டுப் பிள்ளைக்கு தொடக்கப்பள்ளியில் இடம் தர இயலாது என எழுதியனுப்பி விட்டு ஆசிரியரோ, ஆசிரியையோ இருக்கமுடியுமா?

கல்வித் துறையில், 17-ஆம் நூற்றாண்டின் இறுதிக் காலம் வரை இங்கிலாந்தில் கல்வி புறக்கணிக்கப்பட்ட ஒரு துறையாக இருந்தது. 1864-இல் கூட தொடக்கப்பள்ளிகள் பலவற்றில் கையெழுத்துப் போடத் தெரியாத ஆசிரியர்கள் இருந்தனர். வருகைப் பதிவேட்டில் சிலுவைக் குறி, வருகைக்கும் வராமைக்குமாகப் போடுவார்களாம்.

பிற நாடுகளை அடிமைப்படுத்தி செல்வத்தைக் கொள்ளையிட்டு வளர்ந்த பிறகு ஆள வேண்டிய அவசியம் ஏற்பட்டதால் பின்னர் படித்து முன்னேறியவர்கள் தான் வெள்ளையர்.

பள்ளியில் படிக்க சர்ச்சில் அடுத்த ஆண்டில்தான் பள்ளிக் கூடத்தில் சேர்த்துக் கொள்ளப்பட்டார். பள்ளிகளில் ஒவ்வொரு வகுப்பிலும், அகர வரிசைப்படி, A,B,C,D, என வகுப்புகள் பிரிக்கப்பட்டிருந்தன. ஏ.பி.சி.டி என நான்கு பிரிவுகள் இருந்தனவாம். முதல் பிரிவில், சுறுசுறுப்புள்ள, புத்திக் கூர்மையுள்ள மதிப்பெண் அதிகம் பெற்ற மாணவர்களும், 2-3ஆவது பிரிவுகளில், நடுத்தர மாணவர்களும், 4-ஆவது பிரிவில் மக்குப் பையன்கள் சேர்க்கப்படுவார்களாம்.

சர்ச்சில் 4-ஆவது பிரிவில் கடைசி மாணவனாகச் சேர்க்கப் பட்டாராம். இந்த நான்காம் பிரிவுக்குச் சிறந்த ஆசிரியர்கள் நியமிக்கப் படுவதுடன், 4 வகை நிறங்களிலான சாக்கட்டிகன் பயன்படுத்தப்படுமாம்.

பி- பிரிவுக்கு இருநிறச் சாக்கட்டிகள்- முதல் பிரிவுக்கு வெந்நிறச் சாக்கட்டியால் மட்டும் எழுதுவதோடு, ஏ பிரிவு மாணவர்கட்கு 3 மொழிகளும், பி பிரிவினர்க்கு இரு மொழிகளும், சி பிரிவினர்க்கு தாய்மொழியில் மட்டுமே பாடம் நடத்தப்படுமாம்.

இந்தத் தரவரிசை உயர்நிலைப் பள்ளி வரை தொடருமாம். அரசுப் பணிகளுக்கு முதல் இரு பிரிவில் படித்தோருக்கு முன்னுரிமை தரப் படும். இவர்கள்தான் இந்தியா போன்ற நாட்டிற்கு ஆளுநர், நீதிபதி, மாவட்ட ஆட்சித் தலைவர் என வந்தவர்கள். இங்கிலாந்திலும் அரசின் உயர்பதவிகளை நிரப்பியவர்கள்.

தள்ளப்பட்ட மூன்றாவது பிரிவினர் தாய் மொழியில் மட்டுமே படித்தனர். அதில்தான் சர்ச்சில் படித்தார்.

பள்ளிக்கூடத்தில் காலையில் தொழுகைக்காக வகுப்புத் தொடங்கும் முன்னர், அவர்களது உயர வரிசைப்படி தொழுகைக்காக நிறுத்தப் பட்டதால், குட்டையாக இருந்த சர்ச்சில் கடைசிப் பையனாக நிறுத்தப் படுவாராம். பெரிய பிரமுகரின் பையன் பள்ளிக்கூடத்தில் கடைசியில் நிற்பதைப் பார்த்து ஊர் மக்கள் கிண்டலடித்துச் சிரிப்பதிலிருந்து தப்பிக்க, முகத்தை மூடிக்கொள்ள குடை மாதிரியான குல்லாயை அப்பா தயாரித்துப் போட்டு விட்டாராம். பிற்காலத்தில் அவர் பிரதமராகி, புகழ்பெற்ற பிறகும் அதே மாதிரிக் குல்லாயை விடவில்லை. பிரதமர் அணிந்ததால், பிறரும் அதேபோல் அணியத் தொடங்கினர்.

இவ்வாறு கடைக்கோடியில் உட்கார வைக்கப்பட்டு, தாய் மொழியில் மட்டும் கல்வி கற்று, வளர்ந்த பிறகு, அதுவும் நெருக்கடி யான போர்க் காலத்தில் பிரதமராகப் பொறுப்பேற்ற சர்ச்சில், அரசின் தலைமை அலுவலகத்தைச் சுற்றிப் பார்க்கப் போனபோது, பள்ளிக் கூடத்தில் முதல் இரு பிரிவு மாணவர்களாகவும், பரிசுகள் பல பெற்று சிறந்த மாணவர்களாகவும் திகழ்ந்த பலர், எழுத்தர்களாகவும், அதிகாரி களாகவும் இருந்ததோடு, எழுந்து நின்று சர்ச்சிலுக்கு மரியாதையும் செலுத்தினார்களாம். இதைக் கிண்டலாகக் குறிப்பிட்டு, நினைவுக் குறிப்பில் எழுதியுள்ள சர்ச்சில், தாய்மொழியைப் படிக்காமல் பிற மொழிகளில் புலமை, பட்டம் பெற்று அதிகாரிகளானார்கள். ஆனால், நானோ, தாய்மொழியை கற்றுத் தேர்ந்ததால், சிறந்த சொற்பொழி வாளனாகி, மக்களின் ஆதரவைப் பெற்று, நாட்டை ஆளும் பிரதமர் ஆகிவிட்டேன். லத்தீன், கிரேக்க மொழிகளைக் கற்க வேண்டாம் எனக் கூறமாட்டேன். அதை ஒரு விருந்து, உல்லாசச் சிற்றுண்டியாக வைத்துக் கொள்ளலாம். மனிதனை வளர்க்கும் உயிரூட்டும் சக்தியைத் தருவது தாய்மொழிதான். எனவே தாய் மொழியைக் கற்காதவர்களை சவுக்கால் அடிக்கத் துடிக்கிறேன் என எழுதியுள்ளார். அது Churchills Memoirs- என்ற புத்தகத்தில் 4வது பாகத்தில் உள்ளது. இவ்வாறு கடைக்கோடி கடைசி மாணவராக தாய்மொழியில் மட்டுமே படித்த சர்ச்சிலுக்கு இரண்டாம் உலகப் போரின் போதும், தேர்தல் காலத்திலும், நாடாளுமன்றத்திலும் அவர் ஆற்றிய உரைகளில், ஆங்கில மொழியில்

புதிதாகப் பல சொற்றொடர்களை- (IDIOMS) உருவாக்கினார் என்றும், அதனால் ஆங்கில மொழியைச் செழுமைப்படுத்தியமைக்காக, அந்தக் கடைக்குட்டி மாணவனுக்கு நோபல் பரிசு வழங்கப்பட்டது.

தாய்மொழியைப் புறக்கணிப்பது தன்னைத் தானே அழித்துக் கொள்கிற செயலாகும்.

எனவே, மேடையில் ஏறி, மக்களிடம் கருத்துரைக்க விரும்புவோர் முதலில் தாய்மொழியில் தங்கு தடை இன்றிக் கருத்துக் கூறப் பழகிக் கொள்ள வேண்டும்- அஃதிலார் தோன்றலிற் தோன்றாமை நன்று.

அடுத்தாற் போல, மேடைக் கலை என்பது எப்போது, எதற்காக, யாரால் உருவாக்கப்பட்டிருக்கக் கூடும் என்பதை அறிய முயல்வோம்.

மனிதர்கள் சமுதாயமாகச் சேர்ந்து கூடி வாழத் தொடங்கிய உற்பத்தியில் ஈடுபட்ட காலத்தைத் தான், வரலாற்றுக் காலம் என்கிறார்கள்.

மனிதர்கள் தங்கள் தேவைகளை நிறைவு செய்துகொள்ள எப்பொழுது வேலை செய்து தாங்களே விளைவித்துக் கொள்ளவும், படைத்துக் கொள்ளவும் தொடங்கினார்களோ, அப்போதே, அந்தப் பணிகளைச் செய்வதற்காக முயன்றபோது பிறப்பெடுத்ததே மொழி ஆகும். அது வளர வளர மொழியும் வளர்ந்தது.

இனக் குழுக்கள் இடையில் பயிரிடும் நிலத்தைப் பிடிப்பதில், விளைந்ததை எடுத்துக் கொள்வதில் அடிக்கடி சண்டைகள், கொலைகள், கொள்ளைகள் நடந்தன. யூத, கிறித்துவ, இஸ்லாமியர்களின் பொது ஏடாகக் கருதப்படும் பழைய ஏற்பாட்டில் (Old Testament) பல இடங் களில் குழுக்களில் சண்டையிட்டு வென்றவர்கள், தோற்ற நகரத்து, நாட்டு மக்களில் ஆண்கள் அனைவரையும் சங்கரித்துப் போட்டனர் என்று வரும். அதாவது கொன்றழிப்பது போர் முறையாக இருந்தது. இதைப் பல்லுக்குப் பல், கண்ணிற்குக் கண் என்பார்கள். இந்தக் காட்டு மிராண்டி முரட்டுத்தனத்திலிருந்து மனிதர்களை மீட்க, மதத் தலை வர்கள் மதங்களை, உயரிய, நல்ல நோக்கத்துடன் தான் நிறுவினார்கள். மக்களைத் திருத்த அவர்களிடம் பேச வேண்டி இருந்தது. அவ்வாறு மக்களைத் திரட்டி வைத்து புத்திமதி கூற முயன்றபோது, அதற்காக ஒரு மேட்டில் நின்று, திரண்ட மக்களிடம் பேசத் தொடங்கினர்.

புத்தர், ஊர் ஊராக நடந்துசென்று புத்த மதக் கொள்கை, கோட்பாடுகளை விளக்கினார். அவர் அமைத்தது மதம் அன்று. அவர் அமைத்தது சங்கம் ஆகும். பின்வந்தோர் அவரைக் கடவுளாக்கி, அவர் பெயரால் மதம் ஆக்கி விட்டனர். மகாவீரரும் கொல்லாமையையும், துறவு பூணுவதையும் மையமாக வைத்து ஜைன மதத்தை நிறுவினார்.

இயேசுநாதர் கிறித்துவ மதத்தை நிறுவவில்லை. யூத மத குருமார்களும், வணிகர்களும் கடைப்பிடித்து வந்த கொடுமையான பழக்க வழக்கங்களைத் திருத்த, அன்பு வழி எனப் பிரச்சாரம் செய்தார். அதற்காகச் சிலுவையில் அறைந்து கொல்லப்பட்டார். அவரைப் பின்பற்றியோரும் கொல்லப்பட்டனர். அதனால் அனுதாபமே வளர்ந்து, ஆதரவும் பெருகி, பால் எனும் புனிதரால்தான் கிறித்துவ மத அமைப்பு ஏற்படுத்தப்பட்டது. இயேசுநாதரின் சீடர்கள் அவரது போதனைகளைப் பரப்பினர். அவருடைய சீடர்களில் ஒருவரான தாமஸ் என்பவர்தான் இந்தியாவிற்கு, சென்னைக்கு வந்தவர். அவரும் இங்கு கொல்லப்பட்டார். அவர் உடல் தாமஸ் மலை எனும் குன்றிலுள்ள கோயிலில் பாதுகாக்கப்பட்டு வருகிறது. அது 'செயின்ட் தாமஸ் மௌன்ட்' என்று அழைக்கப்படுகிறது.

இயேசுநாதரின் மலைப் பிரசங்கம் என்பதை இன்றைக்கும் பலர் மேற்கோள் காட்டுவதையும் காந்தியடிகள் அடிக்கடி அதைப் படிக்கு மாறு தம்மை ஆதரிப்போரிடம் கூறி வந்ததையும் நினைவுபடுத்து கிறோம்.

மதங்கள் பல. நிறுவியோரும் பலர். தொழுகை முறைகள் பலவிதம். கொள்கை, கோட்பாடுகளும், பலவகைப்பட்டவை. எனவே, மதக் கொள்கைகளை ஆராய்வது அல்ல நமது நோக்கம். அவர்களது கருத்துக்கள், தத்துவங்களைப் பரப்ப அவர்கள் மேடைக்கலையை எத்தனை வடிவங்களில் பயன்படுத்தினார்கள் என்பதைப் பார்ப்போம்.

சகல மத நிறுவனர்களுக்கும் முரட்டுப் பழக்கவழக்கங்களில் சண்டையிட்டே வளர்ந்த மக்களை, நாகரிக வழிக்குக் கொண்டு வர, தங்களையும், தாங்கள் கூறுவதையும் நம்ப வைக்க வேண்டிய தேவை இருந்தது.

கல்வி கற்பித்து, அறிவை வளர்த்து, சட்டம் போட்டு, அதைக் கடைப்பிடிக்க காவல் துறையை உருவாக்கி, சிறையைக் கட்டி- என்று செய்யக்கூடிய வளர்ச்சி இல்லாத போது முரட்டு மக்களைத் திருத்த, அவர்களிடமிருந்த ஆசை, அச்சம் ஆகிய இரு உணர்வுகளைப் பயன் படுத்தி, அதைக் கடவுள் பெயரால் கூறி நல்வழிப்படுத்த முயன்றனர்.

வாழ்நாள் முழுக்க சுகமாகக் கவலையின்றி வாழவே மனிதர்கள் ஆசைப்படுவார்கள்.

மரணத்தைக் கண்டு அஞ்சினார்கள், தங்கள் அறிவுக்குப் புலப் படாத, இடி, மின்னல், பெருவெள்ளம் கண்டும் அஞ்சினார்கள்- இதை விரிவாகக் கற்பனை செய்து கொள்ளலாம்.

அஞ்சுகிற அச்ச உணர்வைப் பயன்படுத்திட, தவறு செய்வோரை, செத்த பிறகும் தப்ப விடாமல், கடவுள், நரகத்தில் தள்ளிவிடுவார் என ஒரு பயமுறுத்தும் கதையைக் கூறியும், நல்லவனாக வாழ்ந்து நல்லன செய்தால், கடவுள் அருள் கூர்ந்து சொர்க்கத்தில், சாகாவரம் பெற்று வாழ வழிசெய்வார் என்றும் நம்ப வைக்க, கடவுளை, சொர்க்கத்தை, நரகத்தைக் கற்பனையில் மனிதர்கள்தான் படைத்தார்கள்.

அத்துடன் "ஆதியும் அந்தமும் இல்லாத," "அங்கிங்கு எனாதபடி எங்கும் பிரகாசமாயுள்ள ஆனந்த பூர்த்தியாக நீக்கமற நிறைந்துள்ள ஆண்டவன்" - (ஒன்றல்ல ஓராயிரம் கடவுள்கள்) படைக்கும், காக்கும், அழிக்கும் சக்தியுடையவர்கள் ஆதலால், அவர்களைத் தொழுது, பூஜை செய்து, வணங்கி, பலிகளிட்டுப் பணிந்தால் நன்மை செய்வான் என்பதோடு, செத்த பிறகு சிவலோகப் பதவியும் தருவான்- பிறவிப் பெருங்கடல் கடக்க தொண்டாற்று, காணிக்கையோடு கோயில் கட்டு, வழிபடு எனச் செய்த பிரச்சாரத்தால் ஈர்த்து நம்பவைக்கப்பட்ட மக்களைக் கோபுரங்களோடு பல்லாயிரம் கோயில்களை, தேவாலயங்களை, மசூதிகளைக் கட்டியெழுப்ப வைத்தது என்பதற்கு, அக்கலை மிகு கட்டடங்களே ஆதாரம்.

மனித சக்தியைத் திரட்டி பல்வேறு பொதுப் பணிகளையும் அதே நம்பிக்கை செய்யவைத்தது. அதனால் பல ஏரி, குளம், தெப்பங்களைக் காண்கிறோம்.

தெய்வத்தின் நம்பிக்கையை, தெய்வத்திடமிருந்து நற்பெயர் பெற நல்ல காரியங்களிலும் ஈடுபட்டதைப்போல, அதே நம்பிக்கையால் உந்தப்பட்டு கண்ணைப் பறித்து அப்பிய கண்ணப்பனும், மழலை பேசும் தன் மகனின் கழுத்தை அறுத்து நரமாமிச உணவு படைத்த சிறுதொண்டர் கதையும் அறிந்ததே. இவற்றோடு, இந்த நம்பிக்கையை வளர்க்க கடவுளைப் பற்றிய பக்திப் பாடல்கள் எழுதப்பட்டன; இசைக்கப்பட்டன. அவை மேடை ஏறின. மேடைக்கலையில் இசையும் இசைத்தது. எழுத்து, வரிவடிவம் பெற்றவுடன் ஓலைச் சுவடிகளில் பாடல்கள், இதிகாசங்கள், காப்பியங்கள் படைக்கப்பட்டன.

அவை மேடைகளில் நாடகமாக நடிக்கப்பட்டன. நடனக் கலைஞர்களால் நாட்டியமாடிக் காட்டப்பட்டது. அதனால் நாட்டியக் கலையும் சலங்கை கட்டி ஆடப் பார்க்கிறோம்.

இவ்வாறு மனிதர்களைப் பண்புள்ளோராய் வளர்க்க சமயச் சான்றோர்கள் மேடைக்கலையின் பல வடிவங்களையும் பயன்படுத்தினார்கள். அது நான்காயிரம் ஆண்டுகளாகப் பல நாடுகளில், பல மொழிகளில், பல வடிவங்களில் இயங்கி வருவதோடு, மத விழா, மதப்

பாடல்கள், அபிசேகக் காட்சிகள், நேரில் சென்று பக்தர்கள் தரிசிக்க முடியாது இருந்தது கூட, தற்போது தொலைக்காட்சிகள் மூலம் ஒவ்வொரு வீட்டிற்குள்ளும் மேளாக்கள் நடக்கிற காட்சி காட்டப்படு கிறது. கடவுள் நம்பிக்கை புதிய வீச்சைப் பெற்றுள்ளதால் கோயில் களில் காணிக்கை வரவு அதிகரித்துள்ளது. திரளும் பக்தர் கூட்ட அளவும் பெருகி உள்ளது. புதிய பாபாக்களும், பெந்தேகொஸ்தே பக்த கோடிகள், கோடிகளாக விரிவடைந்துள்ளது. ஜெபம் பண்ணுவதற்குக் கூட, தொலைக்காட்சி பயன்படுகிறது. கம்ப்யூட்டர் ஜாதகம் கணிக்கப் படுகிறது.

செவ்வாய் கிரகத்திற்கு மங்கள்யான் ஆய்வு விண்கலத்தை வெற்றி கரமாக ஏவிய, இஸ்ரோ விஞ்ஞானிகள் உலக மக்களின் பாராட்டுதல் களைப் பெற்றனர். ஆனால், தலைமை விஞ்ஞானி மானுடர்கள் வாழ்த்தியதை விட திருப்பதி வெங்கடாசலபதியின் ஆசியைப் பெற மங்கள்யான் மாதிரி ஒன்றைக் கொண்டுபோய் திருப்பதியில் பூஜை பண்ணியதையும், தொலைக்காட்சியில் கண்டோம். ஆக நம்பிக்கை, மனித சக்தியை, நல்லது, கெட்டது ஆகியவற்றிற்குப் பயன்படுத்துவது தொடரும்.

மேடைக்கலையைப் பலவடிவங்களில் பயன்படுத்தியவர்கள் மதகுருமார்கள் தான்.

இதற்குப் பிறகு வந்ததுதான் சமூக சிந்தனையாளர்களின் முயற்சி. இது கிரேக்க நாட்டில் சாக்ரடீஸ், பிளேட்டோ, அரிஸ்டாட்டில் காலத்தில் தோன்றிப் பரவியது. ஹோமரின் இலியட் நாடகமாக நடிக்கப்பட்டது.

கிரேக்க நாட்டில் நகர ஆட்சி அமைப்புத் தோன்றியது. அதற்குத் தேர்தல் நடத்தப்பட்டது. வாக்குகளைப் பெற பேச்சுக்கலை தேவைப் பட்டது. மக்களைக் கவர்ந்த சொற்பொழிவாளனாக, டெமாஸ்தனிஸ் விளங்கினார் என்பார்கள்.

இத்தாலியில் சிசரோ பெரும் பேச்சாளராகத் திகழ்ந்தார். மாஜினி எழுத்தின் மூலம் மக்களைத் திரட்டினார். கரிபால்டி கருப்பு உடை அணிந்த தொண்டர் படையை, துண்டுபட்டு, சண்டையிட்டுக் கொண்டி ருந்த இத்தாலியை ஒன்றுபடுத்தி, பழைய ரோமானிய சாம்ராஜ்யம் மீண்டெழச் செய்துவிட்டு, பதவியை ஏற்காது மறைந்து போய்விட்டார்.

இந்தியா உட்பட பல ஆசிய, ஆப்பிரிக்கக் கண்ட நாடுகள் இங்கிலாந்திற்கு அடிமைப்பட்டிருந்த காலத்தில் இந்தியாவில் ஆளுநராக இருந்த ஹேஸ்டிங்ஸ் என்ற வெள்ளை அதிகாரி அடித்த கொள்ளை

பற்றி, லண்டன் நாடாளுமன்றத்தில் குற்றம் சாட்டி சில நாட்கள் தொடர்ந்து பேசியவர் எட்மண்டு பர்க். அவருடைய நண்பர் செரிடன் என்பாரும் ஹேஸ்டிங்ஸ் மீது குற்றம் சாட்டிப் பேசியது Impeachment எனப் பதிவு செய்யப்பட்டுள்ளது. எட்மண்டு பர்க் இங்கிலாந்தில் Orator- சொல்லின் செல்வர் எனப் போற்றப்பட்டார். கார்ல் மார்க்ஸ் இவரை நல்ல துதிபாடி என அழைத்தார்.

இவ்வாறு ஒவ்வொரு காலத்திலும் ஒவ்வொரு நாட்டிலும் யாராவது ஒரு பேச்சாளர் பெயர் மேடைக் கலை மூலம் பரவியிருக்கும். முதலாம் உலகப்போருக்குப் பின், போருக்காகக் கடன் கட்டவேண்டிய பொருளாதார நெருக்கடிக்கு உள்ளாகியிருந்த ஜெர்மனியில், கெய்சர் சக்கரவர்த்தியினுடைய முதல் உலகப்போரில் பட்டாளத்து வீரனாக இருந்தபோது காயம்பட்டு, போர் முடிவில் ஓய்வு பெற்று வாழ்ந்து வந்த இட்லர் மேடைக்கலையைப் பயன்படுத்தி, இனவெறிப் பிரச்சாரத்தைத் திட்டமிட்டு நடத்தி, அதன் மூலம் மக்களைத் திரட்ட முடிந்ததை எனது போராட்டம், [Mein Camp] என்று அவரே எழுதிய புத்தகத்தில் விவரித்துள்ளார்.

நாட்டு மக்களின் உணர்வுகளை மனக்குமுறலைக் கணக்கிட்டான். தேசபக்தியின் பெயரால் இனவெறிக்குத் தூபம் போட்டான். பொருளாதார நெருக்கடியில் சிக்கியிருந்த மக்களை மிக விரைவில் கவர முடிந்தது.

அரசியல் பிரச்சாரம் இரு உணர்வுகளை உருவாக்க வேண்டும். பேசுபவரின் நோக்கம் கேட்போரைத் தான் கூறும் கருத்தை ஏற்கச் செய்யவும், நம்பிக்கையூட்டவும் ஆதரிக்க வைப்பதாகவும் இருக்க வேண்டும்.

ஆதரவு உணர்வு அமைதி வயப்பட்டதாகவே இருக்கும். ஒரு எதிர்ப்பு உணர்வை ஊட்டினால் தான் மக்களைச் செயலில் ஈடுபடுத்த முடியும். எனவே, யூதர்களை எதிர்த்து வெறிகொள்ள வைக்க இட்லர் திட்டமிட்டார். பொதுவாக யூதர்கள் அறிவாளிகளாகவும், வணிகம், வட்டித் தொழிலில் ஈடுபடுவோராகவும் இருந்தனர். வட்டிக் கடைக்காரர் என்பதாலேயே மக்களின் வெறுப்பு இயல்பாகவே இருக்கும். மேலும், பல யூதர்கள் எழுத்தாளர்களாகவும், அரசியல் கட்சிகளில் பொறுப்புக்களிலும் இருந்தனர். ஜெர்மனியில் அப்போது மிகப்பலம் பொருந்திய கட்சியாகவும், நாஜிக் கட்சியை விட அதிகமான நாடாளுமன்ற உறுப்பினர்களைக் கொண்ட கட்சியாகவும் இருந்த, ஜெர்மன் கம்யூனிஸ்டு கட்சி தலைமைக் குழுவில் இருவரும், பத்திரிகை ஆசிரியர்களில் ஒருவரும் யூதர்களாக இருந்தனர். யூதர்கள் ஜெர்மனிக்கு

எதிரிகள்- சோவியத் ஆட்சிக்கு ஆதரவாளர்கள் என இட்லர் பிரச்சாரத்தில் வெறுப்பு நஞ்சை விதைத்தார். ஜெர்மனி முதலாம் உலகப்போரின் இறுதியில் பிரஸ்ட் லிட்டாவ்ஸ்க்கில் சமாதான ஒப்பந்தத்தை, லெனின் தலைமையிலான அரசின் பிரதிநிதியுடன் போட்டது. அதன்படி ரஷ்யாதான் ஜெர்மனியின் கெய்சருக்கு இழப்பு ஈட்டுத் தொகையாக பெரும் தொகையைக் கட்டவேண்டும் என இருந்தது. ஆனால் இறுதி யாக இங்கிலாந்து, பிரான்சு நாடுகளுடன் போட்ட ஒப்பந்தப்படி ஜெர்மனி கடன் கட்ட வேண்டி வந்தது.

ரஷ்யா கட்டவேண்டிய கடன் ரத்தாகி, ஒப்பந்தம் காலாவதி ஆனதாக அறிவிக்கப்பட்டது. இருந்தும் ஜெர்மானியர்களிடம் இயல்பாகவே ரஷ்ய எதிர்ப்பு இருந்தது. அத்துடன், ரஷ்யாவில் கம்யூனிஸ்டுக் கட்சி ஆட்சி அமைந்துவிட்டதால், ஜெர்மன் கம்யூனிஸ்டுக் கட்சியை, ரஷ்யாவின் ஆதரவாளர்கள் எனக் காட்டுவதும் இட்லருக்கு எளிதாக அமைந்தது. ஜெர்மன் நாட்டு முதலாளிகளும், ரஷ்யா மாதிரி தங்கள் நாட்டிலும் கம்யூனிஸ்டுகள் புரட்சி நடத்தி ஆட்சிக்கு வந்து விடக்கூடும் என அஞ்சியதால் இட்லரின் நாஜிக் கட்சிக்கு நன்கொடை களை வாரி வழங்கினர். அதைப் பயன்படுத்திக் கொண்டு, தொண்டர் படை என்ற பெயரில் குண்டர் படையைத் திரட்டினார் இட்லர். இவருக்கு அருந்துணைவராக இருந்தவர் கோயபெல்ஸ். அவர் பொய்யை மெய்யாக நம்பவைக்கும் சொற்திறனுடையவர்.

இவற்றை உறுதிப்படுத்த மேடைக் கலையை முழுத்திறனுடன் பயன்படுத்தியவர் இட்லர். கூட்ட மேடை அமைப்புக்காகவே அதிகம் செலவிட்டார். இட்லரின் அலாதித் திறமைகள் என மிகைப்படுத்தப் பட்ட பல குணங்களை உடையவராகக் காட்டப்பட்டார்.

நீட்சேயின் தத்துவத்தை வைத்து ஜெர்மானியர்கள் தான் முழு உண்மையான ஆரியர்கள். அந்த இனமே அகிலத்தை ஆளத் தகுதி யுடையது என்றும் பிரச்சாரம் செய்தார். ஜெர்மன் நாட்டின் சிறப்புக்கள் என்றும் மிகைப்படுத்தி, அதீத தேச பக்தியை உண்டாக்கினார்.

அவர் மேடைகளில் முழங்கியதும் நடந்தது. அதைவிட அவரைப் பற்றி ஒரு பட்டாளமே நாள்தோறும் புகழ்பாடி அவரை மனித தெய்வமாக்கி விட்டார்கள்.

கம்யூனிஸ்டு கட்சித் தலைவர்கள் நாகரிகமாக சூத்திர மொழியில் பேசி வந்தனர். இட்லரோ, விளம்பர பாணியில் வெறியூட்டும் மந்திர முழக்கங்களை எழுப்பினார். ஆகவே வென்றார் என்றும் டிமிட்ராவ் எழுதியுள்ளார்.

எதிர்ப்பு- ஆதரவு உணர்வுகள் காலப் போக்கில் மங்கிக் குறையக் கூடும் எனக் கருதி, அடைய முடியாத ஒரு தொலைதூர லட்சியத்தை அடைவதே நோக்கம் என்றார்.

அதாவது ஜெர்மானியர்களுக்கு வாழ இடம் வேண்டும். ஆள நாடுகள் வேண்டும். அதற்காக லெபன்ஸ்ரம் [LEBENSRUM] என்ற கோரிக்கையை வைத்தார்.

அதாவது வாழ- ஆள - இவ்வுலகைப் பிடிப்போம் என்பதாகும். இதனால் இட்லரின் மேடைப் பேச்சு வெற்றி பெற்றது. தவறான வெறிப் போக்கால் அழிந்தது. மேடைக்கலை தவறான நோக்கத்திற்காகப் பயன்படுத்தப்பட்டதால், அது மனிதகுலத்திற்குப் பேரழிவைத் தந்தது. அதுவும் அழிந்து, ஒழிந்தது.

இந்தியாவில் சுதந்திரப் போராட்ட காலத்தின்போதுதான் மேடைக் கலையில் உரைநடைப் பிரச்சாரம் பரவலான வீச்சைப் பெற்றது.

அதில் வடக்கிலும், தெற்கிலும் பல நூறு போராளிப் பேச்சாளர்கள் தோன்றினர். தமிழ்நாட்டிலும் மக்களைக் கவர்ந்த, மக்களால் போற்றப் பட்ட பல தலைவர்கள் மேடைப் பேச்சாளர்கள் ஆனார்கள். அவர்கள் நாட்டை விடுவிக்க வந்த தலைவர்களாக வணங்கப்பட்டார்கள், தொழப்பட்டார்கள்.

பேச்சாளர்களில் பல தரத்தினர் இருந்தனர். இவர்களுள் தாதாபாய் நவரோஜி இங்கிலாந்தில் இருந்தபோதே இந்தியாவின் வறுமைக்கு அந்நிய ஆட்சியே காரணம் என எழுதினார்.

பாலகங்காதர திலகர், கோபால கிருஷ்ண கோகலே, லஜபதிராய், பிபின் சந்திரபால் போன்ற முதல் சந்ததியை அடுத்து பண்டித மோதிலால் நேரு, மகாத்மா காந்தியடிகள், சர்தார் படேல், சுபாஷ் சந்திரபோஸ், பண்டித நேரு, கவிக்குயில் சரோஜினி, அபுல்கலாம் ஆசாத், ஜின்னா, ராஜகோபாலாச்சாரியார், காமராசர், பசும்பொன் முத்துராமலிங்கத்தேவர், ஓ.பி. ராமசாமி ரெட்டியார், குமாரசாமி ராஜா, ஆந்திரகேசரி பிரகாசம், மொரார்ஜி தேசாய், கிருபளானி எனப் பல தலைவர்கள், மக்களிடம் சுதந்திர வேட்கையை வளர்க்க மேடைப் பிரச்சாரத்தைப் பயன்படுத்தி வெற்றி கண்டனர். சுதந்திரப் போராட்ட இயக்கம் நூற்றியிருபது ஆண்டுகட்கு மேலாகத் தொடர்ந்து நடந்த ஓரியக்கம். எனவே, நான்கைந்து சந்ததியினரால் அந்த இயக்கம் நடத்தப்பட்டது.

நான் கண்டது, கேட்டது, உணர்ந்தது என்பது 1939-இல் தொடங்கி 1947 வரை மாணவப் பருவத்தில் பார்த்தவை, கேட்டவை என்பது

மட்டும் நினைவில் இருக்கிறது. 1952ல் முதல் பொதுத் தேர்தலின் போது காரைக்குடி அழகப்பா கல்லூரியில் மாணவன். 1957 தேர்தலின் போது கல்லூரியில் துணை ஆசிரியன்.

1960 முதல் நேரடியாகப் பொது வாழ்வில் கட்சியின் உறுப்பினன் என்ற முறையில் இன்று வரை இயங்கி வருகிற நேரடி அனுபவம்.

1939 முதல் 2015 வரை மேடைக்கலை சம்பந்தமாக, நான் கேட்டது, அனுபவித்தது, நானும் மேடையில் பங்கேற்றது என்று அனுபவங்களில் சந்தித்தோர் பற்றி எழுதுகிறேன்.

சுதந்திரப் போராட்டம் ஒரு நூற்றாண்டிற்கு மேலாக நடைபெற்றது. அந்நிய ஆட்சி அமையக் கூடாது என எதிர்ப்புத் தெரிவித்த மன்னர்கள், மாவீரர்கள், மக்கள், வெள்ளையர் இந்த மண்ணில் காலடி வைத்த நாள்முதல் அங்குமிங்குமாகப் போர் புரிந்துள்ளனர்.

இந்தியரிடம் வீரம் இருந்தது. உறுதி இருந்தது. எல்லாவற்றிற்கும் மேலாக நீதியும், நியாயமும் அவர்கள் பக்கமே இருந்தது. இருப்பினும் அறத்தினை சூது கவ்விற்று. ஏனெனில், வெள்ளையரிடமிருந்த வெடி பொருட்கள் இந்தியரிடம் இல்லை. அல்லது மிகக்குறைவாக இருந்தது. எனவே, பாரத நாடு, பழம் பெரும் நாடு, வேதம் படைத்த நாடு, வீரர்கள் வாழ்ந்த நாடு அடிமைப்பட நேரிட்டது. ஏனெனில் நவீன ஆயுதங்கள் இல்லை. ஒன்றுபட்டத் தலைமை இல்லை.

அந்நிய ஆட்சியை அகற்றிட, மக்களைத் திரட்ட மேடைப் பேச்சு பேராயுதமாகப் பயன்படுத்தப்பட்டது. மேடைப் பேச்சைப் பயன்படுத்தி மக்களை, நம் நாடு, நமது, என உணர வைத்து, அது நமக்கே உரிமையாம் என அறியச் செய்து, வெந்தே மாயினும், நொந்தே போயினும் நம் தேசத்தவரை உவந்தே தாய் மண்ணை வணங்கச் செய்து செப்பும் மொழி பதினெட்டாயினும் சிந்தனை- விடுதலை எனும் ஒன்று மட்டுமே என ஒருசேர உணரவைக்க, பல கோடி முகங்களாக இருப்பினும், மொய்ம்புற ஒருயிர் எனக் கருதி, பல கோடிக்கரங்களை உயர்த்தி நல்லறம் நாடும் நல்லரசை, நமது சொந்த அரசை அமைக்க, சேர்ந்து நின்று, காத்திட மேடைப் பேச்சை பல்லாயிரம் இந்திய சுதந்திரப் போராட்டப் போராளிகள் பயன்படுத்தியுள்ளனர்.

அவர்கள் மேடைப் பேச்சை பொழுது கழிக்கப் பயன்படுத்த வில்லை. பேசிக் கைதட்டலைப் பெற வேண்டும், மாலைகளைப் பெற வேண்டும் எனப் பேசியவர்கள் அல்லர்.

அக்காலத்தில் மேடை ஏறியோர்க்கு மேடையில் ஏறுவது தெரியும், இறங்கியவுடன் எங்கு போவோம் என்பது தெரியாது. ஏறினால் ரயில்- இறங்கினால் ஜெயில் எனப்படுவதுண்டு.

தற்போதைய மேடைகளில், மினுக்கும் சால்வைகள் அணிவிக்கப் படுகின்றன.

அக்காலத்தில், மேடையில் இருப்பவர்களுக்கு துண்டு அணிவிக்க விரும்புகிறவருக்கும் தேசபக்தித் துணிச்சல் இருக்க வேண்டும். தலைவர் கட்கு துண்டு, மாலை அணிவித்ததற்காக அடித்துத் துவட்டி எடுக்கப் பட்டோர் பலர்- இம் என்றால் சிறைவாசம்- ஏன் என்றால் வனவாசம் தான்.

இதற்கும் மேலாக அணிவிக்கப்படும் துண்டும், கையால் நூற்கப் பட்ட கதர் துண்டாக இருத்தல் கட்டாயம். மாலையும், மனிதர்களால் தூக்க முடியாத மலர்களால் கட்டி அழகு செய்யப்பட்ட மலர் மாலைகள் கூடாது என்றும்; கையால் நூற்ற கதர் நூல் மாலையைத்தான் போட வேண்டும் என்றும் வழக்கங்கள் இருந்தன. மேடை போடுவோர்க்கும், (மேடையில் பேச ஏறுவோர்க்கு மட்டும் அல்ல-) அத்தகைய கூட்டங் களில் பேச்சைக் கேட்கக்கூடிய மக்களும் அடிக்கப்பட்ட காலம்.

ஜனநாயகத்தை, சட்டப்படி ஆட்சி நடத்துவதாகத் தம்பட்ட மடித்த இங்கிலாந்து நாட்டினர்தான் குடியாட்சி என்ற பெயரால் தடியாட்சி நடத்திவந்தனர்.

தொடக்க காலத்தில், சுதந்திரப் போராட்ட இயக்கத்தில் துணிந்து பங்கெடுக்க முன்வந்தவர்கள், மேற்கத்திய நாடுகளில், படித்துப் பட்டம் பெற்றுவிட்டுத் திரும்பியோர் தான், பல நாடுகளின் விடுதலைப் போராட்ட வரலாற்றைக் கற்றறிந்த உந்துதலால் சுதந்திரப் போராட்ட இயக்கத்தில் ஈடுபட்டனர்.

நம் நாட்டின் முதல் பிரதமரான பண்டித நேருவும், இரண்டாம் உலகப் போரின் போது இந்திய தேசிய ராணுவத்தைத் தலைமை ஏற்றுப் போரிட்ட சுபாஷ் சந்திரபோசும், அவர்கட்கும் முன்னதாக தாதாபாய் நவரோஜியும், கற்பூரி சக்ளத்வாலாவும்- எனப் பல தலைவர்கள் போராட்டத் தளபதிகளாக மேடைகளைப் பயன்படுத்திய போது அவர்கள் கற்ற மொழி ஆங்கிலம் ஆதலால், ஆங்கிலத்திலேயே பேசினர்.

மகாத்மா காந்தியடிகள் ஆப்பிரிக்கக் கண்டத்திலிருந்து திரும்பிய பின்னர் காங்கிரஸ் கட்சிக்கு தார்மீகத் தலைமைப் பொறுப்பேற்று, வழி நடத்தத் தொடங்கிய காலத்தில்தான், தாய் மொழிகளில் பேச வேண்டும், எழுத வேண்டும் என வழிகாட்டினார்.

படித்துப் பட்டங்கள் பெற்ற, வசதிபடைத்த பொருளாதார ரீதியில் மேல் தட்டு மக்களாக இருந்தோரில் சிலர் மட்டுமே சுதந்திரப்

போராட்ட இயக்கத்தில் பங்கெடுத்து வந்தனர். காந்தியடிகளின் பங்கெடுப்பிற்குப் பின், தாய்மொழியில் பிரச்சாரம் செய்யப்படுவது வீச்சைப் பெற்றது.

அவ்வாறு மேடைப் பேச்சின் மூலம் இந்திய மக்களுக்கு சுதந்திர வேட்கையை உருவாக்கிப் போராட வைத்த தலைவர்கள் பன்னூறாக இருக்கக்கூடும். அவர்களுள், நான் கேட்ட சொற்பொழிவுகளில் ஏற்பட்ட உணர்வுகள், அனுபவங்கள் சிலவற்றை மட்டும் குறிப்பிடு கிறேன். அனைவரின் பெயர், பங்கைத் தொகுத்து எழுத இயலாது. எனவே, பலரைப் புறக்கணித்ததாகக் கருதவேண்டாம்.

சிறிய, பெரிய அரசியல் கூட்டங்கள் பலவற்றைத் தொடக்கப் பள்ளியில் படித்த காலத்தில் பார்த்தும் கேட்டும் இருக்கிறேன். ஆனால், அப்போது அதனை விளங்கிக்கொள்ள முடியவில்லை. உயர்நிலைப் பள்ளியில் படித்துக் கொண்டிருந்த காலத்தில் கண்ட, கேட்ட ஒரு அரசியல் பொதுக் கூட்டத்தைப் பற்றி என் நினைவில் நிற்கிற கூட்டம் நடந்தது. அதுதான் நான் கேட்ட முதல் மேடைப் பேச்சு.

## 2. நான் கேட்ட முதல் பொதுக்கூட்டப் பேச்சு

சுதந்திரப் போராட்ட காலத்தில் காங்கிரஸ் கட்சியில், சிறந்த பேச்சாளராக மதிக்கப்பட்டவர் திரு. சத்தியமூர்த்தி அவர்கள். அவரைப் பார்க்கவோ அவரது உரையைக் கேட்கவோ, எனக்கு வாய்ப்புக் கிட்டவில்லை. அவரை அறிந்தவர்கள் கூறிய சில விவரங்களை மட்டும் குறிப்பிடலாம்.

சத்தியமூர்த்தி அவர்கள் ஆங்கிலத்திலும் கவர்ச்சிகரமாகப் பேசக் கூடியவராம். மனோகரா நாடகத்திலும் நடிகராக நடித்து முழங்கிய வராம். அவரை ஒருமுறை ஆக்ஸ்போர்டு பல்கலைக் கழக மாணவர் பேரவையில் பேச அழைத்தனராம். மேற்கத்திய நாட்டுப் பல்கலைக் கழகங்களில், பேச அழைக்கப்படுவோருக்கு முன்கூட்டியே கால அளவு, போக்குவரத்துக்கான செலவுத்தொகை ஆகியவற்றுடன் சொற்பொழிவு முறைகளையும் நிபந்தனைகளாக விதிப்பது வழக்கம். முதல் முறைப்படி- தரப்படும் தலைப்பு பற்றி மட்டுமே பேசவேண்டும்- அதை முன்கூட்டியே எழுதி அனுப்பி வைத்துவிட்டுப் பேச வேண்டும். அதில் அவர்கள் செய்த தணிக்கையும் இருக்கும். (இந்த அனுபவம் பற்றி பாரிஸ் பல்கலைக்கழகம் விதித்த நிபந்தனையை மறுத்து மாக்சிம் கார்க்கி, அழைப்பை நிராகரித்துவிட்டு நான் பயின்ற பல்கலைக் கழகம் என்ற அரிய- சீரிய நூலைப் படைத்தார்.)

பண்டித ஜவகர்லால் நேரு சென்றபோது கலிபோர்னியா பல்கலைக்கழகத்தில் உரையாற்றுமாறும் அதை எழுதி அனுப்புமாறும் கேட்டிருந்தனர். எழுதுவதற்கு நேரம் இல்லை மேடைகளில் பேசித் தான் பழக்கம். எனவே, 'தங்களது நிபந்தனையை ஏற்று நிறைவேற்ற இயலாது' எனப் பதில் அனுப்பிவிட்டார். அந்தக் கூட்டத்திற்கு அமெரிக்க நாட்டின் அதிபராக இருந்த இரண்டாம் உலகப்போரின் போது அமெரிக்கப் படைகளின் தளபதியாக இருந்த ஐசன்ஹோவர்

தலைமை. அவர் ஏற்கெனவே தலைமை தாங்க ஒப்புதல் தெரிவித்து விட்டதால், நேரு இன்றிக் கூட்டம் நடத்த இயலாது என்பதை உணர்ந்த பல்கலைக்கழகத்தார்- காகிதம் இன்றிப் பேசலாம் என்று அழைத்ததால் நேரு போனார் பேசினார்- அந்த உரைதான் THE VOICE OF ASIA என்ற தலைப்பில் உலகப் புகழ்பெற்ற உரையாகப் பிரசுரிக்கப் பட்டது. இந்தியப் பல்கலைக்கழகப் பட்டப்படிப்புக்கான பாடத் திட்டத்தில் கட்டுரையாகச் சேர்க்கப்பட்டது- இதே போன்ற அனுபவம் தான் ஆக்ஸ்போர்டில் சத்தியமூர்த்தி அவர்களுக்கு ஏற்பட்டதாம், அது ஒரு வேடிக்கையான முறை. மேடை ஏறியதும் தலைப்பு தரப்படும், அதன் மீது மட்டும் பேசவேண்டும்.

இது அறிவை, திறமையைச் சோதிப்பது மாதிரி உள்ளதல்லவா? அந்த முறை இப்போதும் உள்ளதாம். சத்தியமூர்த்தி ஒப்புக் கொண்டார். கூட்டத்திற்குத் தலைமை தாங்கிய மாணவர், சர்ச்சில் சார்ந்த பழமைவாதத் (Conservative Party) தைச் சேர்ந்தவன். எனவே அவன் தலைமையுரையை முடிக்கும் போது கிண்டலாக- தலைப்பு ஒன்றும் இல்லை- எனவே "இல்லை" (NOTHING) என்பது பற்றிப் பேசுவார் என வெள்ளைக்கார மாணவர்களின் கைதட்டல், விசில் ஊதலுடன் முடித்தானாம்.

எனவே சத்தியமூர்த்தி அவர்கட்கு எதிர்ப்பு உணர்வுள்ள மாணவர்கள் மிகுதியாக உள்ள கலவரச்சூழலில் பேச உள்ளோம் என்பதை உணர்ந்தவராகப் பேச எழுந்தவர், உங்கள் பேரவையின் மதிப்பிற்குரிய தலைவர், 'ஒன்றும் இல்லை' என்ற தலைப்பில் பேசப் பணித்தமைக்கு நன்றி. ஏனெனில், நீங்கள் தந்த தலைப்பு மட்டும் அல்ல, தாங்கள் பிறந்த நாடு, உலகப்பெரும் வல்லரசு, சூரியன் மறையாத பூமண்டலம் என்ற நினைப்பிலும், அழைக்கப்பட்டுள்ள அடிமை நாட்டிலிருந்து வந்தவன் ஆதலால், இல்லை என்ற தலைப்பு தக்கதே யாகும், எனக் கூறிவிட்டு,

"The great British Empire will be Nothing - without India and other subjucated Colonies" என்று தொடங்கினாராம்.

இந்தியாவும், அடிமைப்படுத்தப்பட்ட பல நாடுகளும் இல்லை யெனில் இங்கிலாந்தே இல்லை - எனத் தொடங்கினாராம். இந்திய ஆசிய- ஆப்பிரிக்க மாணவர்களின் முழக்கம் ஓங்கியது. வெள்ளைக்கார மாணவர்களிலும் முற்போக்காளர்கள் எழுந்து நின்று கைதட்டினராம்.

கூட்டத்தின் உணர்வு நிலையே மாற்றப்பட்டு விட்டது. பிறகு என்ன, கைத்தட்டல், சிரிப்பு, ஆரவாரத்துடன் ஒரு மணி நேரத்திற்குள் பேச்சை முடிக்க வேண்டியவரை, ஒன்றரை மணிநேரம் பேச அனுமதித் தார் அதே தலைவர்.

அவரது உரையில், இங்கிலாந்து நாட்டில் சட்டைத் துணிக்கு நூல் நூற்கக் கற்பதற்கு முன்னர், ஆயிரம் ஆண்டுகட்கு முன்னர், டாக்கா மஸ்லினை நூற்று உங்கள் நாட்டு ராணிகளையும் அணியவைத்தது நாங்கள். எங்கள் மொழிகள் மூவாயிரம் ஆண்டு வரலாற்றை உடையவை. எண்ணூறு ஆண்டுகட்கு முன்னரே உலக அதிசயமான தாஜ்மகாலைக் கட்டினோம் என்று வரலாற்று இலக்கிய, மதத்தத்துவ போதகர்களின் போதனை என அடுக்கி அசத்தியவர், நீங்கள் இந்தியாவுக்கு வணிகம் செய்ய வந்தீர்கள், நாட்டையே அபகரித்துக் கொண்டு வாழ்கின்றீர்கள். நீங்கள் விற்கக் கொண்டுவந்த பொருட்களை, இந்தியாவில் கிடைத்த பொருட்கள் அரியனவாகவும், மதிப்பிட முடியாத சிறப்புடையதாகவும் இருந்ததால், வணிகத்தை விட கொள்ளையே சிறந்தது எனத் தொடங்கி மூலப் பொருட்களை வாங்க வந்த நீங்கள் நாட்டையே வாங்கிவிட்டீர்கள். எனவே, இனி, நீங்கள் தரும் சீர்திருத்தங்களை ஏற்றுத் திருந்த வேண்டிய வர்கள் - நாங்கள் அல்ல "Your Misrule Cannot Be Mended It Should Be Ended" எனப் பலத்த கைத்தட்டலுடன் முடித்தாராம்

மேடைக் கலையை வலிமைமிக்க ஆயுதமாக, நாவை நன்கு தீட்டி பேராயுதமாகப் பயன்படுத்தியிருக்கிறார்.

மேடையிலிருந்து வெளியிடப்பட்ட கருத்துக்கள், அவற்றின் அழகு நடை மட்டுமல்லாது, அன்றைய மக்களின் சுதந்திர தாகத்துக்குத் தண்ணீர் தந்தது போலவும் அமைந்தது- கேட்போரின் உணர்வுகளும், பேச்சாளரின் உரையும் இணைந்து நின்ற காலம் அது. சத்தியமூர்த்தி அவர்கள் பேசிய தமிழும் வடமொழிகள் கலந்த மணிப்பிரவாள நடை. எனவே, தனித்தமிழ் இயக்கம் வளர்ச்சி பெற்றபோது, சத்தியமூர்த்தி அவர்களின் உரை தன் வீச்சில் மங்கத் தொடங்கியது என்றும் அவருடன் பழகியோர் கூறினர்.

இந்தியாவை அடிமைப்படுத்தி ஆண்ட ஆங்கிலேயர்கள் ஆண்ட காலத்தில், இருந்த இந்தியா என்றழைக்கப்பட்ட நாடு தற்போது உள்ள பாகிஸ்தான், வங்காளதேசம் என அழைக்கப்படும் நாடுகளையும் தன்னகத்தே கொண்டிருந்த ஒரே நாடு ஆகும். 1947 ஆகஸ்டு மாதம் அது இந்தியா, பாகிஸ்தான் என இரு நாடுகளாயிற்று. பின்னர் 1971 வாக்கில், கிழக்கு வங்காள மக்களின் தலைவர் முஜிபுர் ரகுமான், பாகிஸ்தானின் குடியரசுத் தலைவராக, மக்களால் தேர்ந்தெடுக்கப் பட்டதை, பாகிஸ்தானின் அதிபராக இருந்த சுல்பிகார் அலி பூட்டோ ஏற்க மறுத்தார். அதனால் வங்க மொழியைத் தாய்மொழியாகக் கொண்ட, கிழக்கு பாகிஸ்தானில் வாழ்ந்த மக்கள் கிளர்ந்து எழுந்து

போராடினார்கள். பூட்டோ ராணுவத்தை அனுப்பி அடக்க முயன்றார். மக்கள் அகதிகளாக இந்தியாவுக்கு வந்தனர்.

இந்திய அரசு அகதிகளாக வந்த மக்களுக்கு ஆதரவு தந்தது. ஓராண்டுக்குப் பின்னர் மக்கள் தாயகம் திரும்ப முற்பட்டனர். இந்திய ராணுவம் பக்கத் துணையாகச் சென்றது. 13 நாட்களில் டாக்கா நகரைச் சுற்றிநின்ற இந்தியப் படையிடம், பாகிஸ்தான் வீரர்கள் போரிடாது கைதாகினர். எந்த ஒரு படைவீரனும் ஒரு துளி ரத்தம்கூடச் சிந்தாமல் வென்று திரும்பிய அதிசயம் நிகழ்ந்தது. பின்னர், இந்தியப் பிரதமர் இந்திராகாந்தியாருக்கும், பாகிஸ்தானின் அதிபர் பூட்டோவுக்கும் இடையில் நடைபெற்ற பேச்சுவார்த்தை முடிவில் ஒப்பந்தப்படி உருவானது வங்காளதேசம்.

எனவே, இந்திய நாடாக இருந்தபோது பிறந்த நான், அது மூன்றாகப் பிரிந்து வாழுகிற நாட்களிலும் வாழ்ந்து வருகிறேன்.

ஆங்கிலேயர்கள் இந்தியாவை 1947- ஆகஸ்டு மாதம் - 15 வரை ஆண்டபோது, இந்தியாவுக்குள் 700க்கும் கூடுதலான, பெரிய, சிறிய சுயாட்சி நடத்திய மன்னராட்சிகள் இருந்தன. அவை இப்போது இந்தியாவின் கட்டமைப்புக்குள் வந்து விட்டன.

ஆங்கிலேயர்கள், நிர்வாக வசதிக்கேற்ப மாநிலங்களை அமைத்து இருந்தனர். இந்தியா விடுதலை பெற்ற பிறகும் ஆங்கிலேயர் அமைத்த மாகாண நிர்வாகக் கட்டமைப்பே நீடித்தது. பல மன்னராட்சிகள் இணைக்கப்பட்டபோது மாகாணங்களின் பரப்பளவு விரிவடைந்தது.

மொழிவழி மாநிலம் அமைந்த பிறகு, மாநிலங்களின் பரப்பளவு விரித்தும், சுருக்கியும் அமைக்கப்பட்டது.

மாகாணத்திற்குள் இருந்த மாவட்டங்களும் பெரும் பரப்பளவிலேயே இருந்தன. 1967க்குப் பின்னர் நிர்வாக வசதியைக் கருத்தில் கொண்டு, மாவட்டங்கள் பிரிக்கப்பட்டுள்ளன.

நான் பிறந்து, கல்லூரிப் படிப்பை முடித்து, எனக்குத் திருமணமாகி, இரு குழந்தைகள் பிறக்கும் வரை, நான் பிறந்த மதுரை மாவட்டம் பெரிதாகவே இருந்தது. தற்போது அது தேனி, திண்டுக்கல், மதுரை எனப் பிரிக்கப்பட்டு விட்டது.

அப்போதைய மதுரை மாவட்டத்தில், வைகை நதி இருந்தது. ஆனால், வைகை அணைக்கட்டு இல்லை. ஆனால் முல்லைப் பெரியாறு நீர்த்தேக்கம் இருந்தது. 1954 வரை உசிலம்பட்டி வட்டாரத்திற்கு மின்சார வசதி கிடையாது. கிராமங்களில் கிறித்துவப் பாதிரியார் களால் தொடங்கப்பட்ட தொடக்கப் பள்ளிகள் தான் இருந்தன. என்

அப்பாவும், அம்மாவும் வெள்ளைமலைப்பட்டி என்ற கிராமத்தில் ஆசிரியர்களாகப் பணிபுரிந்த போதுதான், என் பெற்றோருக்கு நான்காவது பையனாக, வெயில் கொளுத்தும் சித்திரை மாதத்தில் அதாவது மே பதினெட்டாம் நாளன்று நண்பகலில் பிறந்தேனாம். அந்தக் கிராமம் உசிலம்பட்டியில் இருந்து (நான்கு மைல்) - இப்போது ஆறு கி.மீட்டர் தூரத்தில் உள்ளது.

உசிலம்பட்டி தான் அந்த வட்டாரத்தில் பெரிய ஊர். புதன் கிழமை தோறும் சந்தை நடக்கும். சில ஆயிரம் மக்கள் வந்து விற்பதும் வாங்குவதுமாக இருப்பார்கள். மற்ற நாட்களில் அது பொட்டல் மைதானமாகக் கிடக்கும்.

அங்கே தான் ஒரு அரசியல் பொதுக்கூட்டம் நடக்கப் போகிறது. வந்து பேசப்போகிற மனிதரின் பெயரை பயபக்தியுடனும், மரியாதை யுடனும் சொல்லிக்கொண்டார்கள். கூட்டம் நடப்பதைப் பற்றி சுவரொட்டி விளம்பரமோ, துண்டுப் பிரசுரமோ, சுவர்களில் படம் போட்டு, பட்டம் சூட்டி எழுதப்பட்ட அறிவிப்புகளோ, விளக்குகளோ, கொடிகளோ, தோரணங்களோ என ஏதும் காணப்படவில்லை. அது அப்போது ஒருவர் மற்றவருக்கு என வாய்மொழியாகச் சொல்லி, செவி வழியாகக் கேள்விப்பட்டது தான்.

கூட்டம் நடக்கப் போகிற நாளன்று எங்கள் ஊர் மக்கள், அநேக மாக எல்லோரும் குடும்பம், குடும்பமாக, கோயில் திருவிழாவிற்குச் செல்வது போல பிற்பகலில் நடக்கத் தொடங்கினர். என்னையும் என் மூத்த அண்ணனையும் என் தந்தை இருசக்கர வண்டியில் ஏற்றிச் சென்று ஊர் மக்களோடு கூட்டத்தில் போய் உட்காருங்கள் எனக் கூறிவிட்டுப் போய்விட்டார்.

வரப்போகிறவர் யார்? எதற்காகக் கூட்டம்? ஏன் இப்படி மக்கள் திரண்டு கொண்டிருக்கிறார்கள் என்பது எதுவும் தெரியாது. வேடிக்கை பார்க்க நல்ல சந்தர்ப்பம் என்று மட்டுமே உணர்ந்தேன். ஆனால், சிறிது நேரத்திற்குள் நடந்த தொடர் சம்பவங்கள், ஆற்று வெள்ளத்தில் அடித்துச் செல்லப்படும் உலர்ந்த மிதவையைப் போல, நானும் அங்கிருந்த கூட்டத்தாரும் இழுத்துச் செல்லப்படுவதை அறிந்தேன்.

அது ஒரு சுதந்திரப் போராட்ட உணர்ச்சியைத் தூண்டிய பெரு வெள்ளம் என்பது எனக்குத் தெரியாது. திகைப்பும், பிரமிப்பும், தெரிந்துகொள்ள வேண்டும் என்ற ஆர்வமும் நெஞ்சில் உணர்வைத் தூண்டியது அந்த நிகழ்ச்சிதான் என நினைக்கிறேன்.

1940 அல்லது 41இல் நடந்த கூட்டம் என்று நினைக்கிறேன். அது தான் நான் முதன் முதலாகக் கலந்துகொண்டு கேட்ட பொதுக்கூட்டம்.

எங்கள் வட்டாரத்தில் வாழ்ந்த மக்களின் துயரக் கதைகளையும் நீங்கள் தெரிந்துகொள்வது நல்லது. அந்த வட்டாரத்தில் வாழும் மக்களில் பெரும்பான்மையோர் தேவர் சமூகத்தின் ஒரு உட்பிரிவான பிரமலைக்கள்ளர் என அழைக்கப்படுவர்.

இந்திய நாட்டை அடிமைப்படுத்திய ஆங்கிலேயர், போராடும் வீரிய குணமுள்ள குலத்தார் எனக் கருதிய 60க்கும் மேற்பட்ட சாதியினரை மட்டும், குற்றப் பரம்பரையினர் (Criminal Tribes) என்று பிரகடனப்படுத்தி, அவர்களை ஒடுக்கி வைக்க காவல்துறைக்கு தங்குதடையற்ற அதிகாரத்தை வழங்கியது. அந்தச் சாதியில் பிறந்த வயது வந்த ஆண்கள் அனைவரும் தங்களது கட்டைவிரலில் மசகு தடவி கைரேகையைக் காவல் துறையிடம் பதிய உத்திரவிடப்பட்டது. அதற்கு ரேகைச் சட்டம் என்று பெயர். காவல்துறையினர் அனைத்து ஆண்களின் பெயர்களையும் பதிவுசெய்து பெரும் பேரேடுகளை வைத்திருந்தனர்.

இரவு நேரத்தில் திடீர் சோதனைக்காக கிராமங்களுக்குக் காவல் துறையினர், பெரும்பாலும் ஒரு ஏட்டும், கான்ஸ்டபிள் இருவரும், பெட்ரோமாக்ஸ் விளக்குடன் வருவார்கள். ஒரு மைய இடத்தில் நின்று விசில் ஊதுவர். உடனே ஆண்கள் வந்து கைகட்டி தரையில் உட்கார வேண்டும். ஆஜர் பட்டியலை வாசிப்பார்- இருக்கிறேன் எனக் குரல் கொடுத்தால் தப்பினான் என்று அர்த்தம். ஆஜர் எனக் குரல் வரவில்லை என்றால் அவன் திருடப் போய்விட்டான் என்று பதிந்து, காவல்நிலையத்தில் சில மாதங்கள் படுக்கை போடுவான்.

அதாவது ஆஜர் கூறத் தவறியவன் காவல்நிலையத்திற்கு முன்போ, பின்போ தரையில் படுத்திருந்து, காலையில் கூறிவிட்டுப் போக வேண்டும். காவல்துறை அதிகாரிகள் இடும் வேலைகளையும் செய்ய வேண்டும். மாமூலாக வீட்டில் வளரும் கோழி, ஆட்டுக் கிடாயை, ஏட்டையாவுக்குத் தர வேண்டும்.

அவர்கள் குடும்ப வாழ்க்கை சீர்குலைக்கப்பட்டது. புஞ்சை நிலங்களில் பட்ட பாடுகளும் பாழாய்ப் போனது. வறுமைக்கு மேல் வறுமைக் கொடுமை ஆட்சியாளர்களால் உண்டாக்கப்பட்டது. பேராசிரியராக இருந்து மறைந்த என் அண்ணன் தா.செல்லப்பா, இந்த அவதிக்குள்ளான மக்களைப் பார்த்து "Forsaken by the State, Forgotten by the Almighty God" என ஒருமுறை வேதனையோடு வருணித்தார்.

இக் கொடிய சட்டம் புகுத்தப்பட்டபோது, "என்ன குற்றம் செய் தோம்? எதற்காகக் கைரேகை? விசாரியாமல் தண்டிக்கக் காவல் துறைக்கு ஏன் அதிகாரம்?" என்ற கேள்விகளை எழுப்பி, ரேகை பதிய

மறுத்து நின்றனர் பல கிராமத்து மக்கள். அவர்களுள் பெருங்காம நல்லூர் மக்கள் போர் முழக்கம் எழுப்ப காவல்துறை அதிகாரிகள் துப்பாக்கிப் பிரயோகம் செய்ததில் 21 ஆண்மக்கள் ஒரே இடத்தில் ஒரே நேரத்தில் சுட்டுக் கொல்லப்பட்டனர். அவர்களுக்குத் தண்ணீர் கொடுக்கப் போன தாயும் சுட்டுக் கொல்லப்பட்டார்.

வழக்கம் போல் காவல்துறையினர் தங்களது வீரதீரச் செயலுக் காகப் பதவி உயர்வு பெற்றனர். பதக்கங்களும் பெற்றனர். 22 பேரும் அசுவமாநதி ஆற்றங்கரை ஓரம் ஒரே குழியில் புதைக்கப்பட்டனர்!

அத்துடன் நின்றார்களா? மற்ற பகுதி மக்களையும் மிரட்டி வைக்கும் நோக்கத்துடன் எல்லா கிராமங்களிலும் கொடிய அடக்கு முறை ஏவப்பட்டது. அடிபடாத மனிதனே இல்லை. அல்லல்படாத குடும்பமே இல்லை. அது ஒரு தனி வரலாறு. அடிமைப்பட்ட நாட்டுக்குள் பிறந்த பல சாதியினர், மனித அடிப்படை உரிமைகளையும் இழந்து தவித்த மக்கள் சில பாரம்பரிய பழக்க வழக்கங்களைக் கடைப்பிடித்து வருகின்றனர்.

இந்த சாதியினர் கும்பிடுவதற்கென்றே சில கோயில்களைக் கட்டி யுள்ளனர். அங்கு பூசாரிகளாகப் பல சாதியினர், தாழ்த்தப்பட்டோர் உட்பட, இன்றும் உள்ளனர். அக்கோயில் விழாக்களின் போது, அதற்காக நியமிக்கப்பட்ட ஒருவர் சாமிப் பெட்டி ஒன்றைத் தூக்கி வருவார். அதற்குள் ஏதோ ஓலைச் சுவடிகள், பட்டுத்துணி, பட்டாக்கத்தி இருப்பதாகச் சொல்வார்கள். அதை யாரும் தொட அனுமதிக்கப்பட மாட்டார்கள்: அந்த வட்டாரத்தில் ஆடு, மாடு, திருட்டுப்போவது உண்டு. சால், தோல் திருடப்பட்ட வழக்கு அடிக்கடி வரும். எல்லாம் உறவுக்குள்ளேயே நடக்கும். ஆனால் கடந்த நூற்றாண்டுக்கு மேலாக சாமிப் பெட்டியைத் திருடியதாகச் செய்தி வந்தது இல்லை. இத்துடன் வலிமையுள்ள மனிதர் மட்டுமே தூக்கக்கூடிய முத்துக் குடை ஒன்றும் வரும். அதற்கு முன்னதாக வெகுதூரம் கேட்கக்கூடிய கொம்பு ஊதப் படும். இவற்றுடன் நூற்றுக்கணக்கில் திரளும் பெண்கள் வாழ்த்துகிற, பாராட்டுகிற முறையில் குலவை போடுவார்கள்- அது கூட்டத்தில் மின்சக்தியைப் பாய்ச்சும் வீச்சுப் பெற்றது, இவை கோயில் திருவிழாவின் போது சாமிக்காக நடக்கும்.

அன்றைய கூட்டத்திற்கு நாலா பக்கங்களிலுமிருந்து முத்துக் குடைகள் பவனி வர, பலர் சேர்ந்து கொம்புகளை ஊத, அணி அணியாக பல்லாயிரம் பேர் “வெள்ளையனே வெளியே போ” என முழங்கிக்கொண்டு வந்ததைக் கண்டேன்.

போடப்பட்டிருந்த மேடையில் வெள்ளைக் கதராடை அணிந்த சிலர் "அவர்" வரவை எதிர்பார்த்து நின்றனர்.

அப்பொழுது காரில் ஒருவர் வருவது என்பதையே மக்கள் ஆர்வத் துடன் பார்த்த காலம். வந்தார் ஒருவர், அவரைச் சூழ்ந்து சிலர், மேடையை நோக்கி நடந்து வந்த அவரை வாழ்த்தும் முழக்கங்கள், பெண்களின் குலவைச் சத்தம் கூட்டத்தைக் கிளுகிளுக்க வைத்தது.

அந்த வட்டாரத்திலேயே மின்சாரம் கிடையாதல்லவா? எனவே, உலர் மின்பெட்டியின் துணையோடு அந்தக் காலத்திய ஒலிபெருக்கி மேடை மீது காணப்பட்டது. அதில் பேச முயன்றார் ஒருவர். ஆனால், அது ஒத்துழைக்கவில்லை. கரபுரச் சத்தம் எழுப்பிவிட்டு அது அமைதி யாகி விட்டது. மேடையில் நின்று ஒலிபெருக்கியைப் பேச வைக்க சிலர் போராடிக் கொண்டிருந்தனர். வந்த தலைவர் அவர்களை விலக்கி விட்டு, முன்னாலே வந்து கைகளால் அமைதியாக இருக்க சைகை செய்தார்.

ஆச்சரியம். கூட்டத்தில் மூச்சு விடும் சத்தம் கூட அடங்கி விட்டது. "பராசக்தியின் வடிவாய் அமர்ந்துள்ள என் தாய்மாரே" என அவர் பேசத் தொடங்கியவுடன், மீண்டும் குலவைக் குரல் எழுந்தது. ஒலி பெருக்கிக் கருவியைத் தள்ளி வைத்து விட்டுப் பேசத் தொடங்கினார்.

மேடைகளில் நின்ற சிலருள் அவர்தான் உயரமானவராகக் காணப்பட்டார். பொன்னிறத்திலான கதர்ப்பட்டுச் சட்டை, கருகருத்த மீசை, மனிதரின் உடல் நிறம் சந்தன மேனியாகத் தெரிந்தது. நெற்றியில் பளிச்சிடும் திருநீற்றுப்பட்டை. வெண்கலக்குரலில், 'வெள்ளையனே' என அவர் முழங்கியவுடன் போர்க்களத்தில் தளபதியால் 'பாயுங்கள்' என ஆணையிட்டவுடன் முழக்கத்தோடு எழும் படைவீரர்களைப் போல ஆண்களும், பெண்களும், ஆவேசத்துடன் 'வெளியே போ' என முழங்கினர்.

நீண்ட நேரம் அந்நிய ஆங்கிலேய ஆட்சியாளர்களின் பல கொடுமைகளை அடுக்கடுக்காய் வருணித்தவர், இந்தியாவின் விடுதலைக்காகப் போராடிய வீரர்கள், தியாகிகளின் வரலாற்றையும் அவரது கம்பீரக் குரலில் விளக்கினார். இடையிடையே கைதட்டி னார்கள். ஆவேசத்துடன் மக்களும் ஒழிக! வாழ்க! - வெளியேறு என, அவர் பேசியதற்கேற்ப முழங்கியதையும் கேட்டேன்.

அவர் பேசும் போது இந்தியாவின் புகழ்மிக்க பழம் பெருமை, இயற்கைச் செல்வம், மன்னர்கள், போர் வீரர்கள் என ஏராளமான பெயர்களையும் நினைவூட்டிப் பேசினார்.

அதே போல் ராபர்ட் கிளைவ், ஹேஸ்டிங்ஸ் சர்ச்சில், மௌண்ட் பேட்டன் என்போர் பற்றியும் சொன்னார்.

உண்மையைச் சொல்லி விடுகிறேன். அன்று கேட்ட போது, பேசியவர் யார் என்றோ, அவர் பேசிய அரசியல் பற்றியோ எனக்கு எதுவும் தெரியாது. கூட்டத்தோடு வேடிக்கை பார்க்க என் வயதினர் சிலரோடு மண்தரையில் இடம் பிடித்து உட்கார்ந்திருந்தோம், மேடையில் நின்று பேசியவரை பார்த்தோம். அவரது கம்பீரத் தோற்றத்தால் ஈர்க்கப்பட்டோம். வெண்கல மணியோசைக் குரலால் கட்டுண்டோம். ஆனால், பேசியதைப் புரிந்துகொள்ளும் அளவிற்கு வயதும் போதவில்லை. அறிவும் வளர்ந்திருக்கவில்லை.

ஆனால், அதுதான் நான் கேட்ட முதல் கூட்டம். அந்தக் காட்சி நெஞ்சில் மறக்க முடியாதவாறு பதிந்திருக்கிறது. ஆனால், பேசியவர் பேசிய பொருளைப் புரியாது கலந்து கொண்டவருள் நானும் ஒருவன்.

அதற்குப் பிறகுதான், வந்த தலைவர் பசும்பொன் முத்துராமலிங்கத் தேவர் என்று என் தந்தை சொன்னார், அவர் இராமநாதபுரம் மன்னருக்கு நெருங்கிய உறவினர். அவர் தந்தை பெரிய நிலக்கிழார், இவரை விட முறுக்கேறிய மீசையுடன் கூடிய தோற்றமுடையவராம். அவரது பெயர் உக்கிர பாண்டியத் தேவர்.

பசும்பொன் முத்துராமலிங்கத்தேவர் மதுரையின் ஒரு பகுதியிலுள்ள பசுமலை உயர்நிலைப் பள்ளியில் படித்தவர். என் அப்பாவும் அங்கேதான் படித்தார்.

எனவே என் தந்தைக்கு அவரை மாணவப் பருவத்திலிருந்தே தெரியும். என் தந்தை அவருக்கு இரண்டு வகுப்புகள் முன்னதாகப் படித்திருக்கிறார். அப்போது அவர் யாருடனும் நெருங்கிப் பழகவும், பேசவும் மாட்டாராம். கூச்ச சுபாவமுள்ளவர். அவர் வசதிபடைத்த குடும்பத்தில் பிறந்தவர், இராமநாதபுரம் மன்னர் குடும்பத்திற்கு உறவினர். அவர் பிறந்த எட்டாம் நாளே அவர் தாய் இறந்துபோனதால், அப்பச்சிளங் குழந்தையை, இஸ்லாமியத் தாயொருவர் தூக்கிச் சென்று, தன் குழந்தையோடு பாலூட்டி வளர்த்து வந்தாராம். வளர்ப்புத் தாயும் வரும்போதெல்லாம் கூடை கூடையாகப் பழங்களையும், பல்சுவை உணவுப் பண்டங்களையும் கொண்டு வருவாராம். அவற்றை சக மாணவ நண்பர்களுக்குக் கொடுத்துக் கொண்டே இருப்பாராம், பசும்பொன்னார். விளையாட்டு மைதானத்திலும், விளையாடு வதிலும் தொடக்கத்தில் ஈடுபாடு காட்டவில்லையாம். அவரை பசுமலைப் பள்ளியில் கொண்டு வந்து சேர்த்தவர் வெள்ளைக்காரப் பாதிரியாரான லார்பீர் என்பவர். அவர் சைக்கிளிலேயே மதுரை,

இராமநாதபுரம் மாவட்டங்களில் சுற்றி அலைவார். அப்போது நான்கு சக்கர வாகனத்தில் மாவட்ட வெள்ளை ஆட்சியாளர் மட்டும் தான் வருவார். நான்கு சக்கர வாகனங்களும் இல்லை. அவை ஓடுவதற்கான சாலைகளும் இல்லை. இருசக்கர சைக்கிள் வண்டி கூட விரல் விட்டு எண்ணக்கூடியவரிடம் மட்டுமே இருந்தது. எனவே சைக்கிளில் ஓட்டிச் செல்பவரையும் வியப்புடன் மக்கள் பார்த்த காலம் அது.

தனித்தே, பள்ளிப் பருவத்தில் இருந்த அதே மாணவர் தான் பல்லாயிரம் மக்கள் கூடிய மேடையில் பிற்காலத்தில் முழங்கியவர்.

நாம், தற்போது, அதே போன்றதொரு கூட்டத்தைக் கூட்ட முடியுமா? அதற்கு வரும் மக்கள், அன்று காணப்பட்ட அதே ஆர்வத் துடன், உணர்வுடன், இன்று வருவார்களா? என்று நினைத்துப் பார்ப்பது உண்டு.

அதற்குப் பிறகும் சில ஆண்டுகள் வாழ்ந்து மறைந்த போதும் தேர்தல்களில், போட்டியிட்டு வென்று வந்தார். இறுதிக் காலம் வரை, அரசியல், இலக்கியக் கூட்டங்களில் பேசி வந்தார்.

சட்டமன்றத்திலும், நாடாளுமன்றத்திலும் ஆற்றிய உரைகள் தொகுக்கப்பட்டு புத்தகமாக வெளிவந்துள்ளது.

இவர் காசி பல்கலைக்கழகத்தில், சர்.சி.பி. ராமசாமி அய்யர் தலைமையில் பல்லாயிரம் மாணவர்கள், பேராசிரியர்கள், பொது மக்கள் கூடிய கூட்டத்தில் ஆங்கிலத்தில் ஆற்றிய ஆன்மீக உரையை வெகுவாக சர்.சி.பி. ராமசாமி அய்யர் பாராட்டிப் பேசினார். ஆங்கிலத் திலும், தமிழிலும், அரசியலைப் பற்றியும், இலக்கியம், ஆன்மீகம் பற்றியும் பேசிப் புகழ்பெற்றவர் பசும்பொன் முத்துராமலிங்கத்தேவர்.

இந்திய நாட்டின் சுதந்திரப் போராட்டத்தில் தென்னிந்திய மக்களைப் போர்க்கோலம் பூண வைத்து வீரர்களாக்கியது இவரது அரசியல் முழக்க உரைகள்... இவரது பேச்சால் ஈர்க்கப்பட்டேன்.

அந்த நாளும் வந்திடாதோ? என மீராவே வந்து பாடினாலும் அந்த நாள் மீண்டும் வரவே வராது.

அது காலமும், மக்களின் தேவையும் உருவாக்கிய மேடை. அன்றைய மேடையில் முழங்கிய மனிதரை சுதந்திரப் போராட்ட வேள்வி பயிற்றுவித்து தலைவராக்கி நிறுத்தியது. அவரும், அன்று திரண்ட மக்களும் சுதந்திரப் போராட்டத்தால் உருவாக்கப்பட்ட வர்கள்...

படம் போட்டு, பட்டம் சூட்டி, விளம்பரப்படுத்தி தலைவர் "ஆக்கப்பட்டவர்" அல்ல. போராட்ட இயக்கத்தில் முதிர்ந்த தலைவர். எனவே தான் அவரிடம் மக்கள் காட்டியது சாதாரணப் பற்று அல்ல. அவர் மீது அவர்கள் காட்டியது பக்தி. எனவே, அத்தகைய உணர்ச்சியை, இனி பார்ப்பது இயலாத காரியம். அவர், அதற்குச் சில வருடங்கட்குப் பிறகு தனது மீசையை மழித்து விட்டார். மீசையோடு இருந்த போது புலித்தேவன் மாதிரி காட்சி தந்தவர், மீசையை மழுக்கி நீக்கிய பின்னர், விவேகானந்தரைப் போலத் தோன்றினார். இதனால் தான் அருட் செல்வர் பொள்ளாச்சி மகாலிங்கனார், முத்துராமலிங்கத்தேவரை, அரசியலில் நேதாஜி சுபாஷ் சந்திரபோஸ், ஆன்மீகத்தில் விவேகானந்தர் என்பார்.

அன்றைய பொதுக்கூட்டத்தில், முத்துராமலிங்கத் தேவர், யார்? அவர் எதைப் பற்றிப் பேசினார் என்பதைத் தெரிந்து கொள்ளாமலே கேட்டவன் நான். அப்போது பாலபருவம் அவரையும் தெரியவில்லை. அரசியலும் புரியவில்லை.

ஆனால், அதற்குப் பின்னர் என் அப்பாவுடன் ஒரே பள்ளியில் பயின்றவர், அவர்கள் நண்பர்களாகப் பழகியவர்கள் என்பதை அறிந்து மகிழ்ச்சியும், பெருமையும் அடைந்தேன். உயர்நிலைப் படிப்பு முடிந்து, கல்லூரிப் படிப்பு, அரசியல் கட்சியில் பங்கேற்பு என வந்தபிறகு அவர் பேசிய அரசியல் கூட்டங்கள், இலக்கியச் சொற்பொழிவுகள், ஆன்மீகச் சொற்பொழிவுகள் எனப் பலவற்றைக் கேட்டுள்ளேன்.

அவர் பள்ளிக்கூடங்களில் கற்றதை விட தானாக, அதுவும் சிறைச் சாலையில் ஆறரை ஆண்டுக் காலத்தைக் கழித்தபோது, அரசியல், இலக்கியப் புத்தகங்களோடு, உண்மையான கடவுள் பக்தி உள்ளவர் ஆதலால், ஏராளமான ஆன்மீகப் புத்தகங்களையும் படித்துள்ளார்.

அவரது நினைவாற்றல் கேட்போரை வியக்க வைக்கும் வகையில் எவ்விதக் குறிப்பும் இல்லாமல், மணிக்கணக்கில், பக்திப்பாடல்களை, குறிப்பாக முருகப் பெருமான் பற்றி சரளமாக, கொட்டும் அருவி போல், வெண்கலக் குரலில் பேசிக்கொண்டே போவார். கூட்டம், கட்டுண்டு கேட்டபடி அமர்ந்திருக்கும்.

திருமுருகாற்றுப்படை பற்றி மூன்று மணிநேரம் இடைவெளி விடாமல் இடையில் இருமாமல், தண்ணீரும் குடிக்காமல் பேசியதை ஒருமுறை கேட்டு திகைப்புடன் திரும்பினேன்.

அதற்குப் பிறகு அவருடைய அல்லது அவரைப் போன்ற தோற்ற முடைய ஒரு பேச்சாளரை, இன்று வரை நான் கண்டதும் இல்லை. கேட்டதும் இல்லை.

அவர் நாடாளுமன்றத்திற்கும், சட்டமன்றத்திற்கும் தேர்ந்து எடுக்கப்பட்டிருக்கிறார். அவர் ஒருமுறை கூட தோற்றது இல்லை.

தேர்தலுக்காக சுவரொட்டி அச்சிடாது போட்டியிடுவதே இவரது வழக்கம். செவி வழி கேட்டே மக்கள் வாக்களித்து வந்தனர். எனவே தேர்தலில் வாக்காளர்கட்கு லஞ்சம் கொடுத்து... என்ற பேச்சுக்கே இடம் இல்லை. 1947க்கு முன்னர் நடந்த தேர்தல்களில் தேசியக் காங்கிரஸ் கட்சியின் வேட்பாளராக, தன் உறவினரான ராமநாதபுரம் மன்னரை எதிர்த்துப் போட்டியிட்டு தோற்கடித்தவர். அந்தத் தேர்தலிலும் எனக்கு வாக்களித்து உதவுங்கள் எனக் கேட்கமாட்டாராம். வெள்ளை யரை வெளியேற்ற வாக்களியுங்கள் என்பாராம்.

இவரது வாழ்க்கையில் அவர் எந்தப் பதவிக்கும் போட்டியிட்ட தாகத் தெரியவில்லை. காங்கிரஸ் கட்சியில் நேதாஜி சுபாஷ் சந்திர போசின் மிக நெருங்கிய நண்பராக இருந்தார். அவர் பார்வர்டு பிளாக் என்ற கட்சியைத் தொடங்கியவுடன், அதன் தென்னாட்டுத் தலை வரானார். நேதாஜி வெளிநாட்டிற்கு, சிறைவாசத்திலிருந்து தப்பிச் சென்று, தேசிய ராணுவத்திற்குத் தலைமையேற்றுப் போராடிய போது, இறுதிக் கட்டத்தில் விமான விபத்தில் காலமானதாகச் செய்தி வந்தது.

இவை பற்றி எழுதிப் பதிவு செய்துள்ளனரா எனத் தெரியவில்லை. செவிவழிச் செய்தியைத்தான் எழுதியுள்ளேன்.

நாவன்மைப்பால் நாட்டு மக்களைத் திரண்டெழச் செய்த சத்திய மூர்த்தி அவர்கள், சமுதாய சீர்திருத்தம் குறித்து அன்றைய சென்னை மாநில சட்டமன்றத்தில் நடந்த விவாதத்தின்போது- தேவதாசிமுறை ஒழிப்புச் சட்டம் பற்றிப் பேசும்போது, இது பல்லாயிரம் ஆண்டு களாக, வேத- சாத்திரங்களின் வழிகாட்டுதல்படி, கடவுட் சேவைக்காக தேவதாசிகள் தேவை என்பது இந்து மத நம்பிக்கை- இது ஆண்டவன் கட்டளை என்ற முறையில் பேசியவுடன் அதே இயக்கத்தில் ஆர்வத் தோடு பங்கெடுத்து வந்த டாக்டர் முத்துலட்சுமி எழுந்து, "நம் கடவுளர்களும் தாசிகளைத் தேடுகிறார்களா? அது கடவுளுக்கு ஆற்றும் தூய பணியா? வருத்தப்படாதீர்கள்- உங்கள் மகளை அப்புனிதப் பணிக்கு அனுப்புங்கள்" என்றதும் சபைக் குறிப்புப் புத்தகத்தில் Blue Book இல் பதிவாகியுள்ளது.

வெள்ளையரை எதிர்ப்பதில், சுதந்திரம் என்ற வேட்கையில் வீரதீரத்தைக் காட்டிய பல பெரும் தலைவர்கள், சமுதாயப்படி மூடநம்பிக்கை ஒழிப்பில், பிற்பட்ட கருத்தால் பீடிக்கப்பட்ட

நோயாளிகளாக இருந்ததால், அத்தகையோரின் உரை வீச்சு ஓய்வுபெற வேண்டியதானதில் வியப்பே இல்லை.

மேடைப் பேச்சாளர்கள், செத்தொழிந்த கருத்துகளுக்கு பத்தி கொளுத்தி நறுமணம் ஊட்டவும், மலர்களைத் தூவி அழகுபடுத்தவும் முயற்சிக்கக் கூடாது.

அத்தகைய கருத்துரைகள் சவக்குழி மீது தூவப்படும் மலர்களையே ஒக்கும். இளம் சந்ததியினர் ஊரே சொல்லுவதால், காலங்காலமாக நம் முன்னோர் செய்துவந்ததால், அதையே பாரம்பரிய நெறியெனக் கூறுகிறேன் எனப் பகுத்தாய்வு செய்யாமல், விழுந்த குழிகளிலேயே விழுந்து மடியாதீர்கள்.

தமிழ்நாட்டில் மேடைப் பேச்சையும் பயன்படுத்தி, இளைஞர்களையும், மக்களையும், குறிப்பாக தொழிலாளர்களையும் திரட்டிப் போராடிப் பெருமை பெற்றவர்கள், வ.உ.சிதம்பரனார், திரு.வி.க, சிங்காரவேலர், சுப்பிரமணிய சிவா ஆகியோர்.

# 3. விடுதலைப் போரில்

இந்திய சுதந்திரப் போராட்டத்தில் தமிழ்நாட்டில் முப்பெரும் தலைவர்களாக வலம் வந்தவர்கள் வ.உ.சிதம்பரனார், வ.வே.சு. அய்யர், மாவீரர் சுப்பிரமணிய சிவாவும் ஆவார்கள். இந்த மூன்று பேருமே தாய்மொழியாம் தமிழ்மொழியை நன்கு கற்றுத் தேர்ந்தவர்கள். தமிழ் இலக்கியங்களையும் முழுமையாக உற்றுத் தேறியவர்கள்.

வெள்ளையர்களை எதிர்த்துப் போராடவேண்டிய அவசியம் இருப்பதைக் கருதி ஆங்கில மொழியையும் கற்றவர்கள். அதிலும் மூவருமே புலமை பெற்றவர்கள். மூவரும் நெல்லை மாவட்டம் தூத்துக்குடியை மையமாக வைத்து சுதந்திரப் போராட்ட இயக்கங் களை நடத்திய தலைவர்கள். இவர்கள் நடத்திய இயக்கத்தால் வீறுகொண்டு எழுந்த வீரன்தான் வீரவாஞ்சிநாதன் என்பதையும் வரலாறு பதிவு செய்திருக்கிறது. இவர்கள் மூவரைப் பற்றியும் மேடையில் பேசாத தலைவர்களே அந்தக் காலத்தில் இருந்திருக்க மாட்டார்கள். மூவருமே செல்வச் செருக்குள்ள குடும்பத்தில் பிறந்து வாழ்ந்து வந்தவர்கள்தான். சுதந்திர ஆர்வத்தால் சுதந்திரப் போராட் டத்தில் ஈடுபட்டதால் தங்களைத் தாங்களே வருத்திக்கொண்டவர்கள். இறுதியில் வறுமையைத் தழுவியவர்கள்.

நாடு வாழவேண்டும் என்பதற்காக தங்கள் வாழ்க்கையை அர்ப் பணித்த மாவீரர்கள். இவர்களிலே வ.உ.சிதம்பரனார் தூத்துக்குடியி லேயே வழக்குரைஞர் தொழிலைத் தொடங்கியவர். அந்தக் காலத்தில் வழக்குரைஞர் ஆவதற்கு பட்டமும் பெற்று, சட்டத்துறையிலும் பட்டமும் பெற்று பிறகுதான் நீதிமன்றங்களிலே வாதிட வேண்டும். அவர் நீதிமன்றங்களில் வாதிடுவதைவிட மக்கள் மன்றத்தைத் திரட்டி வாதிடுவது வெள்ளையர்களுக்கு எதிராக என்பதிலேதான் அதிக முனைப்புக் காட்டி வந்தார்.

இதன் விளைவாக அவர் அரசாங்கத்தின் கடும் நடவடிக்கைக்கு உள்ளாக்கப்பட்டார். அவர் மேடைகளில் பேசுகிறபோது மிகத் தெளிவான கருத்துகளை இந்த நாடு அடிமைப்பட்டதற்கு ஒற்றுமை யின்மையே காரணம் என மக்களிடம் இடித்துக் கூறி ஒன்றுபடுங்கள் ஒன்றுபடுங்கள், நாம் ஒன்று திரண்டால் நம்மால் அனைத்தையும் சாதிக்க முடியும் என்று நம்பிக்கையை வளர்க்கிற முறையில் அவரது பேச்சு அமைந்தது.

வ.வே.சு ஐயரைப் பொறுத்தவரையில் அவர் வீரத்தோடு போராடி யவர். இன்னும் சொல்லப்போனால் உலக நாடுகள் பலவற்றையும் சுற்றி வந்த பல அனுபவங்களைப் பெற்றவர். வெள்ளையர்களை எதிர்த்து அவர்களுடைய அடக்குமுறைகளை எதிர்த்துப் பிடிபடாமல் தப்புவதில் வீர சாகசங்கள் புரிந்தவர். எல்லாவற்றிற்கும் மேலாக அவர் வடமொழியும் கற்றுத் தேர்ந்திருந்தார். வடமொழி இலக்கியங் களையும் வேத சாஸ்திரங்களையும் ஸ்மிருதிகளையும் தமிழ்நாட்டில் படைக்கப்பட்ட திருக்குறள் தொடங்கி அவர் காலம் வரை படைக்கப் பட்ட பாடல்கள் அனைத்தையும் அறிந்திருந்தார். அவர் பாரதியாருக்கு நண்பர். எனவே பாரதியாரின் பாடல்களிலும் அவருக்கு ஈடுபாடு இருந்தது. ஆனால் இருவருமே சமுதாயக் கருத்துகளில் முற்றிலும் மாறுபட்டவர்கள்.

சிதம்பரனார் பலவற்றிலும் பாரதியைப் போற்றியவர். பாரதியை காத்தவர், வளர்த்தவர், நன்கொடை வழங்கிய புரவலர். பாரதியும் வ.வே.சு. ஐயரைப் பற்றி அதிகம் பாடவில்லை. அவர் வ.உ.சிதம்பரம் பிள்ளையைத்தான் புகழ்ந்து புகழ்ந்து பாடியிருக்கிறார், எழுதியும் இருக்கிறார். அதையும் அவர் வெள்ளையரோடு வாதிடும்போது என்ன முறையிலே வாதிடுவார் என்பதை ஒரு வாதமாகவே வைத்துப் பாடல் எழுதியுள்ளார். இவையெல்லாம் அவரது சிறப்புக்குரிய குணங்கள். இதில் வ.உ.சிதம்பரனார் தொழிற்சங்கத்தை அமைத்து தொழி லாளர்கள் போராட்டத்தையும் நடத்தி தொழிற்சங்கத் தலைவராகவும் திகழ்ந்தவர்.

பிறகு இந்தியர்கள் ஏன் வணிகத்தில் ஈடுபடக்கூடாது. நம் முன்னோர் கப்பல்களைக் கட்டி ரோமாபுரிக்கும், கிரேக்க நாட்டோடும் தொடர்பு கொண்டனர். உலகத்தின் பல நாடுகளுக்குச் சென்று நம் பொருட்களை விற்று வந்திருக்கிறோம். அவையெல்லாம் என்ன வெறும் பழங்கதைகள்தானா! நம்மால் இதனைச் செய்யமுடியாதா?

இந்தியாவிற்கு வந்த வெள்ளைக்காரர்கள்தானே, இப்பொழுது கப்பல்களை ஓட்டிக்கொண்டிருக்கிறார்கள். நாம் ஏன் தொடங்கக்

கூடாது என்ற ஒரு சவால் எண்ணத்தோடு கப்பல் வாங்கவும் கப்பலை ஓட்டிக் காட்டவும் முயன்றார்.

அந்த முயற்சி வணிகமுயற்சி. அந்த முயற்சியிலே வெற்றி பெற்றார். ஆனால் வணிகத்திலே வெற்றிபெற இயலவில்லை. அரசியல்வாதிகள் வணிகத்திலே ஈடுபட்டால் துன்பத்திற்குதான் ஆளாக நேரிடும் என்பதற்கு வ.உ. சிதம்பரம் பிள்ளை நல்ல உதாரணம்.

இவை இரண்டும் ஒன்றோடு ஒன்று ஒத்துப்போகக்கூடியவை அல்ல. ஏனெனில் வணிகத்தில் சூதாட்டம் தேவை. அரசியலிலே நேர்மை அவசியம். இது மக்கள் தொண்டு. அது பணத்தைத் தேடுவதற் கான கலை. பணத்தைத் தேடுவதற்கான கலையில் பணத்தை இழக்கத் தான் செய்தார் வ.உ.சி. அவர் பட்ட பாடுகள் கொஞ்சமல்ல. அவர் சிறைப்பட்டது என்பது லஞ்சம் வாங்கினார் என்பதற்கு அல்ல. ஊழல் செய்ததற்காக அல்ல, குற்றம் புரிந்தார் என்பதற்காக அல்ல. இன்னும் சொல்லப்போனால் இந்த நாட்டைக் காப்பாற்ற சுதந்திர முழக்கத்தை எழுப்பியதற்காக (அவருக்காக அல்ல) நமக்காக சிறைப்பட்டார். சிறையில் செக்கை இழுத்தார் அது உண்மை. உண்மையிலேயே அவரை இழுக்க வைத்தார்கள். சாட்டையால் அடித்தார்கள். அடிக்கும்படி உத்தரவு போட்டவன் வெள்ளையன். ஆனால் அடித்தவன் இந்தியன் தான். அவரைக் கைது செய்தவனும் இந்தியன்தான். சிறையில் அடைக்க உத்தரவிட்டவனும் இந்தியன்தான். அந்த சிறையைக் காவல் காத்தவனும் இந்தியன்தான். இதை நாம் இன்றைக்கும் இந்த அநியாயத்தையும் புரிந்துகொள்ள முயற்சிக்கவேண்டும்.

எனவே வெள்ளையனுக்கு அடிமையாக விசுவாசமாக சேவை செய்யப் பலர் இருந்தார்கள். வீரதீரத்தோடு உயிரைப் பலி கொடுத்து இந்த நாட்டை விடுவிப்பதற்காகச் சிலர் போராடினார்கள். இந்தப் போராட்டங்களிலே ஈடுபட்ட அந்த சுடர்மணிகளை நாம் என்றும் மறக்கக்கூடாது. கட்சிகளை வைத்து அதுவும் இன்று கொஞ்சம் பலவீனம் அடைந்துள்ள அந்தக் கட்சிகள் நடக்கிற முறையைப் பார்த்து வெறுத்து அவர்களும் இப்படிப்பட்டவர்கள் தானோ என்று நினைத்துவிடக்கூடாது.

வேண்டுமானால் வேதனையைப் பெறலாம். இவர்கள் வளர்த்த கட்சியா இப்படிக் கீழே கீழ்மட்டத்திலே போய்விட்டது என்ற கவலையைத் தெரிவிக்கலாம். அது அரசியல் மட்டத்திலே பேசப்பட வேண்டியது. இலக்கியத்தில் இந்த இடத்தில் அந்த ஆய்வு வேண்டாம் என்று விட்டு விடுகிறேன்.

வ.உ.சிதம்பரனார் கடைசியாக சிறையிலிருந்து வெளியில் வந்த போது அவரை கோவை மாவட்ட பஞ்சாலைத் தொழிலாளர்கள் தான் சிறைவாசலில் நின்று வரவேற்றார்கள். அவரை வரவேற்க எந்தப் பெரும் பணக்காரனும் கப்பல் கம்பெனியில் பங்கு போட்ட பணக் காரனும் வரவில்லை. ஒருவேளை அவர்களுக்கு விடுதலையாகிற நேரம் தேதி தெரியவில்லையோ என்னவோ! ஆனால் கோவை மாவட்ட பஞ்சாலைத் தொழிலாளர்கள் சென்று அவரை அழைத்துக் கொண்டு போய் தங்களது தொழிற்சங்க அலுவலகத்திலேதான் அவருக்கு வெந்நீர் வைத்துக் குளிப்பாட்டி அவருக்கு உணவு கொடுத்து முதலில் ஓவ்வெடுக்கச் செய்தார்கள்.

ஆனால் அந்த வாசலில் ஒரு மாவீரன் மட்டும் வாசலிலே வந்து நின்றான். அது வேறு யாருமல்ல. முப்பெருந் தலைவர்களில் ஒருவரான, இவரோடு மேடைகளிலே அனல் கக்கப் பேசியவரான, என்றும் மறக்க முடியாத தலைவரான சுப்ரமணிய சிவா அவர்கள்தான்.

அவர் சற்றுத் தள்ளி நின்று கண்ணீரோடு 'பிள்ளையவர்களே வாருங்கள்' என்று குரலை மட்டும் எழுப்பினார். அங்கிருந்த தொழி லாளர்களுக்கு அவரை அடையாளம் தெரியவில்லை. ஏனென்றால் அவர் தொழுநோயால் பாதிக்கப்பட்டிருந்தார். முகம் முழுமையாக மாறியிருந்தது. இந்த தொழுநோயாளி, சிதம்பரனாரை வரவேற்க வந்திருக்கிறாரே, இவர் யார் என்றபோது, அவர் குரலைக்கேட்ட வுடனே, சிதம்பரம்பிள்ளைக்கு, அப்பா, நீயா வந்திருக்கிறாய், என்னப்பா தோற்றம், என்று சொன்னவர் அனைவரையும் விட்டு விலகி ஓடி அவரைக் கட்டித் தழுவப் போனார்.

சுப்பிரமணிய சிவா கொஞ்சம் சற்றுப் பின்னால் சென்று, நான் தொழுநோயால் பீடிக்கப்பட்டிருக்கிறேன், என்னை நீ தொட்டு அந்தத் தொழுநோய்க்கு ஆளாகிவிடாதே, நாட்டைத்தான் இந்தத் தொழு நோய் பிடித்து ஆட்டுகிறது. என்னையும் ஆட்டுகிறது. நீயாவது கொஞ்சம் விலகி நில், நீ வாழவேண்டும் என்று சொல்லிவிட்டு தரையில் உட்கார்ந்தபடியே புரண்டு அழுதாராம்.

எதையும் கண்டு அஞ்சாத அந்த மாவீரன் தரையில் புரண்டு அழுததைக் கண்டு அவரையும் தூக்கிக்கொண்டு, தொழு நோயா? உமக்கா? என்று தூக்கிச்சென்ற தொழிலாளர்களும் அழுதார்களே, அதுதான் அந்த மாவீரர்களுக்குச் செலுத்தப்பட்ட உண்மையான காணிக்கையாகும்.

இனி நாம் மணிமண்டபம் கட்டுவதோ, அவர்கள் படத்தை வைத்து மாலை போடுவதோ அற்பத்திலும் அற்பமான நன்றி செலுத்துதல்.

கண்ணீரோடு அவரை அழைத்துக்கொண்டு போய் அவரையும் குளிப்பாட்டி எங்களோடு நீங்கள் தங்குங்கள், உங்கள் நோய்க்கு நாங்கள் மருந்து தேடுகிறோம். அந்த வைத்தியம் இருக்கிறது, இந்த வைத்தியம் இருக்கிறது. செலவை நாங்கள் பார்த்துக்கொள்கிறோம் என்றெல்லாம் சுப்ரமணிய சிவாவை அழைத்திருக்கிறார்கள், கெஞ்சி யிருக்கிறார்கள், மன்றாடியிருக்கிறார்கள். ஆனால் அங்கு இரண்டு நாட்கள் ஓய்வெடுத்த பின்பு சிதம்பரனார், ஊருக்குப் போகவேண்டும், பெற்றோர் உற்றாரைக் காணவேண்டும் என்று அத்தனை ஆண்டு களுக்குப் பின்பு சொன்னபோது அவருக்கு ரயில் டிக்கட்டுகளை வாங்கி ரயிலில் வழி அனுப்பியபோது கண்ணீரோடுதான் அனுப்பி யிருக்கிறார்கள்.

இந்த சோகக்கதையை நாம் சொல்வதற்குரிய காரணம், அவர்கள் மேடைக் கலைக்குப் புத்துயிர் கொடுத்தார்கள் என்பது உண்மை, ஆனால் மேடைக் கலையினால் அவர்களின் தலைவர்கள் ஆனவர்கள் அல்ல. அழகிய நடையால், பேச்சால் அவர்கள் தலைவர்களாக அங்கீகரிக்கப்பட்டவர்கள் அல்ல. தியாகத்தால் சேவையால் இந்த நாட்டு மக்களால் பேசவேண்டும் என்று எதிர் பார்க்கப்பட்டவர்கள். அவர்கள் வாயிலிருந்து வந்த ஒவ்வொரு சொல்லும் அவர்களுக்கு உயிரூட்டிய, சுடரூட்டிய ரத்தச் சொட்டுக்கள் ஆகும். எனவே அந்த மேடைக்கலையில் அவர்களைப்போலவே நாமும் பெறவேண்டும் என்று இன்றைய மேடைக் கலைஞர்கள் நினைக்க முடியாது. ஏனென்றால் வரலாறு நம்மை இனி, இப்போது செக்கிழுக்க வைக்கப் போவதில்லை; சவுக்கடி தரப் போவது இல்லை; சிறைச்சாலையிலும் ஆயுள் தண்டனை என்று குற்றம் புரியாமலும் தண்டனை தரப் போவதுமில்லை.

எனவே, அந்த வரலாற்றுப் பின்னணி இல்லாதவர்கள் மேடைக் கலையில் ஏறுகிற இந்தக் காலத்தில் நாம் மேடைக்கலையை எவ்வாறு பயன்படுத்த வேண்டும் என்பதற்கு அதனுடைய தேவைகள் என்ன என்பதை கட்டாயம் கற்றாக வேண்டும்.

ஆனால் பழையவற்றைக் கடந்து போய்விட்ட சம்பவங்களை அந்தப் புகழ்மிக்க வரலாற்றை நாம் மறந்துவிடக்கூடாது என்பதற்காக இவற்றைச் சுட்டிக்காட்டினேன். அவர்களது சொற்பொழிவின் சாரத்தைக் குறிப்பிடுவதற்கு எந்தவிதமான பதிவும் இல்லையாதலால் அவர்கள் தேசபக்தக் கனலை மூட்டியவர்கள் என்ற ஒரு சொல் வரியோடு நிறுத்திக்கொள்ளலாம்.

சமுதாயக் கருத்திலே கொஞ்சம் மாறுபாடு கொண்டவராக பிற்போக்கான கருத்துகளைக் கொண்டவராக வ.வே.சு. அய்யர் வேறுபட்டு தனித்து இருந்தார். விலகி நின்று இறுதி வாழ்வைக் கழித்தார் என்பதும் வரலாறு.

இவர்களுக்குப் பிறகு அரசியலிலே மிக அமைதியாக அனல் கக்கப் பேசுகிறவரும் அல்ல, அலங்காரமான தமிழில் பேசுகிறவரும் அல்ல, அவர் வழக்குரைஞர் தொழிலை மட்டும் மேற்கொண்டவர். மிக அமைதியாக மட்டுமே அதுவும் மென்மையான குரலில் மட்டுமே பேசுகிறவர் என்று சேலத்தில் வழக்குரைஞராக இருந்த ராஜ கோபாலாச்சாரியார் இருக்கிறாரே, அவர் மேடைக் கலையைப் பயன்படுத்தியதை நானும் கேட்டிருக்கிறேன், பார்த்திருக்கிறேன், வியக்கத்தக்க முறையில் இந்த மனிதருக்கு அறிவுக்கூர்மையோடு நாக்கும் எவ்வளவு கூர்மை என்று நான் வியந்திருக்கிறேன். சொல்லப் போனால் சில உரைகளைக் கேட்டு மயங்கியும் இருக்கிறேன். இந்த மாபெரும் ஆற்றலுடைய மனிதருக்கு ஒரு பின்னணி இருந்தது. அலங்காரமான நடை, அழகிய தமிழ் இவைகளால் அல்ல. ஆனால் தமிழ்மொழியில் அவர் திருக்குறளையும் நன்கு கற்றவர். மகாபாரதத் தையும் கற்றவர். கம்பனின் கவிதைச் சோலைக்குள் முழுக்க முழுக்க உலாவி அதில் முழுமையாக ரசித்தவர். அதனால் டி.கே. சிதம்பரநாத முதலியாருக்கு அவர் ஒரு ரசிகர், ரசிகமணி என்ற ஒரு பட்டத்தையும் அவருக்கு தமிழ் இலக்கிய உலகம் கொடுத்தது. அந்த ரசிகமணி ராஜகோபாலாச்சாரியாருடைய நண்பர் ஆவார். அவருடன் ராஜ கோபாலாச்சாரி சில வாரங்கள் தங்கியிருந்து ஓய்வெடுப்பது வழக்கம். அதைப்பற்றி கல்கி கிருஷ்ணமூர்த்தி மிக விரிவாக நகைச்சுவையோடு பலவற்றை எழுதியிருக்கிறார்.

சேலத்தில் விஜயராகவாச்சாரி என்ற காங்கிரஸ் தலைவர் இருந்தார். அவரும் பெரிய வழக்குரைஞர். இதேபோல சென்னையிலும் பல வழக்குரைஞர்கள் இருந்தனர். ஆனால் இந்த வழக்குரைஞர் களிலேயே மிகவும் மென்மையானவர், தொடக்க காலத்திலேயே இவரை, அரசியல் சாணக்கியர், தந்திரசாலி, சூத்திரதாரி என்று புகழாரம் சூட்டத் தொடங்கிவிட்டார்கள்.

எனவே அவருடைய மென்மையான குரலுக்குப் பின்னாலே அவர் கருத்தை வெளியிடுகிற வன்மை இருந்திருக்கிறது, திறமை இருந்திருக் கிறது என்பது தெரிகிறது. பிறகு அவர் வளர்ச்சிக்காலத்திலே கடைசியில் இந்தியாவில் உலகமே போற்றக்கூடிய உத்தமர் மகாத்மா காந்தியின் முதல் மகனை இவருடைய மகள் மணந்தார். எனவே உலகப்பெருந் தலைவரான மகாத்மா காந்தியடிகளுக்கு அவர் சம்பந்தியே ஆகிவிட்டார்.

இவர் சாதி வேறு, அவர் சாதி வேறு. எனவே இருவரும் அந்தப் பையனுக்கும் அந்தப் பெண்ணுக்கும் திருமணம் செய்து வைத்தார்கள் என்பதிலிருந்தே சாதி மறுப்புத் திருமணத்தை ராஜகோபாலாச்சாரி யார் ஏற்றார், காந்தியடிகளும் ஏற்றார் என்பது மட்டுமல்ல, அதை நடத்திக் காட்டியவர்கள். அவ்வாறு அவர்கள் மகனும் மகளும் திருமணம் செய்துகொண்டு வெற்றிகரமாக வாழ்ந்து காட்டியவர்கள் என்பதைத் தெரிந்துகொண்ட பிறகாவது சாதி மறுப்பு அல்லது சாதியைத் தாண்டி திருமணம் செய்து கொள்கிற இளம்பெண் ணையும் அந்த இளைஞனையும் கொல்லுகிற கொடும்பாவிகள் ஓரளவாவது சிந்திப்பார்கள், மாறுவார்கள், மாறவேண்டும் என வேண்டுகிறேன்.

காதலன் ஒருவனைக் கைப்பிடித்தே அவன் காரியம் யாவினும் கைகொடுத்துப் புகழ்பெறவேண்டும் மாட்சி பெறவேண்டும் என்று பாரதியார் வழிகாட்டினார்.

‘காதல் செய்வீர் ஜகத்திரே’ என்றார்.

அவர் ஜாதிகளை எல்லாம் தவிடுபொடியாக்க ‘சாதிகள் இல்லையடி பாப்பா’ என்றார்.

இதையெல்லாம் நமது இளம் சந்ததியினர் மேடையேறுகிற போது அவசியம் எடுத்துரைக்கவேண்டும் என்பதற்காக நான் இடையிலே இவற்றையும் சேர்த்தே சொன்னேன்.

ராஜகோபாலர்ச்சாரியார் பேசுவதிலே நிறைய குட்டிக்கதைகள் வரும். மென்மையான தமிழிலே பேசுவார். அதற்கு ஒன்றிரண்டு உதாரணங்கள். அதேபோல வாதிடுகிறபோதும் யாரையும் புண்படுத்துகிற முறையில் சாடமாட்டார். கருத்து மாறுபடுகிறபோதும் அவர் மென்மையாகத்தான் கருத்தை வெளியிடுவார்.

காந்தியடிகள் முன்மொழிந்த கருத்திலிருந்தே சிலசமயம் முரண் பட்டவர், பல சமயங்களில் வேறுபட்டவர். காங்கிரஸ் கட்சியாலேயே பல உயர்பதவிகளைப் பெற்றவர். ஆனால் அந்த காங்கிரஸ் கட்சி யிலிருந்தும் நீக்கப்பட்டவர். அவர் தானாகவே விலகியும் இருந்தவர். எனவே அவருடைய வரலாற்றைப் பொறுத்தவரையில் நான் கட்சி பக்தன் அல்ல; நாட்டுக்கு பக்தன் என்று பிரகடனம் செய்தது பெருமளவுக்கு உண்மைதான்.

ராஜகோபாலாச்சாரியார் 1937இல் என்று நினைக்கிறேன். மன்றாடியார் ஈரோடு மாவட்டத்திலே போட்டியிடுகிறார். அவரைத் தோற்கடிப்பது என்பது எளிதல்ல. ஏனென்றால் அவர்

குலத்தைச் சார்ந்தவர்கள் அவரை மன்னராக தங்கள் தலைவராக அன்றும் சரி இப்போதும் கூடத்தான் பாராட்டி வருகிறார்கள். எனவே மன்றாடியார் தேர்தலில் நிற்கிறார் என்றால் தோற்கடிப்பது எளிதல்ல என்பது மட்டுமல்ல, பிரச்சாரம் செய்வதும் எளிதல்ல. அடி விழும், உயிரோடு வீடு திரும்புவது என்பதே சந்தேகம். மன்றாடியார் ஆள் வைத்து அடித்து அனுப்பமாட்டார். ஆங்காங்கு உள்ள ஊர்மக்களே அடிப்பார்கள். அதுதான் அன்று இருந்த சூழல். இந்த நிலையிலே அங்கே போய் ராஜகோபாலாச்சாரியார் பெருந்துறையிலே ஒரு கூட்டத்திலே பேசுகிறபோது ஒரு கருத்தை வெளியிட்டார். இப்பொழுது சட்டசபைக்கு யாருமே போகலாம். பல உரிமைகள் இருக்கிறது. வாக்குரிமை பெற்றவர்கள் கட்டாயம் போட்டியிடலாம். எனவே மன்றாடியார் போட்டி போடுவதிலேயும், அவர் ஒரு மகான், அவர் ஒரு பெரிய குடும்பத்தைச் சார்ந்தவர், அவர் போய் இந்தப் போட்டியிலே யெல்லாம் இறங்கவேண்டுமா, அவர்தான் ஆளப் பிறந்தவர். ஆண்டுகொண்டே இருக்கிறார் என்றுதான் நான் கேள்விப்பட்டி ருக்கிறேன். அவர் நல்ல மனிதர் என்பதும் எனக்குத் தெரியும். எனவே அவரை எதிர்த்து அல்ல, அவரைத் தோற்கடியுங்கள் என்று கேட்பதற் காக அல்ல, அவருக்கு நான் ஒரு வேண்டுகோள் விடுப்பதற்காக இங்கே வந்திருக்கிறேன் என்று தொடங்கினார்.

அவருக்கு வாக்களிக்காதீர்கள் என்று சொல்லமாட்டேன். எல்லோரும் சேர்ந்து அவரிடம் ஒரு வாக்குறுதி பெறுங்கள் என்று கேட்டுக்கொள்கிறேன்.

நான் பெரியவர் மன்றாடியாரை மன்றாடிக் கேட்டுக்கொள் கிறேன். சட்டசபைக்கு யாரும் போகலாம். தேர்ந்தெடுக்கப்பட்ட யாரும் போகலாம். மக்களுக்கு என்ன குறைகள் என்பதை எவரும் எடுத்துச் சொல்லலாம். அதற்கு மன்றாடியார்தான் இங்கிருந்து பயணம் செய்து சென்னைக்குப் போகவேண்டும் என்று இல்லை. மாறாக எவரும் போகலாம். அவரே கூட ஒரு நல்லவரைப் பார்த்துப் போகச் சொல்லலாம். நான் மக்கள் சார்பில் அவரை வேண்டுவது என்பது, தமிழ்நாட்டுக்கே பெருமை தருவது இந்தக் காங்கேயம் பசுக்களும் காங்கேயம் காளைகளும்தான். அந்தக் காளை மாடுகளை நான் தொடப் பயப்படுகிறேன். நான் பயந்த சுபாவம். ஆனால் அந்தக் காளைகள் பிள்ளையைப்போல அவரிடம் போகின்றன. என்னை பயமுறுத்துவதாக இருக்கிற மாடு அவரைக் கண்டால் பிள்ளை மாதிரி போகிறது. இவ்வளவு மாடுகளையும் தன்னோடு அன்பு செலுத்த வைத்துள்ள ஒரு பெரிய கலையைக் கற்றவர். தமிழ் நாட்டிலே ஏராளமான பசுக்கள் உள்ளன. இந்தியா முழுமையிலும் எத்தனையோ

விதமான பசுக்கள் இருக்கின்றன. ஆனால் அவற்றிலெல்லாம் தலை சிறந்து விளங்குவது கம்பீரமாகத் தோன்றுவது இந்தக் காங்கேயம் காளைகள்தான். அதை வளர்ப்பதற்கு சொல்லிக் கொடுப்பதை விட்டு விட்டு அவர் சட்டமன்றத்திலே போய் வீணாகப் பொழுதைக் கழிப்ப தற்காக வர விரும்புகிறாரே என்பதைக் கேட்டு தயவுசெய்து அதை வேண்டாம், காங்கேயம் பசுக்களை வளர்த்து இந்த நாட்டுக்குப் பெருமை தேடித் தாருங்கள் என்று கேட்டுக் கொள்ள வந்திருக்கிறேன் என்று இவர் பேசியபோது கூட்டத்திலே கூச்சல் எழுப்பி கல் வீசி, மணலைத் தூவி, கலவரம் செய்ய வந்த பெரியவர்களும், கவுண்டர்களும் அமைதியாக உட்கார்ந்ததோடு மட்டுமல்ல, அய்யா சொல்லுவது சரியாக இருக்கிறதே என்றும் மறுநாள் போய் மன்றாடியாரிடம், அய்யா உங்களைப் பற்றிப்பேசி கோபப்பட்டு நாங்கள் கல்லை எறிவதற்கு ஒன்றுகூட நிகழவில்லை. எங்கள் தடியையெல்லாம் நாங்கள் கீழே போட்டுவிட்டு கடைசியிலே அந்த அய்யா நடந்த பாதை யைத் தொட்டு வணங்கிவிட்டு வந்திருக்கிறோம் என்று சொல்லிவிட்டு அய்யா நீங்கள் கொஞ்சம் யோசியுங்கள் என்று சொன்னார் களாம்.

மன்றாடியார் சிரித்துக்கொண்டே, அவர் சாதாரண மனிதர் அல்ல, உங்களையும் மயக்கிவிடுவார் என்பது எனக்குத் தெரியும். இன்னும் கொஞ்சநேரம் பேசவிட்டால் என்னையும் மயக்கிவிடுவார். ஆனால் என் கட்சிக்காரர்கள் என்னை நிறுத்தி இருக்கிறார்கள். ஆகவே நான் நின்று தொலைக்கிறேன். நீங்கள் போங்கள் என்று சொல்லி அனுப்பினாராம்.

இந்த சொற்பொழிவில் எவ்வளவு நயம் இருக்கிறது பாருங்கள். எவ்வளவு திறமை அடங்கியிருக்கிறது பாருங்கள். அந்தத் தேர்தலில் காங்கிரஸ் கட்சியின் வேட்பாளர் வெற்றி பெற்றார் என்று நான் கேள்விப்பட்டேன். யாரால்? இந்த ராஜகோபாலாச்சாரியாரின் மென்மையான உரையால்தான், நாகரிகமான உரையால்தான்.

பிறகு ஒருமுறை கல்கி கிருஷ்ணமூர்த்தி எழுதியிருக்கிறார். அரசியல்வாதி என்றால் கேலிச்சித்திரம் போடுவார்கள் இல்லையா. அந்தக் கேலிச்சித்திரத்திலே கிண்டலாக வரும் கேலியாகவும் வரும். குரங்கு மாதிரியும் போடுவார்கள். தாடிவைத்தும் போடுவார்கள். கூத்தாடி மாதிரியும் போடுவார்கள். காவடி தூக்குவது மாதிரியும் போடுவார்கள். யாருடைய காலையோ நக்குவது மாதிரியும் போடு வார்கள். இப்பொழுது சொல்லப்போனால் அதற்கு அளவே இல்லை. நானே என்னைப் பற்றி கேலிச் சித்திரங்கள் வந்தபோது நான் பெருமைப்பட்டேன். ஓ நம்மைப் பற்றியும் அந்தத் தலைவர்கள்

வரிசையிலே வைத்து கேலிச்சித்திரம் போடுகிற அளவுக்கு உயர்ந்து விட்டோமா பரவாயில்லை என்று நானும் சிரித்தது உண்டு. ஏனென்றால் கேலிச்சித்திரம் என்பதே பார்த்துச் சிரிப்பதற்குதானே. நானும் சேர்ந்தே சிரிக்கிறேன். சரி அது போகட்டும்.

ஒருமுறை ராஜகோபாலாச்சாரியாரை மட்டமாக அவருடைய குணத்துக்கும் பண்புக்கும் ஒத்துவராத வகையிலே ஏதோ ஒரு பத்திரிகையில் கேலிச்சித்திரத்தை எவரோ ஒருவர் வரைந்துவிட்டாரராம். அப்பொழுது கல்கி கிருஷ்ணமூர்த்தி அதைக் காட்டிவிட்டு அய்யா, இதையெல்லாம் பார்த்துவிட்டு நீங்கள் கவலைப்படாதீர்கள் என்று சொன்னபோது, கல்கி கிருஷ்ணமூர்த்தி, நீதான் இதை எல்லாம் சரியாக எழுதுவதிலே கெட்டிக்காரன். எந்தச் செடியையும் வளர்க்க வேண்டும் என்றால் அதற்குத் தண்ணீர்தான் ஊற்றவேண்டும். அதற்கு மண்ணெண்ணெய் ஊற்றக்கூடாது. மண்ணெண்ணெய் ஊற்றினால் செடி கருகிப்போய்விடும். தண்ணீர் தான் ஊற்றவேண்டும் என்பதை, நீயும் பத்திரிகைக்காரன்தானே. உன் பத்திரிகையில் பணிபுரிபவர்களிடம் சொல். நீ எழுதுவதும் வரைகிற படமும் மற்றவர்களைத் திருத்துவதாக இருக்கலாம். வளர்ப்பதாக இருக்கலாம். அதற்குப் பதிலாக பாதகம் செய்வதாக புண்படுத்துவதாகச் செய்யக்கூடாது என்று ராஜகோபாலாச்சாரியார் சொன்னாராம்.

**தீயினாற் சுட்டபுண் உள்ளாறும், ஆனால்**
**நாவினால் சுட்ட வடு ஆறாது.**

தீயால் சுட்டால்கூட அது உடலிலே பட்ட சருமத்தைத்தான் காயப்படுத்தும். எனவே அதிலே மருந்து போட்டு எதுவும் செய்யலாம். ஒருவேளை, தழும்பு இருக்கலாம். அது உள்ளே ஆறும். மேலே அது தழும்பாக மாறிவிடும். ஆனால் நாவினால் சுட்ட வடு ஆறாது என்று அந்த ஏகாரம் எவ்வளவு துக்கத்தைக் காட்டுகிறது பார்த்தாயா? எனவே நான் பத்திரிகை சுதந்திரத்தை மறுக்க மாட்டேன். அவர்கள் எதையும் எழுதலாம். எப்படத்தையும் வரையலாம். யாரையும் விமர்சிக்கலாம். ஆனால் அது தண்ணீரை ஊற்றுவதற்குப் பதிலாக மண்ணெண்ணெய் ஊற்றுவதாக அமையக்கூடாது. ஒருவரைக் கேலி செய்கிறபோது கூட அந்தக் கேலியும் அவரை திருத்துவதாக அமையவேண்டும். மாறாக புண்படுத்துவதாக இருக்கக்கூடாது என்று சொன்னாராம். அதை, கல்கி கிருஷ்ணமூர்த்தி அவருக்கே உள்ள பாணியில் அழகாக எழுதி வைத்திருக்கிறார். ஆனால் அதையும் யாரும் கேலிச்சித்திரம் வரைபவர்கள் படித்தார்களா, படிக்கவில்லையா, படித்தாலும் மண்டையில் ஏறியதா, இல்லையா தெரியவில்லை. சரி அப்படியே இதை விட்டு விடலாம்.

ராஜகோபாலாச்சாரியார் காங்கிரஸ் கட்சியிலிருந்து விலகி சுதந்திரா கட்சியைத் தொடங்கிவிட்டார். அவர் சுதந்திரா கட்சியைத் தொடக்கிவிட்டு சென்னை கடற்கரையில் அதைத் தொடக்கி வைத்து, பேசிய கூட்டத்தில் நானும் போய்க் கேட்டேன். ஏறத்தாழ லட்சத் திற்கும் அதிகமான மக்கள் கூடியிருந்தனர். ஏனென்றால் அந்தக் கூட்டத்திலே பேசுவதற்காக அறிவிக்கப்பட்டவர்களில் காயத்ரி தேவி, மசானி, தன்டேகர், ஒரிசா மன்னர் ஒருவர், பிறகு மன்னர் பரம்பரை யைச் சேர்ந்த ஆறு ஏழு பேர், பெரும் புலவர்கள், பெரிய தொழிலதி பர்கள் என்று பெயர்ப் பட்டியல் ஏராளமாக இருந்தது. ராஜ கோபாலாச்சாரியார் அந்தக் கூட்டத்துக்குத் தலைவர். எனவே பெயர்ப்பட்டியலே பெரும் கூட்டத்தைத் திரட்டிவிட்டது. புதிய கட்சியைத் தொடங்குகிறார் என்பதால் என்ன சொல்லப்போகிறார் என்பதற்காகவே வந்திருந்தார்கள்.

இதில் என்ன வேடிக்கை என்றால் இந்தி எதிர்ப்பு உச்சத்தில் இருந்த காலம். மாணவர்கள் மத்தியிலும் வெறுப்பும் கொதிப்பும் இருந்த காலம். எனவே ராஜகோபாலாச்சாரியார் இந்தக் கூட்டத்தில் பேச ஆரம்பிக்கிறபோது அத்தனை பேருமே இந்தியிலேதான் பேசக் கூடியவர்கள் அல்லது வடஇந்திய மொழிகளில் பேசக்கூடியவர்கள். எனவே இந்தக் கூட்டத்தை எப்படி நடத்தப் போகிறார் ராஜகோ பாலாச்சாரியார் என்ற அந்த ஆர்வத்தோடுதான் நான் போய் அந்த மணலில் உட்கார்ந்திருந்தேன்.

ராஜகோபாலாச்சாரியார் தொடங்குகிறபோதே ஒன்றைச் சொன்னார். தமிழ்நாட்டு மக்கள் கோபித்துக்கொள்ளக்கூடாது. இன்றைக்கு ஒரு வேடிக்கை செய்யப்போகிறேன். வரப்போகிறவர்கள் ஆங்கிலம் தெரிந்தவர்கள், ஆங்கிலத்திலே பேசட்டும். அவர்கள் ஆங்கிலத்திலே பேசுவதற்கு சென்னை மாநகரத்திலே மொழிபெயர்ப்புத் தேவையில்லை. சென்னையில் வாழக்கூடிய பெரும்பகுதி மக்களுக்கு ஆங்கிலம் பேசத் தெரியுமோ இல்லையோ கேட்டு விளங்கிக்கொள்ள முடியும். ஆகவே மொழிபெயர்ப்புக்காக நேரம் ஒதுக்கி நேரத்தைக் கெடுக்க வேண்டாம். அவர்கள் ஆங்கிலத்திலேயே பேசட்டும். ஆனால் வடமொழி, இந்தி மொழி, இந்துஸ்தானி, வங்கம் என வேறு மொழிகள் இருக்கிறதே. அவர்களெல்லாம் அவரவர் தாய்மொழியிலேயே பேச வேண்டும். நம்மவர்கள் எவ்வாறு தாய்மொழியில் பேசவேண்டும் என்று நாம் எதிர்பார்க்கிறோமோ அதுபோல அவர்கள் தாய் மொழியில் பேசுவதற்கான சுதந்திரத்தை வழங்கப்போகிறேன் நான் என்று பெரிய கைத்தட்டலுக்கு இடையே அறிவித்தார்.

அதாவது இந்தியிலும் பேசுகிறார்கள். கடற்கரையில் நிறைய மணல் இருக்கிறது. அள்ளி வீசிவிடாதீர்கள் என்பதை எவ்வளவு நாசூக் காகச் சொல்லி அந்தக் கூட்டத்தை உட்காரவைத்தார் என்ற கலையை நான் அங்கே கண்டேன்.

பிறகு அந்தக் கூட்டம் முடிந்தபிறகு அவரது கருத்தில் எனக்கு முற்றிலும் மாறுபாடு. அடிப்படையிலேயே ஒப்புக்கொள்ளாதவன். நான் மட்டுமல்ல, எண்ணற்றோர். அவருடைய கருத்துகளை ஒப்புக் கொள்ள மறுக்கிறோம். ஆனால் அந்த மனிதர் என்பவர் மாமனிதர் என்பதை மட்டும் என்றும் எப்போதும் எங்கும் மறுப்பதற்கு இல்லை.

ஒரு சிறிய உதாரணம்; அவர் கவர்னர் ஜெனரலாக, இருந்தவர். அப்பொழுது டில்லியிலே ஒரு கண்காட்சி நடைபெற்றதாம். அப்பொழுது இடைக்கால அரசின் பிரதம மந்திரி பண்டிட் ஜவஹர்லால் நேரு. இந்த இரண்டு பேருமே கண்காட்சியைத் தொடக்கி வைத்து விட்டு கண்காட்சிக்கு உள்ளே போய் சுற்றி வந்தார்கள். ஒவ்வொரு பொருளாகப் பார்த்து அவர்களை ஊக்கப்படுத்துவதற்காகப் பார்த்து விட்டு வந்தார்கள். பல நாட்டு தொழில்துறையினரும் அந்தக் கண்காட்சிக்கு வந்திருந்தார்கள். அதிலே தஞ்சாவூர் கோயிலை தக்கையிலே செய்திருந்தார்கள். அது மட்டுமல்ல பல கோயில்கள், தாஜ்மஹால் இவற்றையெல்லாம் செய்து விற்றார்கள். பிரதமர் நேரு அங்கே நின்றாராம். அந்த இடத்திலே நின்று இந்திரா காந்தியை அழைத்து உனக்கு இதிலே எதுவேண்டும் என்று கேட்டாராம். அதைச் செய்த சிற்பி திருத்துறைப்பூண்டியைச் சேர்ந்தவர் என்று நினைக் கிறேன். அவர் அதை எடுத்து இந்திராகாந்தியிடம் கொடுத்துவிட்டார். உடனே நேரு இது என்ன விலை என்று கேட்டாராம். அதனை செய்த கலைஞர், விலையா, அதுவும் உங்களுக்கா, அதுவும் என் மகளுக்கா? நான் வாங்கமாட்டேன். எடுத்துக்கொண்டு போம்மா என்று சொன் னாராம்.

நேருவிடம் ராஜகோபாலாச்சாரியார் மொழிபெயர்த்து சொல்லிக் கொண்டிருந்தாராம். ராஜகோபாலாச்சாரியார் சிரித்துக்கொண்டே சொன்னாராம். அதனுடைய விலை இரண்டு ரூபாய். உன் பையிலிருந்து எடுத்துக் கொடு என்றாராம். ஜவஹர்லால் ரெண்டு பைக்குள்ளும் கையைவிட்டு துழாவித்துழாவிப் பார்த்தபோது ஒரு பைசாவும் இல்லையாம். இந்திராகாந்தியார் பையிலும் காசே இல்லையாம்.

சரிம்மா, இதை நீ வைத்துவிட்டு வா, நான் பணம் அனுப்பி உனக்கு வாங்கித் தருகிறேன் என்று நேரு சொன்னதும் இந்திராகாந்தி அதை வைத்துவிட்டாராம்.

உடனே ராஜகோபாலாச்சாரியார் சொன்னாராம். அந்தக் கோயிலை வடிவமைத்த சிற்பி உன் மகள் எடுத்துக்கொண்டு போக வேண்டும் என்று பரிசாகத் தர நினைத்தவர். அதை நீ வாங்காமல் போகிறாய் என்று நினைத்து வருத்தப்படுவார். எனவே உனக்கு நான் இரண்டு ரூபாய் கடன் தருகிறேன். அதைக் கொடுத்து நீ வாங்கிக் கொள். அவரது மனம் நிறையட்டும். ஆனால், மறக்காமல் அலுவலகம் திரும்பியவுடன் நீ அந்த இரண்டு ரூபாயையும் நீ எனக்கு அனுப்பிவிடு. இது கடன் என்றாராம்.

இதைக் கேட்டு அங்கிருந்த ஆங்கிலேயர்கள் சிரித்தார்களாம். ஜவஹர்லால் நேரு திரும்பி வந்ததும் இதை ஒரு வேடிக்கையாக ராஜாஜி சொன்னதாக எடுத்துக்கொண்டு மறந்துவிட்டாராம். மறுநாள் வழக்கமாகக் காலையில் எழுந்தவுடன் படிக்கிற இந்து பத்திரிகையில் எழுத்துக்கு மேலே உள்ள அச்சிடப்படாத வெந்நிறப் பகுதியைக் கிழித்து அதில் கடிதங்களை எழுதி அனுப்புவாராம் ராஜாஜி. அவ்வளவு சிக்கனப் பேர்வழி. எனவே அது மாதிரி ஒரு காகிதத்தில் Pandit Jawaharlal Nehru. I remind u of your duty to repay rupees Two என்று எழுதி அனுப்பினாராம்.

ஜவஹர்லால் நேரு அதைப் படித்துவிட்டு விழுந்து விழுந்து சிரித்தாராம். அப்பொழுதும் அவர் பையில் காசு இல்லையாம். அவர் தன் செயலாளரைப் பார்த்து சரி, நீ எனக்குக் கடன்கொடு. அவருக்குக் கொடுத்து அனுப்பிவிடு. இல்லையென்றால் இன்னொரு கடிதம் வரப்போகிறது என்றாராம்.

இந்த மாபெரும் மனிதர்கள் ஒரு சிறு விஷயத்தில் கூட, ஒரு அற்பமான காரியத்தில்கூட எவ்வாறு பெரிய மனிதர்களாக நடந்திருக் கிறார்கள். கறாராக நடந்திருக்கிறார்கள் என்பதை நினைக்கிறபோது இந்தக் கலையை நாம் சிறுபருவத்திலிருந்தே கடைபிடிக்கத் தவறி விட்டோமே என்று நான் வேதனைப் படுகிறேன். இதனால் பட்டுள்ள வேதனைகளும் எனக்கு அதிகம். வந்துள்ள சோதனைகளும் அதிகம்.

அதே ராஜகோபாலாச்சாரியார் சுதந்திரா கட்சியை எந்த இடத்தில் தொடக்கி வைத்தாரோ அதே இடத்தில் பண்டிட் ஜஹவர்லால் நேரு பேசவந்தார். அது தேர்தல் பிரச்சார காலம். அந்தக் கூட்டத்திற்கு மக்களால் மதிக்கப்பட்ட மாபெரும் தலைவர் காமராஜர் தலைமை வகித்தார். அவர் உரையை வழக்கமாக 10 வரிகள் 20 வரிகளுக்கு மேலே அதிகம் பேசமாட்டார். அதுவும் குடும்பத்தலைவர்கள் தன் பிள்ளை களிடத்தில் பேசுவதுமாதிரி நேரடித் தமிழிலே தான் பேசுவார். அமைதியாகக் கேளுங்கள். ஜவஹர்லால் நேரு வந்திருக்கிறார், பேசுவார்

கேளுங்கள் என்று சொல்லிவிட்டு அவர் பேச்சை ஆர். வெங்கட்ராமன் தமிழில் மொழிபெயர்ப்பார் என்று சொன்னார். பிறகு திரும்பிப் பார்த்துவிட்டு தினமணி ஆசிரியர் சிவராமன் மொழிபெயர்ப்பார் என்றார். பிறகு அதை மாற்றி ஆர்.வெங்கட்ராமன் என்று சொல்லி விட்டார். கருத்து மாறுபாடோ என்னவோ ஆர்.வெங்கட்ராமன் தான் அதைத் தமிழில் மொழி பெயர்த்தார்.

ராஜகோபாலாச்சாரியார் பெயரைக்கூட குறிப்பிடாமல் இப்போது ஒரு புதிய கட்சி இதே இடத்திலிருந்து தொடக்கப்பட்டதாக அறிவிக்கப்பட்டிருக்கிறது. ஜனநாயக உரிமையை நமது சுதந்திர நாடு பெற்றுக் கொடுத்திருக்கிறது. எனவே அவர்கள் தொடங்குவதற்கு முழு உரிமை உண்டு. அதைத் தொடக்கியவரும் சாதாரண மனிதரல்ல. எங்களுக்கெல்லாம் வழிகாட்டியாக இந்த நாட்டின் சுதந்திரத்திற்காகப் போராடிய உயர்ந்த மனிதர். அவரிடமிருந்துதான் அந்தக் கட்சி ஆக்கம் பெற்று இங்கே தொடக்கப்பட்டதாக அறிவிக்கப்பட்டுள்ளது. எனவே அவர் தொடங்கி ஆசி வழங்கிய கட்சி என்ன கொள்கைகளைப் பரப்ப விரும்புகிறது, என்ன வழிகாட்ட முயல்கிறது என்பதை யெல்லாம் நான் பேச விரும்பவில்லை. ஆனால் இந்த நாட்டின் சுதந்திரப் போராட்டத்தில் அதிகம் பங்கு கொள்ளாமல் விலகி நின்ற மாமன்னர்கள்தான் அந்த மேடையிலே இருந்தார்கள் என்பதை நீங்கள் பார்த்திருப்பீர்கள். எனவே நீங்கள் யாருக்கு வாக்களிக்க வேண்டும் என்பதில் என் பக்கத்திலிருக்கும் காமராஜரைக் காட்டுகிறேன். இவரைப் போன்றோரின் கட்சிதான் காங்கிரஸ் கட்சி. எவருக்கு வாக்களிக்க வேண்டும் என்பதை நீங்களே தீர்மானித்துக்கொள்ளுங்கள் என்று சொல்லிவிட்டு இறங்கிவிட்டார்.

என்ன ஆயிற்று. ஒரு இடத்தில்கூட சுதந்திரா கட்சி வெற்றி பெறவில்லை. ஆனால், காங்கிரஸ் கட்சி மகத்தான வெற்றி பெற்றதை அறிந்தேன்.

இவர்கள் எவ்வளவு நாசூக்கான நடைமுறைகளைக் கடைபிடிக் கிறார்கள் என்பதைப் பாருங்கள். இதற்குப் பிறகுதான் இன்னொரு கூட்டத்தில் நான் கேட்டேன். அது கடற்கரையில் அல்ல. சென்னை உயர்நீதிமன்றத்திற்கு அருகாமையில் இருக்கிற ஒரு கத்தோலிக்க மன்றம். அங்கு எல்லா மதத்தினரும் வந்து கும்பிடுவார்கள். காணிக்கை போடுவார்கள். அதற்குப் பக்கத்தில் ஒரு பெரிய மாமன்றம் இருந்தது. அந்த மாமன்றத்திலேதான் முக்கியமான அரசியல் கூட்டங்கள் நடக்கும். இன்னும் பக்கத்தில் கோகலே ஹால் என்ற ஒன்றும் இருந்தது.

சுதந்திரப் போராட்ட வீரர்கள் பேசிவந்த மேடை. இன்னொன்று பக்கத்தில் செயின்ட் ஜோசப் என்ற மாணவர்கள் பயிலும் பள்ளிக் கூடம். கத்தோலிக்க சென்டர் என்பது அதற்கு அருகாமையில் இருக்கும்.

அங்கே 1962இல் ராஜகோபாலாச்சாரியார் சீன ஆக்கிரமிப்பைக் கண்டித்துப் பேசுகிறார் என்ற அறிவிப்போடு மாலையில் கூட்டம் நடைபெற்றது.

அந்தக் கூட்டத்திலே சோழவந்தான் கிருஷ்ணமூர்த்தி ராஜ கோபாலாச்சாரியாருக்கு முன்னதாகப் பேசுகிறபோது ஜவஹர்லால் நேருவை அவர் அந்நிய நாட்டு கலாச்சாரத்திலே வளர்ந்தவர், முஸ்லீமுக்குப் பிறந்தவர். அவருக்கு தேச பக்தியும் கிடையாது. ஆகவே இந்தியாவை சீனாவுக்குக் காட்டிக் கொடுத்துவிட்டார் என்று கடபுட கடபுட என்று அன்று இருந்த உணர்வுக்கு ஏற்பப் பேசினார். அந்தப் பேச்சுக்கும் பலமாகக் கைத்தட்டல் விழுந்தது.

ராஜகோபாலாச்சாரியார் நாற்காலியிலே உட்கார்ந்திருந்தார். ஒரு காலை ஒரு நாற்காலியில் தூக்கி வைத்திருந்தார். ஏனென்றால் அவரது கால்கள் வீங்கிவிடுமாம். நான் அப்பொழுதுதான் அவரை நெருக்கத்திலே பார்த்தேன். ஏனென்றால் முன் வரிசையில் இருந்தவர்களில் நானும் ஒருவன். சோழவந்தான் கிருஷ்ணமூர்த்தியை எனக்கு ரொம்ப நாளாகத் தெரியும்.

கிருஷ்ணமூர்த்தி ஜவஹர்லால் நேருவின் ஒழுக்கத்தைப் பற்றிப் பேசும்போது ஏதோ ஒரு அசிங்கமான உதாரணத்தை சொல்லத் தொடங்கினார். ராஜாஜி நடப்பதற்காக வைத்திருந்த வளைந்த கைத்தடியை கிருஷ்ணமூர்த்தியின் கையில் போட்டு இழுத்தார். ராஜகோபாலாச்சாரியார் அவரை 'உட்கார்' என்று உத்தரவு போட்டார். ஓடிப்போய் கிருஷ்ணமூர்த்தி அவர் காலைத் தொட்டுவிட்டு உட்கார்ந்தார். நீ மன்னிப்புக் கேட்பதற்குக்கூட தகுதியற்றவன், உட்கார் என்று சொன்னார். அவர் சொன்னதும் என் காதில் விழுந்தது, நான் முன் வரிசையில் உட்கார்ந்திருந்ததால். தடியால் அவரை அடிக்கவில்லையே தவிர அவரைத் தடுத்த முறை இருந்ததே பெரிய மனிதர் பெரிய மனிதர்தான். நீ அரசியலிலே குறை சொல்லலாமே தவிர தனிப்பட்ட அவரது வாழ்க்கை நிகழ்வுகளை அவர் வாழ்ந்த வரலாற்றை, அவர் செய்த தியாகத்தை மறந்து இப்படிப் பேசலாமா என்பதை அவரது செயலில் காட்டிவிட்டுப் பேசினார்.

சரி அவர் பேசுகிறபோது என்ன சொல்கிறார் என்று பார்ப்போம் என்று உட்கார்ந்திருந்தேன். அதற்குப் பிறகு ஐந்தாறு பேர் பேசினார்கள். எல்லோரும் ஜவஹர்லால் நேருவைத் தாக்கித் தாக்கியே

பேசினார்கள். ஒருவர் கிருஷ்ணமேனனை தூக்கிலிட வேண்டும் என்றும் பேசினார். இடையிடையே காமராஜரையும் தாக்கிப் பேசி னார்கள்.

காமராஜருக்கும் இமயமலையில் நடக்கிற சண்டைக்கும் என்ன சம்பந்தம்? இவரை ஏன் தாக்குகிறார்கள் என்றெல்லாம் நான் ஆச்சர்யத்தோடு கேட்டுக்கொண்டிருந்தேன். பிறகு கம்யூனிஸ்ட் கட்சியைத் தாக்குவது, கம்யூனிஸ்ட் கட்சியைத் தடைசெய்ய வேண்டும். உடனே தடை செய்யவேண்டும். அவ்வளவு பயலையும் சிறைக்குள் அடைக்கவேண்டும். முடிந்தால் தேவைப்பட்டால் சுட்டுத்தள்ளிவிட வேண்டும் என்றும் பேசினார்கள். அதற்கெல்லாம் பலமாக கைத் தட்டல் விழுந்தது.

நடுவிலே உட்கார்ந்திருந்த நான் எவன் என்னைச் சுடுவானோ என்று சுற்றிச்சுற்றிப் பார்த்துக் கொண்டிருந்தேன். எவனும் என்னைச் சுடவில்லை. ஆனால் என்னைப் பார்த்துப் பலர் சிரித்தார்கள். சிரித்த தைப் பற்றிக் கவலைப்படாமல் நான் கேட்டுக் கொண்டு உட்கார்ந் திருந்தேன்.

ராஜகோபாலாச்சாரியார் என்ன பேசுகிறார் என்பதைக் கேட்பதற் காகத்தானே நான் வந்தேன். மற்ற வீரச்சவடால் பேர்வழிகளுடைய வெற்றுரையைக் கேட்க நான் வரவில்லையே. எனவே அவர் வாய் எப்பொழுது திறக்கும் என்றுதான் நான் காத்திருந்தேன். திறந்தார். யாரும் சொல்லாத ஒன்றை என் நினைவிலும் இல்லாத ஒன்றை அவர் எடுத்த எடுப்பிலேயே சொன்னார்.

இன்று நம் நாட்டின் புகழ்மிக்க பிரதம மந்திரி பண்டிட் ஜவஹர்லால் நேரு பிறந்த நாள். நன்னாள். அவர் பிறந்ததால் இந்த நாடு பெற்ற நன்மைகள் அதிகம். அவரும் அவரது தந்தையும் அவரது குடும்பமும் இந்த நாடு சுதந்திரம் பெற ஆற்றியிருக்கிற பணியை என்றைக்கும் மறக்கக்கூடாது. நன்றியுள்ளவர்களாக நாம் இருக்க வேண்டும்.

இதுவரையில் அவரை வசைபாடியதற்கு கைத்தட்டிய கூட்டம் இதற்கும் கைத்தட்டியது. சொல்லப் போனால் பலமாகக் கைத்தட்டியது.

பிறகு நிறுத்தி நிதானமாகச் சொன்னார். அவரை என் ஆயுள் பலத்தைக்கொண்டு ஆசிர்வதிக்கிறேன். அவர் நீண்ட காலம் வாழ வேண்டும் என்று சொல்லிவிட்டு நிறுத்தினார். ஒரு சிறு பகுதி மட்டும் 'வாழ்க வாழ்க' என்று முழங்கியது. மற்றவர்கள் அமைதியாகவே இருந்தார்கள். ஒரு இடைவெளி விட்டுவிட்டு ஏதோ பெருமூச்சு

விடுவது போலத் தெரிந்தது. அவர் அமைதியாக இருந்தபோது கூட்டமும் அமைதியாக இருந்தது. அவ்வளவு ஈர்ப்பு அவரிடம் இருந்தது. அதே ஈர்ப்போடுதான் நானும் இருந்தேன். கம்யூனிஸ்ட் கட்சியை அடியுங்கள் சுடுங்கள் என்றுதானே சொல்லப்போகிறார், அதுதானே அவரது கோரிக்கையாக இருக்க முடியும் என்று நான் கவனத்தோடு இருந்தேன்.

அடுத்த வார்த்தையிலே சொன்னார். ஜவஹர்லால் நேருவின் வயது வளர்ந்து வருவது மாதிரியே அவரது அறிவும் வளரவேண்டும் என்று ஆண்டவனைப் பிரார்த்திக்கிறேன் என்று சொல்லிவிட்டு நிறுத்தினார். கைதட்டலுக்குக் கொஞ்சமா? தாக்குதல்தான். ஆனால் அந்தத் தாக்குதலிலே எவ்வளவு மென்மை பார்த்தீர்களா!

நேருவின் ஆயுள் வளர்வது மாதிரியே அவரது அறிவும் வளர வேண்டும் என்று நான் ஆண்டவனைப் பிரார்த்திக்கிறேன் என்றால் என்ன அர்த்தம்? ஆயுள் வளர்ச்சிக்கு ஏற்ப அறிவு வளர்ச்சியில்லை. அதனால்தான் தடுமாற்றத்தில் தவறு செய்து விட்டார் என்பதுதானே. அதற்கு அடுத்து சொன்னார்.

இந்த நேரத்தில் எந்தவிதமான தயக்கமுமில்லாமல் அமெரிக்க அரசாங்கத்தின் உதவியைப் பெறவேண்டும். அவன் சீனத்துக்கு எதிரி. எனவே அவன் நமக்கு நண்பன். அவன் கவனத்தைத் திருப்ப பெய்ஜிங் நகரின்மீது குண்டு போடச் சொல்லுங்கள் அமெரிக்கா மகிழ்ச்சியோடு குண்டுகள் போடுவான். நாம் அதைப் பார்த்து மகிழலாம் என்று சொன்னார்.

குண்டு போடலாம், நல்லவேளை நாகசாகியில் போட்ட மாதிரி அணுகுண்டு போடுங்கள் என்று சொல்லவில்லை. குண்டு போடலாம், தாக்கலாம் என்கிறார். அந்த நாட்டில் வாழும் மக்களும் இந்தப் பலிக்கு ஆளாக வேண்டியவர்களா? இந்த படையெடுப்புக்கு ஒரு வேளை அது தவறான படையெடுப்பாக இருந்தாலும் அதைத் தீர்மானித்த ஆட்சியாளர்களை எதிர்த்துப் போராடவேண்டும். ராஜகோபாலாச்சாரியார் இந்த மாதிரி பேசத் தொடங்கிவிட்டால் அதுவும் காந்தியின் சம்பந்தி என்று கேட்பதை விடுத்து என் மூளை விவாதத்தில் இறங்கிவிட்டது. எனவே சிறிது நேரம் அதைக் கேட்டுக் கொண்டிருந்தேன்.

பிறகு சொன்னார். கம்யூனிஸ்டுகள் நல்லவர்களா கெட்டவர் களா எனப் பார்க்கத் தேவை இல்லை. அவர்களில் நிரம்ப தேசபக்தி உள்ளவர்கள் உண்டு என்பது எனக்குத் தெரியும். இந்த தேசத்தின் விடுதலைக்காக அவர்கள் பலமுறை சிறை சென்றிருக்கிறார்கள்

என்பதும் தெரியும். இப்பொழுது இந்த தேசத்தின் பாதுகாப்புக்காக அவர்கள் அத்தனை பேரையும் சிறையில் அடைக்கவேண்டும் என்று முடித்தார்.

யாரையும் விடக்கூடாது என்று சொன்னார். யுத்தம் முடிந்த பிறகு அவர்களை விடுவிப்பது பற்றி யோசிக்கலாம் என்று பேசி முடித்தார்.

இவருடைய பேச்சைக் கேட்டு வியப்படைந்தவன் நான். ஒன்று அவர் மன்றாடியார் தேர்தலில் நின்றபோது அவர் உரைத்த உரை. பிறகு இப்பொழுது சீன ஆக்கிரமிப்பின் போது பேசிய உரை. பிறகு சுதந்திரா கட்சியைத் தொடக்கி வைத்து அவர் ஆற்றிய உரை. ஆனால் அந்த சுதந்திரா கட்சி ரொம்ப நாள் வாழவில்லை என்பது இந்திய மக்களுக்குத் தெரியும். அவரது பேச்சாற்றல் அல்லது நாடாண்ட மன்னர்கள், தொழிலதிபர்கள் எல்லோரும் சேர்ந்து தூக்கித் தூக்கி நிறுத்தினாலும் அது செத்தொழிந்த கருத்துக்கு புத்துயிர் ஊட்டும் முயற்சி என்பது போலாகிவிட்டது. ஆனால் இப்போது ஆட்சியில் இருப்பவர் மூலமாக அது வந்தும் விட்டது. எனவே அது போய் விட்டது என்றும் சொல்லமுடியாது. செத்துப்போய்விட்டது என்றும் சொல்லமுடியாது. அந்தப் போராட்டம் தொடர்கிறது என்று மட்டும் சொல்லலாம்.

ராஜகோபாலாச்சாரி சட்டமன்றம், நாடாளுமன்றங்களில் பேசிய அந்த உரைகள் அனைத்துமே, ஆங்கிலத்தில் சொன்னால் Crisp and Short, அரிய ஆழ்ந்த சிந்தனை உடையதாகவும் இருந்தது. ராஜகோபாலாச்சாரியார் சொற்களும் உரைகளும் கூட மேடைக் கலைக்கு உயிர் கொடுத்தவைதான். அவர் ஆன்மீக சொற்பொழிவு களும் நிகழ்த்தினார். இலக்கிய சொற்பொழிவும் நிகழ்த்தினார். அரசியலில் அதிக நாட்டத்தைக் காட்டினார். எனவே அவர்கள் மேன்மக்கள். உயர் தகுதி படைத்தவர்கள். அவர்கள் காலம் இந்த மேடைக்கலைக்கு புத்துயிர் கொடுத்த காலம். ஆனால் அவர்களுக்கும் பின்பு வந்த சுயமரியாதைக் காலம், தொழில்நுட்ப வளர்ச்சியாலும், தமிழ் மொழிப்பற்று, மூடநம்பிக்கை ஒழிப்பு, ஆதிக்க சாதி எதிர்ப்பு என்ற வழியில் முன்னேறியது.

ஆனால் சுதந்திரப் போராட்டத்திலும் தன்னை ஈடுபடுத்திக் கொண்ட சிங்காரவேலர் காங்கிரஸ் கட்சியினுடைய அகில இந்திய மகாநாடுகளிலேயே பிரதிநிதியாகப் பங்கெடுத்துக்கொண்டு மேடை யிலே பேசுவதற்கு உரிமையும் பெற்றுப் பேசத் தொடங்குவார்களே. தமிழிலே கனவான்களே, சான்றோர்களே, பெரியோர்களே என்று

தான் தொடங்குவார்கள்? சிங்காரவேலர்தான் காங்கிரஸ் கட்சி மாநாட்டில், மரியாதைக்குரிய தலைவர் அவர்களே என்று கூறி முடித்த வுடன் Comrades and Friends என்று ஆரம்பிப்பாராம்.

தோழர்களே நண்பர்களே என்று தொடங்கினார். பெரும்பகுதி யினர் கைதட்டி வரவேற்றனர். ஆனால் மேடையில் இருந்த தலை வர்கள் முகத்தைச் சுளித்தார்கள். அதிலே சில தலைவர்கள் இவ்வாறு பேசுவதென்பது சரிதானா, இவரை அனுமதிக்கலாமா? இவர் ஒரு கம்யூனிஸ்ட் போல இருக்கிறாரே என்றும் சொன்னார்களாம். அவர்கள் கூறி முடிப்பதற்குள் அவரே சொன்னார். நான் ஒரு இந்திய னாக மட்டுமல்ல, உலகத் தொழிலாளி வர்க்கத்தின் பிரதிநிதியாக ஒரு கம்யூனிஸ்டாகப் பேச வந்திருக்கிறேன் என்று குறிப்பிட்டாராம்.

மேடையில் இருந்த சில தலைவர்கள் அதை அங்கீகரித்தார்கள். பாராட்டினார்கள், பேசுங்கள் என்று சொன்னார்கள். பல தலைவர்கள் முகத்தை சுண்ட வைத்து உட்கார்ந்து கேட்டுக்கொண்டிருந்தார் களாம்.

அவர் இந்தியா சுதந்திரத்தைப் பெறவேண்டும் என்று போராடிய போதே அது தொழிலாளிக்கான சுதந்திரம், ஏழைகளுக்கான சுதந்திர மாக வரவேண்டும் என்று அன்றைக்கு மேடையில் முழங்கினார்.

கருத்தால் ஈர்க்கப்பட்ட ஒரு மாபெரும் அறிஞன், புரட்சி சிந்தனையிலே முழுக்க புடம்போட்டு எடுக்கப்பட்ட தலைவன் என்பதை அவர் காங்கிரஸ் கட்சியின் மேடையிலேயே பேசிக் காட்டியவர். அதற்குப் பிறகு கம்யூனிஸ்ட் கட்சி என்ற ஒன்று அமைக்கப் பட்டபோது அந்தக் கட்சியின் மாநாட்டிற்கும் தலைமை தாங்கி இந்தியாவிலே என்னென்ன செய்யவேண்டும் என்று கூறியபொழுது இந்திய நாட்டுக்கேற்ற இந்திய கம்யூனிஸ்ட் கட்சியாக இருக்க வேண்டும். ரஷ்யாவின் போல்ஷ்விக் கட்சியைப் பின்பற்ற இயலாது என்பதைக் கம்யூனிஸ்டுகளும் கட்டாயம் சிந்திப்பது நல்லது என்று பேசினார்.

அவர் ஆங்கிலத்திலும் தமிழிலும் பேசிவந்தவர் சுதந்திரப் போராட்ட இறுதிக் காலத்தில் காங்கிரஸ் இயக்கத்திலிருந்து மாறு பட்டு ஒரு புரட்சிக்காரனாகவே இயங்கினார். அத்தகைய புரட்சிக் காலத்தில் அவர் தமிழ்த்தென்றல் திரு.வி.க அவர்களோடும் தொழிற் சங்கத் தலைவர்கள் பலரோடும் நெருங்கிப் பழக வாய்ப்புக் கிடைத்தது.

திரு.வி.க.வோடு பழகியபோது தமிழைப் பயன்படுத்தினார். எல்லாவற்றுக்கும் மேலாக காங்கிரஸ் கட்சியில் இருந்து வெளியேறி சுயமரியாதை இயக்கத்திலும், பின்னர் நீதிக்கட்சியோடு தொடர்பு

கொண்டும், பிறகு பகுத்தறிவு இயக்கம் ஒன்றை தந்தை பெரியார் தொடங்கியபோது அதில் சுயமரியாதை சமதர்ம இயக்கம் என்று தொடங்கியபோது அவரோடு சேர்ந்து சிங்காரவேலர் அவர்களும், ஜீவா அவர்களும் சமதர்ம பிரச்சார இயக்கத்தைத் தொடங்கினார்கள்.

அதன் மூலம் பொதுச் செயலாளராக ஜீவா அவர்கள் பணியாற்றினார். சிங்காரவேலர் அதனுடைய வழிகாட்டியாக இருந்தார். தந்தை பெரியார் வழக்கம்போல அந்த அமைப்பு வேலைகள் அனைத்தையும், நிதி திரட்டுகிற கடமையையும் சேர்த்துச் செய்துவந்தார்.

இந்த மூன்று பேருமே பேச்சுமுறைகளில் முற்றிலும் மாறுபட்டவர்கள். சிங்காரவேலர் பேசுவது என்பது அரசியலையும் இலக்கணமாகப் பேசுவது மாதிரியே இருக்கும்.

தந்தை பெரியார் பேசுவது நாடோடிப் பாணியில் குடும்ப இடத்தில் தெருவில் பேரம் பேசுகிறபோது என்ன பேசுவார்களோ அந்த முறையிலேதான் மேடையிலிருந்தும் பேசுவார். இறுதி வரையில் அப்படித்தான் பேசினார்.

மேடைக்கலைக்கென்று ஒரு தமிழ். அந்த நடைக்கென்று கொஞ்சம் பாவாடை கட்டி ஓடவிடுவது. சொற்களையெல்லாம் அடுக்கிக் காட்டுவது என்பவற்றில் அவர் கவனமே செலுத்தமாட்டார். மாறாக, தான் ஏன் இந்தக் கருத்தைச் சொல்லுகிறேன். என்ன கேள்வியை எழுப்புகிறேன். இதற்கு என்ன பதில்! நீயும் என்னோடு சேர்ந்து சிந்திக்க வேண்டும் என்று எடுத்த எடுப்பிலேயே என்ன சொல்லப்போகிறேன் என்பதை வைத்துவிடுவார்.

அனைத்துமே வாதங்கள். பிறகு பழமைக் கருத்து இந்திய மக்களை எவ்வாறு கெடுத்தது, நம்மைக் கெடுக்கிறது, அடிமை ஆக்குகிறது, சுயமரியாதையை இழக்கச் செய்கிறது என்பதை சுடச்சுடச் சொல்லுவார். அவை அத்தனையும் நேரில் ஒரு தந்தை ஒரு பிள்ளைக்குப் பேசுவது மாதிரித்தான் இருக்குமே ஒழிய, ஒரு ஆசிரியன் மாணவனுக்குப் பாடம் கற்பிப்பதுபோல; புலவர்கள் பொழிப்புரை போடுவது மாதிரி அல்லது Speaker மாதிரி கையும் காலும் அசைத்துக் கொண்டு, நடிகர்களைவிட சிறந்த நடிகர்களாக இருக்கிறார்களே அதுபோல் ஒரு நாளும் பெரியார் பேசியதே இல்லை.

பெரியார் பேசுகிறார் என்றால் கிராமங்களிலே திட்டுகள் போட்டு 10 பேர் கூடியிருக்கிற இடத்தில் அந்த ஊர்ப் பெரியவர் எப்படிப் பேசுவாரோ அந்த முறையில் பேசுவார். எல்லாவற்றிற்கும் மேலாக அவரோடு நானும் பல சமயங்களில் மேடையேறி இருக்கிறேன். சில

நிமிடங்கள் நான் பேசுவதற்கும் அவரது முன்னாலே பேசி அவரது பாராட்டைப் பெறுவதற்கும் பேறு பெற்றிருக்கிறேன். அதையே பெருமையாக இன்றைக்கும் கருதுகிறேன். நான் பெற்ற பாராட்டு களிலேயே தலைசிறந்த பாராட்டாக அவர் சொன்னதைத்தான் நினைத்துக்கொண்டிருக்கிறேன். அதற்கு ஏற்ப வாழவும் முயற்சிக் கிறேன்.

வடசென்னையிலே ஒரு கூட்டத்திலே அவரும் நானும் பேசி னோம். நான் முதலிலே கொஞ்சம் சுருக்கமாகப் பேசிவிட்டு, அய்யா பேசுகிறார், அதிக நேரத்தை நான் எடுத்துக்கொள்ளமாட்டேன் என்று சொல்லிவிட்டு நிறுத்திவிட்டேன். அவர் பேச ஆரம்பித்தார். நல்ல கூட்டம். பெரியார் பேசுகிறார் என்றால் அவர் பேசுவதைக் கேட்பதற்கென்றே ஒரு கூட்டம் இருக்கும். அவர்கள் அத்தனை பேரும் உட்கார்ந்திருக்கிறார்கள்.

தந்தை பெரியார் அவர்கள் நின்றுபேச இயலாது உட்கார்ந்து கொண்டுதான் பேசுவார். அவர் பேசத் தொடங்கியபோது, என்ன பேசப்போகிறார் என்று நானும் கவனத்தோடு கேட்டுக்கொண்டிருக் கிறேன். எடுத்த எடுப்பிலேயே, நாம் என்ன சொல்வோம் தோழர்களே, அவரே, இவரே என்று மேடையில் இருப்பவர்களைச் சொல்வோம். பிறகு முன்னால் இருக்கிற மக்களுக்கும் கொஞ்சம் தலையிலே தண்ணீர் வைத்துத் தெளிப்பது மாதிரி வீரம்செறிந்த மக்களே சிங்கங்களே! புலிகளே! மனிதர்களாக அல்ல என்று பேசுவதுதானே கலையாக இருக்கிறது. அதற்கு நேர்மாறாக பெரியார் பேசத் தொடங்குகிறபோது, நீங்கள் எல்லாம் இவ்வளவு பேர் திரண்டு வந்திருக்கீங்கன்னா மணிக் கணக்குல நாங்க பேசுறத கேட்டுகிட்டிருந்தீங்கன்னா உங்களுக்கு வேலையே இல்லன்னு தெரியுது. வேலையிருந்தாத்தான் வேலை செய்வோம். அப்ப எப்படி வருவோம். வேலையில்லங்கறதால பேசிகிட்டே இருக்குறோம். ம்... நானும் பேசறத ஒரு வேலையா என் வாழ்நாள் பூரா செஞ்சிகிட்டிருக்கேன். ஏன் விடாம பேசிகிட்டிருக்கேன். ஊர் ஊரா அலஞ்சிகிட்டே இருக்கிறேன். இங்கே வந்திருக்கிற கூட்டத்துல பாதிப் பேருக்கு மேல் முட்டாள்கள். சொன்னாலும் வெளங்கல. சொந்த புத்தியும் இல்லை. உங்களைத் திருத்துறதுக்கு நான் படுற பாட்டுக்கு முடிவும் இல்ல. ஆனா நான் தொடர்ந்து பேசிகிட்டுதான் இருப்பேன். சொல்லுங்கள். (இதைக் கேட்டவுடன் கை தட்டினார்கள்).

இந்த கூட்டத்தில் பாதிப் பேருக்கு மேல் முட்டாள்கள் என்று அவரால்தான் சொல்லமுடியும். அவரது வயதுக்கும் தோற்றத்துக்கும் கூடியிருக்கும் மக்களைப் பார்த்து உங்களில் பலர் முட்டாள்கள். ஆகவேதான் உட்கார்ந்திருக்கிறீர்கள் என்று வேறொரு தமிழன்

சொல்லிவிட்டு வீட்டுக்குத் திரும்பமுடியுமா என்பது சந்தேகம். ஆனால் அவர் பல மேடைகளில் அவ்வாறு பேசினார். அதையும் அந்த மக்கள் பற்றோடு மரியாதையோடு கேட்டார்கள். ஏனென்றால் பேசுபவர் அதைச் சொல்வதற்குரிய தகுதி உடையவர் என்பதை உணர்ந்திருந்தனர். அவர் வாயிலிருந்து வருகிறபோது அது ஒரு உண்மைக்காகத்தான் சுட்டிக்காட்டப்படுகிறது என்ற உண்மையை உணர்ந்திருந்தார்கள்.

எனவே ஒருவர்கூட எதிர்ப்புக் காட்டாமல் கைத்தட்டினார்கள் பார்த்தீர்களா, முட்டாள்கள் என்று நான் சொன்னதைக் கேட்டு கைத்தட்டுகிற முட்டாள்களாக இருக்கிறீர்களே, கோபப்பட்டிருக்க வேண்டாமா, சுயமரியாதை வேண்டாமா என்று அழுத்திச் சொன்னார். அதுதான் பெரியார்! சொல்லிவிட்டுப் பிறகு வழக்கம்போல ஒரு மணி நேரத்திற்கும் மேலே பேசினார். அவர் பேச்சு முழுவதையும் கேட்டேன். அது பேச்சல்ல. வாதங்கள். பழமையில் மூடத்தனத்தில் மூழ்கி இந்த நாடு எவ்வாறு பாழாகிறது என்பது மட்டுமல்ல, மனிதன் தன் சுய வளர்ச்சியை எவ்வாறு கெடுத்துக்கொள்கிறான். ஏன் அடிமையாக மாறுகிறான், அவனே வளர்வதற்கு மறந்து ஏன் இப்படிக் கெட்டுப் போனான், இவைகளை அவ்வளவு ஆழமாகத் தெளிவாகத் துணிவோடு சொல்லுகிற ஒரு பேச்சு இருந்ததே? அதுதான் அவரை இறுதிவரையில் பேசுகிற மனிதர்களிலேயே வழிகாட்டுகிற இயக்கத் தலைவர்களிலேயே அவர் ஒரு தனித்தன்மை படைத்த மனிதர் என்பதைப் பிரித்து உயர்த்திக் காட்டியது. எனவேதான் அவரை மிக ஆச்சரியத்தோடு எல்லோரும் பார்த்தார்கள். எங்கள் கட்சியைச் சேர்ந்த ASK அவர்கள் அவரைச் சிந்தனையின் சிகரம் என்று எழுதினார். அம்பேத்கரையும் சிந்தனையின் சிகரம் என்று அவர் எழுதி வெளியிட்டார். வாழ்த்துக் கூறத்தான் போயிருந்தேன். கவலையோடும் வேதனையோடும் சொல்ல வேண்டும் என்றால் என் கட்சியால் அவரைப்பற்றி அவ்வாறு எழுதியதற்காகக் கண்டிக்கப்பட்டார். அந்தக் கூட்டத்திலே கலந்துகொண்டதற்காக நானும் கண்டிக்கப்பட்டேன். இது எங்களுக்கு எங்கள் கட்சி தந்த பரிசு! பரவாயில்லை. நான் அதை இப்பொழுது பரிசு என்று சொல்வதற்குள்ள காரணம் கண்டனத்தைப் போய் இவன் பரிசு என்கிறானே என்று கிண்டல் செய்வதாக நினைப்பீர்கள். இல்லை. இப்பொழுது எங்கள் கட்சிக்காரர்கள் என்னைவிடப் பெரியாரையும் அம்பேத்கரையும் பற்றியே மேடையில் பேசுகிறார்கள். கொள்கை வெற்றி தானே! முன் கூட்டியே சொன்னவன் தவறு செய்ததாகக் கூறப்பட்டது. பின்னர் கூறுவோர் போராளிகள் என வருணிக்கப்படுகிறது.

எல்லாவற்றுக்கும் மேலாக கார்ல்மார்க்ஸ், எங்கல்ஸ், லெனின் படத்தைத் தவிர வேறு எவர் படத்தையும் கட்சி அலுவலகங்களுக்குள் நுழையவிடாமல் இருந்தவர்கள், எந்த சுவரொட்டியிலும் எந்த அலுவலகத்திலும் இப்பொழுது அம்பேத்கர், பெரியார் படம் இல்லாமல் இல்லை. எனவே அதுவே ஒரு மாற்றம்தானே! எனவே ஒரு தனி மனிதனைக் கண்டித்ததால் அதை எழுதிய ASK வை கண்டித்ததில் என்ன தவறு? கண்டித்தவர்களை வரலாறு இப்போது திருத்திவிட்டது எனவே அதை விட்டுவிடலாம்.

இவர்களோடு சேர்ந்து பணியாற்றியவர்களில் ஜீவா செந்தமிழிலும் பேசுவார். சிங்கமென கர்ஜிப்பார். அவரும் அரசியல் மேடைகளிலும் பேசுவார். தொழிற்சங்க மேடைகளிலும் பேசியவர். இலக்கிய மேடை களிலும் பேசியவர். வள்ளலார் பற்றிய உரைகளில் ஆன்மீகக் கருத்துகளையும் ஒரு புதிய விளக்கத்தோடு பேசியவர். கம்பன் விழா விலும் அவற்றில் சிலவற்றிற்குப் புதிய விளக்கங்கள் கொடுத்துப் பேசியவர். பலரது பாராட்டுகளைப் பெற்றவர்.

எனவே ஜீவாவும் சுதந்திரப் போராட்ட காலத்துக்கு முன்பே வாழ்ந்தவர், பேசியவர். அதற்குப் பிறகும் வாழ்ந்தவர். சிங்காரவேலரும் சுதந்திரப் போராட்டக் காலத்துக்கு முன்பே பேசியவர். பெற்றபிறகும் பல ஆண்டுகள் வாழ்ந்தவர். தந்தை பெரியார் சுதந்திரப் போராட்ட இயக்கத்திலே பங்குகொண்டவர். தமிழ்நாடு காங்கிரஸ் கட்சியின் தலைவராகவே இருந்து சுதந்திரப் போராட்ட இயக்கத்தில் இருந்து நடத்தியவர். பிறகு கருத்து வேறுபாடு ஏற்பட்டு, அதிலும் வ.வே.சு. ஐயர் அந்த மாணவர் விடுதியில் சேரன்மாதேவியில் தாழ்த்தப்பட்டவர், பிற்படுத்தப்பட்டவர் தனியாக உட்காரவைக்கப்படுகிறார்கள் என்று இருக்கும் நிலை கண்டு, அதிலே வெகுண்டு அந்த முறையை எதிர்த்து வெளியேறியவர்தான் தந்தை பெரியார்.

அதே விடுதியை எத்தனை தலைவர்கள் பார்த்திருப்பார்கள். அந்தப் பாகுபாட்டை எத்தனை பேர் அறிந்திருப்பார்கள். ஏன் அவர்களில் யாருமே கண்டிக்கவில்லை. தந்தை பெரியாருக்கு மட்டும் எப்படி அது பட்டது. பெரியார் மட்டும்தான் முதலில் அந்த அநியாயத் தைத் துடைக்கவேண்டும் என்று ஒரு இயக்கத்தைத் தொடங்குகிறார்.

தான் மிகவும் போற்றிய காந்தியடிகளால் தொடர்ந்து போற்றப் பட்ட அவர் மிகவும் விரும்பிய தலைவர்களில் ஒருவராக இருந்த பெரியாரும், அவரது துணைவியாரும் ஏன் விலகுகிறார்கள்? இந்த அநியாயத்தை சகிக்கமுடியாமல்தான்!

அதிலே வ.வே.சு. ஐயர் படித்தவர்தான். ஆனால் அவர் அந்தப் பழமையில் மூழ்கியவர். பெரியாரும் தேசிய இயக்கத்திலே இருந்தவர் தான். அந்தப் பழமையை விட்டு விலகியவர். விடுதலை பெற்றவர். எனவே மனிதகுலத்துக்கும் நாட்டுக்கும் விடுதலை வேண்டும் என்று அவர் வெளியிலே வந்தார்.

எனவே அவர்கள் வாழ்க்கை முறைகளாலும் லட்சியக் குரல்களாலும் மாறுபடுகிறார்கள் அல்லவா! அதற்கேற்ப அவரது மேடைக் கலையும் மாறுபடுகிறது. மேடைப் பேச்சின் உள்ளடக்கமும் மாறுபடு கிறது. அந்த வகையில் சிங்காரவேலர் பொதுவுடைமைவாதியாகவே கடைசிவரை வாழ்ந்தார்.

பெரியார் பகுத்தறிவுவாதியாகவே, மூடநம்பிக்கை ஒழிப்பாளரா கவே படிமுறைச் சமுதாய அமைப்பை மாற்றிச் சமதர்ம சமுதாயத்தை அமைக்கவேண்டும் என்ற அளவில் லட்சியத்தோடுதான் வாழ்ந்தார். தவறுகளைச் செய்த குலத்தாரை கண்டித்தார். மற்றவர்களை இணைக்க முயன்றார்.

ஜீவா தேசிய இயக்கத்தில் இளமைப்பருவத்தில் தொடங்கினார். அதிலும் தீவிரவாதியாக இருந்தார். பாரதி பாடல்களிலே மனதைப் பறிகொடுத்தார். பிறகு காந்தியடிகளுடைய பாராட்டையே பெற்றார். காந்தியடிகளால் பாராட்டுப் பெற்ற ஒரு தமிழர் என்றால் அது ஜீவாவுக்குப் பொருந்தும்.

எனவே இவ்வளவு பெருமைகளைப் பெற்ற அவர் அதிலிருந்து ஏன் விலகினார்?

பிறகு ஏன் சுயமரியாதை சமதர்ம இயக்கத்துக்குப் போனார்? பிறகு ஏன் காங்கிரஸ் சோசலிஸ்ட் கட்சி என்பதிலே சேர்ந்தார்? அதற்குப் பிறகுதான் கம்யூனிஸ்ட் கட்சிக்கு வருகிறார்.

எனவே அவரது மறைவுக்குப் பிறகு அவரது சிலை திறக்கப்பட்ட விழா ஒன்றிலேதான் சர்வகட்சித் தலைவர்களும் பங்குகொண்டார்கள். சர்வகட்சித் தலைவர்களும் அவரைப் பாராட்டிப் புகழ்ந்து பேசினர்.

அந்த மேடையில் பங்கெடுத்தவர்களில் காமராஜரும், ராஜ கோபாலாச்சாரியாரும் மிக முக்கியமானவர்கள். இருவரும் கருத்து முரண்பாட்டால் மேடையிலே மோதிக்கொண்டார்கள். ஆனால் இருவரும் ஒரே கருத்தைத்தான் வலியுறுத்தினார்கள் என்பதும், இருவரும் ஜீவாவைப் பாராட்டினார்கள் என்பதும் என்றைக்கும் மறக்கமுடியாத நிகழ்ச்சிகள்.

எனவே சுதந்திரப் போராட்டத்திற்குப் பிறகும் கம்யூனிஸ்ட் கட்சி தடைசெய்யப்பட்ட காலத்திலும் தடைநீக்கப்பட்ட பிறகும் 57ஆம் ஆண்டு வரையில் ஜீவாவின் கர்ஜனைக்கு தமிழகத்திலே ஒரு தனி மரியாதை இருந்தது. ஆனால் 57க்குப்பின் அவருடைய கர்ஜனையில் மாற்றம், அவருடைய அனல் கக்கும் பேச்சுகளின் தொனி எல்லாமே கொஞ்சம் கொஞ்சமாக மங்கத் தொடங்கியது. என்ன காரணம்? பின்னர் பார்க்கலாம்.

பின்னர் ஒரு புதிய இயக்கம் தோன்றுகிறது. அதே திராவிடர் கழகத்திலிருந்து பிரிந்து தொடங்கிய திராவிட முன்னேற்றக் கழகம். திராவிடர் கழகத்தாலேயே தமிழ்நாட்டுக்கு அறிமுகப்படுத்தப்பட்ட அறிஞர் அண்ணா அவர்களால் தொடங்கப்பட்டது. தொடங்குகிற போது அந்தக் கழகத்திலிருந்து விலகுகிறவர்கள்தான் அந்தக் கட்சியில் இவர் பின்னாலும் வருகிறார்கள். அவர்களும் திராவிடர் கழகத்தில் பயிற்சி பெற்றவர்கள்தான். அந்த மேடைகளில் பேசி தமிழக மக்களுக்கு அறிமுகமானவர்கள்தான். எனவே இருவரும் ஒரே கருத்துடையவர் கள்தான். ஒரு பிரச்சினையில் மாறுபட்டு இருவரும் விலகினார்கள்.

அவ்வாறு விலகுகிற தொடக்கம் சேலம் மாநாட்டிலே தொடங்கு கிறது. சுயமரியாதைக் கட்சி, பகுத்தறிவுக் கட்சி, சுயமரியாதை சமதர்ம இயக்கத்தை நடத்திய கட்சி ஜஸ்டிஸ் கட்சியை ஆதரித்தது. ஒரு குறிப்பிட்ட காலத்திலே நீதிக்கட்சி என்பது சமூக மாற்றம், மூட நம்பிக்கை ஒழிப்பு, ஜாதி ஒழிப்பு என்பதற்காகவும் பேசியது. பிற்படுத்தப்பட்டோரை முன்னேற்ற வேண்டும் என்பதற்காகவும் வாதாடியது.

எனவே நான் ஆதரிக்கிறேன் என்று பெரியார் அதற்கு ஆதரவு கொடுத்தது அந்தக் கட்டத்தில் சரியாகப்பட்டது. ஆகவே அந்தக் கட்டத்திலேதான் அறிஞர் அண்ணா, நாவலர் நெடுஞ்செழியன், பேராசிரியர் அன்பழகன், மதியழகன், கலைஞர், என்.வி. நடராசன், சிந்தனைச் சிற்பி சிற்றரசு என்று பலரும் அதிலே சேர்ந்தார்கள்.

அப்பொழுது இளம் வயதிலே பின்னர் தமிழகத்தில் முதலமைச் சராக 25 ஆண்டு காலம் இருக்கப் போவதாக அன்று நினைத்துக்கூடப் பார்க்காத, மாறாக சொல்லப் போனால், பெரியாருடைய அச்சகத்திலே மிகக் குறைந்த மாதச் சம்பளத்தைப் பெற்றுக்கொண்டு எழுத்தாளனாக பணியைத் தொடங்கியவர்தான் கலைஞர் கருணாநிதி அவர்கள். அவரும் திராவிடர் கழகப் பள்ளிக்கூடத்திலே பயின்று வந்தவர், பயிற்சி பெற்றவர். தந்தை பெரியாரின் தொண்டர். பிறகு அவர் மேலே உயருகிறார். தந்தை பெரியாரைப் பொறுத்தவரையில் தனிப் பெரும்

செல்வக் குடும்பத்திலே பிறந்தவர். மிகுந்த புகழ்பெற்றவர். காந்தியடிகளோடு பழகியவர். சக்கரவர்த்தி ராஜகோபாலாச்சாரியார் மறைகிற வரையிலே மிகமிக நெருங்கிய நம்பத்தக்க நண்பர். அதுவே ஒரு பெரிய ஆச்சரியம். பார்ப்பனர்களையே எதிர்த்துப் பேசிவந்த பெரியாருக்கு ஒரு பார்ப்பனர் மிகப்பெரிய நண்பராகவும் இருந்தார் என்பதே ஆச்சரியம்தான்.

அதேபோல பார்ப்பனர்களை கடுமையாகச் சாடிப் பேசி வந்த அம்பேத்கர் திருமணம் செய்துகொண்டதும் ஒரு பார்ப்பனப் பெண்ணைத்தான். இந்த மாதிரி சில Irony முரண்தக்க நிகழ்ச்சிகளும் அரசியலில் நடந்திருக்கிறது. அந்த ஆராய்ச்சிக்குள் போகவேண்டாம்.

எனவே அறிஞர் அண்ணா அவர்கள் நீதிக்கட்சியிலிருந்து வெளியேறவேண்டும். வெள்ளையர்கள் கொடுத்த சர், ராவ் பட்டங்களைத் தூக்கி எறியவேண்டும் என்று தொடங்கியதுதான் பெரியார் பாதைக்கும் அண்ணாதுரை பாதைக்கும் இடையிலே ஒரு பிளவு ஏற்படப்போகிறது என்பதைச் சுட்டிக்காட்டிய முதல் கைகாட்டி Traffic Signal ஆகும். அது பச்சை விளக்கு, சிவப்பு விளக்கு போட்டுக் காட்டுகிறதல்லவா. அது இரண்டும் இருவரையும் இருவேறு பாதைகளில் செலுத்தியது. ஆனால் அதையும்கூட அண்ணா அவர்கள் மிக நாகரிகமாக, பாதைகள் வேறு, சேரவேண்டிய இடம் ஒன்றுதான் என்று சொன்னார். இன்னும் தெளிவுபடுத்த வேண்டும் என்பதற்காக இரட்டைக் குழல் துப்பாக்கி, சுட்டு வீழ்த்தப்பட வேண்டியது ஒன்றே ஒன்றுதான், குறி ஒன்றுதான் என்றும் சொன்னார். இன்னும் ஒருபடி மேலே போய் திராவிட முன்னேற்றக் கழகத்திற்கு தலைவர் கிடையாது. ஆனால் ஒரு நாற்காலி உண்டு. அது பெரியாருக்காகவே இருக்கும் என்று தெளிவுபட, எனக்குப் பகைமையில்லை, மாறுபடுகிறேன். நான் வேறுபடுகிறேனே அன்றி முரண்படவில்லை என்பதை மிகத் தெளிவாகச் சொன்னவர் அறிஞர் அண்ணா அவர்கள்.

எனவே தொடங்கியதையும் நியாயப்படுத்தினார். காயம்படாத வீரராகவே அடுத்த கழகத்தையும் தொடங்கினார். அவருடைய கதையும் சுதந்திரப் போராட்ட காலத்திலும் அவர் அழகாகத்தான் பேசினார். அவரது அடுக்கு மொழியைக் கேட்பதற்கென்றே, அலங்காரப் பேச்சை, உவமான உவமேய நயத்தை ரசிப்பதற்கென்றே பல ஆயிரக்கணக்கான மக்கள் திரண்டார்கள், ரசித்தார்கள், கை தட்டினார்கள். ஆனால் அவர் பேச்சுக்கு இணங்கவில்லை, அதை ஒப்புக் கொள்ளவில்லை. மாறுபட்டார்கள். அதை அவரே சொன்னார்.

சுதந்திரப் போராட்ட இயக்கத்துக்கு முன்பு நான் நீதிக்கட்சி தலைவர்களுக்காகப் பிரச்சாரம் செய்யப் போயிருக்கிறேன். அவ்வாறு

பிரச்சாரம் செய்யப் போகிறபோதெல்லாம் ஏதாவது ஒரு வாடகை வண்டியை எனக்குப் பிடித்துக் கொடுத்து மாலை வரையில் பிரச்சாரம் செய்ய அனுப்புவார்கள். நான் வண்டியிலே போய் ஒவ்வொரு ஊராகப் பிரச்சாரம் செய்துவிட்டு மாலையிலே திரும்புவேன். அந்த வண்டிக்காரனுக்கும் ஒரு குறிப்பிட்ட வாடகையைத் தருவார்கள். பிரச்சாரம் செய்ததற்காக எனக்கு உணவு கொடுத்தது போக ஒரு நாளைக்கு 10 ரூபாயும் கொடுப்பார்கள். நான் அதை விரும்பி என் குடும்பத்துக்காகச் சட்டையிலே மடித்து வைத்துக்கொள்வேன்.

சுதந்திரப் போராட்டத்திற்கு முன்பு எனக்கு வண்டியோட்டி வந்தவர் என் கதவைத் திறந்து விடுகிறபோதும் சரி, அதனை இழுத்து மூடுகிறபோதும் சரி, அடிக்கிற அடி என் கன்னத்தில் அடிக்கிற மாதிரி இருக்கும். அவ்வாறு இழுத்து மூடுவார். ஏனென்றால் அந்த ஓட்டுநர் அப்போது காங்கிரஸ்காரர். அதே ஓட்டுநர் நான் சுதந்திரம் பெற்றபிறகு திராவிட முன்னேற்றக் கழகம் தொடங்கப்பட்ட பிறகு பார்க்கிறேன்.

காரை ஓடிவந்து அவர் திறக்கிறபோது பார்க்கிற முக மகிழ்ச்சியையும் பார்க்கிறேன். என்னை இறக்கிவிடுகிறபோது என்னைக் கைகொடுத்து மேடை ஏற்றுகிறவரை அவர் வருவதையும் பார்க்கிறேன். நான் வாடகைக் காசு கொடுக்க முற்பட்டால் வாங்க மறுத்துவிட்டு வணக்கம் சொல்லிவிட்டுப் போகிறார்.

இதுதான் எனக்கும் ஏற்பட்டுள்ள மாற்றம். மக்களுக்கும் ஏற்பட்டுள்ள மாற்றம். நாங்கள் இப்போது மக்களோடு இணைகிறோம். அந்த சுதந்திரப் போராட்ட இயக்கத்தார் மக்களைவிட்டு விலகிப் போய்க்கொண்டே இருக்கிறார்கள் என்று சொன்னார். அதிலே எவ்வளவு பெரிய வரலாற்று உண்மை சுருக்கமாகக் குறிப்பிடப்பட்டுள்ளது என்பதைப் பார்த்தீர்களா? அதை மூன்று வகைகளாகப் பிரித்துக் கொள்ளலாம். சுதந்திரப் போராட்ட காலத்தில் தேசிய இயக்கம், மிக முக்கியமாக முன்னோடிக் கட்சியாகத் திகழ்ந்த காங்கிரஸ் கட்சியின் சார்பில் மேடையேறிய பல பெரும் தலைவர்கள், அவர்களின் சுதந்திர ஆவேசப் பேச்சால் மக்கள் ஈர்க்கப்பட்டார்கள். அவர்களுள் சிறந்த சிலர் இலக்கியம், ஆன்மீகம், கலைத் துறைகளிலும் கருத்துரைகள் வழங்கும் சொற்பொழிவாளர்களாக விளங்கினர். இறுதிக்காலம் வரையில் அவர்கள் போற்றப்பட்டார்கள்.

எனவே சுதந்திரப் போராட்ட இயக்கத்தில் தமிழ்நாட்டில் பேசியவர்கள் என்று குறிப்பிட்டால் சக்கரவர்த்தி ராஜகோபாலாச்சாரியார், சத்தியமூர்த்தி, பசும்பொன் முத்துராமலிங்கத் தேவர், சேலம் வரதராஜு நாயுடு அவர்களோடு இன்னும் நிறையப் பேர்கள் உண்டு.

மக்கள் முன்னால் அறிமுகமான மூவரும் மாறுபட்டவர்கள். இருப்பினும் ஒரே இயக்கத்தில் இருந்தவர்கள் என்ற முறையில் அவர்கள் பெயர்களைக் குறிப்பிடுகிறேன். அதோடு வ.உ.சி, வ.வே.சு ஐயர், சுப்பிரமணிய சிவா ஆகிய மூவரும் சுதந்திரப் போராட்ட விரர்களாக இருந்தனர். இலக்கியத்தையும், அரசியலையும் கலந்து பேசுகிற ஒருவராக, ம.பொ.சி காங்கிரஸ் கட்சிக்குப் பெரும் பேச்சாளராக விளங்கினார்.

காங்கிரஸ் கட்சியில் நூற்றுக்கணக்கான பேச்சாளர்கள் இருந்தார்கள். அத்தனை பேர் பெயரையும் குறிப்பிடுவதற்கு இயலாது. சில உதாரணங்களுக்கு இவர்களை மேற்கோள் காட்டினேன்.

சுதந்திரப் போராட்டம் வெற்றி பெற்று ஆட்சிக்கு வந்துவிட்ட பிறகு மேடையை அவ்வளவாக அவர்கள் பயன்படுத்த விரும்பவில்லை. அரசாங்க எந்திரத்தைப் பயன்படுத்துவதில் அவர்கள் இறங்கிவிட்டார்கள். திட்டம் போடுவது, நாட்டில் அணைகளைக் கட்டுவது, பிறகு தொழிற்சாலைகளைக் கொண்டு வருவது என்ற முறைகளிலே இருந்துவிட்டார்கள். ஆளுங்கட்சி என்ற ஒன்று ஆரம்பித்துவிட்டாலே அதற்கு குணமாறுபாடுகளும் கட்டாயம் ஏற்படும். அது எல்லாக் கட்சிகளுக்கும் பொருந்தும். ஏனென்றால் அது எதிர்க்கட்சியாக இருந்து அனல் கக்கப் பேசும் சூழல் வேறு. அவர்களது குறிக்கோளும் வேறு.

ஆட்சிபீட நாற்காலியில் குளிரூட்டப்பட்ட அறைக்குள்ளே நுழைந்துவிட்டால் பிறகு அவர்களும் மாறுவார்கள். ஆனாலும் அப்படி இருந்தாலும் நாட்டை மாற்றவேண்டும் என்ற அக்கறையோடு செயல்பட்டவர்களும் இருந்தார்கள். நாம் அதை அரசியல் விமர்சனங்களில் மதிப்பீடுகளில் வைத்துக்கொள்ளலாம். எனவே அது ஒரு சகாப்தம். சுதந்திரப் போராட்ட காலம்.

சுதந்திரப் போராட்ட காலத்திலே பங்கெடுத்தவர்தான் தந்தை பெரியார், ஜீவானந்தம், சிங்காரவேலர் போன்றவர்கள். அவர்கள் அடுத்த சந்ததிக்குப் புதிய பாதைகளையும் தொடங்கியவர்கள். அந்த வழியில் பகுத்தறிவில் சுயமரியாதை சமதர்ம இயக்கம், பெரியார் தொடங்கிய அந்த இயக்கங்கள் பெயர்கள் பலவாக மாறினாலும் சுயமரியாதை, மூட நம்பிக்கை ஒழிப்பு, பகுத்தறிவு, சமதர்மப் பிரச்சாரம், இன்னும் சொல்லப்போனால் பொதுவுடைமை மீது காதல் கொள்ள வைத்தவரே தந்தை பெரியார் அவர்கள்தான்.

இந்திய கம்யூனிஸ்ட்கட்சியின் Manifesto 'கம்யூனிஸ்ட் கட்சி அறிக்கை' என்ற நூலையே தமிழில் முதலில் அச்சிட்டு வெளியிட்ட

வரும் தந்தை பெரியார் என்பதை இளம் சந்ததியினர் கட்டாயம் மனதில் பதித்துக்கொள்ள வேண்டும்.

பிறகு அவர் சோவியத் யூனியனுக்குச் சென்று சுற்றுப்பயணத்தை மேற்கொண்டு திரும்பி வந்தபோது மேடைகளிலே தூக்கிக் கொடுக்கிற குழந்தைகளுக்குப் பெயர் வைக்கிறபோதெல்லாம் மாஸ்கோ, ரஷ்யா, லெனின், ஸ்டாலின், மார்க்ஸ் என்றுதான் பெயர்கள் சூட்டினார். அவ்வாறு அவர் பெயரைச் சூட்டுகிறபோது சிலர் கிண்டலாக என்ன ஊர் பெயர், நாட்டுப் பெயர்களை சூட்டுகிறீர்களே என்று கேட்டபோது, கேள்வி எழுதிவந்த துண்டுக்காகிதத்தைத் தேர்ந்தெடுத்து இந்தக் கேள்வியைக் கேட்டவர் இருக்கிறாரா இந்தக் கேள்வியைக் கேட்டவர் யார்? தயவுசெய்து எழுந்து நில்லுங்கள் என்றார். ஒரு ஆள் எழுந்தார். எழுந்தவரை உன்னுடைய பெயர் என்ன என்று கேட்டார். பழனி என்றார். அது ஒரு மலையாயிற்றே. குன்றாயிற்றே. அதை எப்படி உனக்குப் பெயராகச் சூட்டினார்கள் என்றார். கூட்டமே கைத்தட்டிச் சிரித்ததாம். எனவே அவர் ஏன் மாஸ்கோ, ரஷ்யா என்று பெயர் வைத்தார் என்று சொன்ன போது அதையே ஒரு வாதத்துக்குப் பயன்படுத்திச் சொல்வாராம். ராமன், கிருஷ்ணன் எங்கிருந்து வந்த பெயர்? அவர் யார் என்ன தெரியும்? ஏன் அந்தப் பெயரை உன் அப்பா அம்மா வைத்தார்கள் என்று அந்தக் கதைகளை சொல்லத் தொடங்கி பகுத்தறிவுப் பிரச்சாரத்துக்குக் கொண்டுபோய் விடுவார்.

இதைத் தொடர்ந்து பேசினார் என்பது மட்டுமல்ல. அவரது பல்கலைக்கழகத்தில் பயின்றவர்தான் பங்கெடுத்தவர்தான் ஜீவாவும். அதோடு தொடர்பு கொண்டிருந்தவர்கள் கா.மு. வல்லத்தரசும் சில ஆண்டுகள் இருந்தார். அவருடைய பல்கலைக்கழகத்தில் தொடக்கத்தில் பணியாற்றியவர்கள், கி.ஆ.பெ. விசுவநாதம் இருந்தார். சௌந்தர பாண்டிய நாடார் இருந்தார். ஜஸ்டிஸ் கட்சியைச் சேர்ந்த பலரும் இருந்தார்கள். பொன்பரப்பி புலவர் பொன்னம்பலனார் அவர்களும் அதிலே இருந்தார். இதிலே அடுத்த மாணவர் சந்ததியாக வந்தவர் தான் அறிஞர் அண்ணா, பேராசிரியர் அன்பழகன், நாவலர் நெடுஞ் செழியன் அவர்கள், மதியழகன், சி.பி. சிற்றரசு என்று வந்த வரிசையில் அதை அடுத்த வரிசையில் வந்தவர்தான் கலைஞர் கருணாநிதி, திரையுலகத்தின் மூலம் வந்தவர்தான் மக்களின் தலைவராக வளர்ந்த காலஞ்சென்ற MGR. திராவிட இயக்கத்தின் வழி வந்தவர்கள்.

இவர்களை மூன்று சகாப்தமாகப் பிரிக்கலாம். 1. சுதந்திரப் போராட்ட காலத்திலும் பங்கெடுத்த பெரியார் போன்றவர்கள். பிரிட்டிஷார் அடக்குமுறையில் சமதர்ம சுயமரியாதைப் பிரச்சாரத்தில் தொடங்கி சமூக சீர்திருத்தத்துக்காக இணங்கி ஒத்துழைத்து முதலில்

பள்ளிக்கூடங்களைத் திறக்கச் சொல்வோம். எல்லோரையும் படிக்க வைப்போம். பிறகு முன்னேற்றலாம் என்ற நோக்கத்தோடு அவற்றை ஆதரிக்க ஆரம்பித்தார். அவர் சுதந்திரப் போராட்ட காலத்திலே வெள்ளையரை ஆதரிக்கிறாரே என்று அவரை விட்டு ஜீவா, சிங்கார வேலர் போன்ற வர்கள் விலகினார்கள்.

எனவே திராவிட இயக்கமே பிறகு திராவிடர் கழகம் என்று மாறவேண்டிய அவசியம் ஏற்பட்டது. திராவிடர் கழகம் என்பது சொற்பொழிவாளர்களைப் பகுத்தறிவாளர்களைப் பயிற்சி கொடுத்து வளர்த்த பல்கலைக்கழகம் என்று சொல்லலாம். அதிலே பயின்று முதல் மாணவராக தலைசிறந்த மாணாக்கராக வளர்ந்து வெற்றி கண்டவர் தான் அறிஞர் அண்ணாதுரை அவர்கள். 1949லிருந்து திராவிடர் கழகத்திலிருந்து விலகி திராவிட முன்னேற்றக் கழகம் என்பதைத் தொடக்கி அவர் மறைகிற காலம் வரை இருந்த காலத்தில் 20 ஆண்டுகள் என்பது Two decades. 69இல் இயற்கை அவரை அழைத்துச் சென்றுவிடுகிறது. இருபது ஆண்டுகாலம் அவர் தமிழக மக்கள் ஆதரவைப் பெறுவதற்காக ஆட்சியைப் பெறுவதற்காக திராவிட முன்னேற்றக் கழகத்தை நாடு, நகரம், பட்டி தொட்டிகளில் பரவச் செய்த முறை. அதற்கு மேடைக் கலையைப் பயன்படுத்திய முறை. அதற்கு அடுத்து அவர் நாடக மேடையையும் திரைப்படத்தையும் பயன்படுத்தி மக்களை ஈர்த்த அழகு. அதன்பிறகு அவர் ஆட்சிபீடம் ஏறுவதற்காக அமைத்த கூட்டணி. அந்தக் கூட்டணி அமைப்பதற்காக அவர் கடைப்பிடித்த நடைமுறைப் பாதைகள். இவைகள் அனைத் தையும் கொண்டு அவர் முதன்முதலாக ஆட்சி பீடத்தில் ஏறி நாவால் நாட்டு மக்களைத் திரட்டி நாவாலேயே ஒரு தேர்தல் பிரச்சாரத்தையும் வெற்றிகரமாக நடத்தி அசைக்கமுடியாத காங்கிரஸ் கட்சியை, மிக அருமையான அன்பைப் பெற்றிருந்த தலைவர்களையே முறியடித்து மாற்று ஆட்சி என்பதை அமைத்து 1967இல் காட்டியவர் அறிஞர் அண்ணா அவர்கள்.

எனவே அந்த இருபதாண்டுக் காலத்தை அறிஞர் அண்ணாவின் மேடை சகாப்தம் என்று பெயரிட்டு அழைக்கலாம். அதற்கு முன்பே அவர் பேசிவந்தாலும் அதற்கு அவ்வளவு ஆதரவு கிடைக்கவில்லை என்பதை அவர் விளக்கத்தின் மூலம் பின்னர் அவரே கூறினார்.

அவர் ஆங்கிலத்திலும் உரையாற்றும் திறமைபெற்றவர். எனவே தான் அவர் அமெரிக்கப் பல்கலைக்கழகத்திலும் பேசியிருக்கிறார். இந்தியாவிலும் தமிழகத்தில் அவரை அழைத்துப் பேச வைக்காத கல்லூரிகளே இல்லை என்று சொல்லலாம். அவருடைய பேச்சு

ஆற்றல் அவருடைய பேச்சுக்கு இருந்த மரியாதை அவ்வளவு ஈர்ப்பு உடையதாக இருந்தது என்பதற்கு ஒரு உதாரணத்தைச் சொல்லுகிறேன்.

நான் காரைக்குடி அழகப்பா கல்லூரியில் பயின்றுவிட்டு அதே கல்லூரியில் துணை ஆசிரியனாகவும் சில ஆண்டுகள் பணிபுரிந்தேன். அப்பொழுது எனக்குப் பின்னர் பேரவைத் தலைவராக வந்த ஒரு இளைஞர் அந்தக் கல்லூரிக்கு அறிஞர் அண்ணாவை அழைத்து ஒரு கூட்டம் எப்படியாவது நடத்த வேண்டும் என்று விரும்பினார். அப்போது அண்ணா சட்டமன்ற உறுப்பினராகவோ பாராளுமன்ற உறுப்பினராகவோ இல்லை. எந்தப் பதவியிலும் இல்லை. திராவிட முன்னேற்றக் கழகத்தைத் தோற்றுவித்தவர். மிகச் சிறந்த பேச்சாளர். அப்பொழுது அவரை அழைக்கவேண்டும் என்று சொன்னதும் கல்லூரி முதல்வரும் உங்கள் பேரவை சார்பில் முடிவு செய்தால் அழையுங்கள் என்று சொல்லிவிட்டார்.

பிறகு அவர் ஆங்கிலத்தில் பேசவேண்டும்மா தமிழில் பேச வேண்டுமா என்று கேட்டார்கள். அண்ணா எந்த மொழியில் பேச விரும்புகிறாரோ அதிலே பேசச் சொல்லுங்கள் என்று கல்லூரி முதல்வர் அனுமதி அளித்துவிட்டார்.

ஆங்கிலத்திலே பேசுவதற்கு ஒரு தலைப்புக் கொடுத்தார்கள். ஜனநாயகம் என்ற தலைப்பு. எனவே அப்பொழுது நாங்கள் எல்லாம் ஆசிரியர்கள் என்ற முறையில் முன்பக்கத்தில் உட்கார்ந்திருந்தோம். வியப்பு என்னவென்றால் அவர் கொடுத்த தேதி ஞாயிற்றுக்கிழமை. ஞாயிற்றுக்கிழமைகளில் கல்லூரி நடக்காது. விடுமுறையாகப் போய்விடும். எனவே அந்தத் தேதியை மாற்றி கல்லூரி நடக்கிற நாளில் வந்து பேசமுடியுமா என்று கல்லூரி முதல்வரே அவருக்குக் கடிதம் எழுதிக் கேட்டார்.

பல வேலைகள் இருப்பதாலும் ஏற்கெனவே பல நிகழ்ச்சிகள் உறுதி செய்யப்பட்டிருப்பதாலும் இந்தத் தேதியை மாற்றுவதற்கு இயலாது. மாற்றினால் அடுத்த வருடம்தான் முடியும். இந்த ஆண்டுக்கு சாத்திய மில்லை என்று அண்ணா பதில் எழுதிவிட்டார். எனவே கல்லூரி முதல்வர் ஒரு ஆச்சரியமான கூட்டத்தைக் கூட்டினார். மாணவர்கள், ஆசிரியர்கள் அனைவரும் கல்லூரி முடிந்தவுடன் திரளுமாறு ஒரு சுற்றறிக்கை அனுப்பினார். எல்லோரும் திரண்டோம். என்ன அறிவிப்பு எதற்காகக் கூட்டுகிறார் என்று தெரியவில்லை. அண்ணா எழுதிய கடிதத்தை வாசித்துவிட்டு ஞாயிற்றுக் கிழமைதான் வரமுடியும் என்கிறார். அந்தத் தேதியில் நம்முடைய கல்லூரி இருக்காது. விடுமுறை, நீங்கள் சொன்னால்தான் அவரை அந்தத் தேதியில் அழைக்கலாம்.

இல்லையென்றால் விட்டுவிடலாம். எனவே நீங்களெல்லாம் என்ன முடிவு செய்யப்போகிறீர்கள் என்று கேட்டபொழுது, மாணவர்கள் அத்தனை பேரும் எழுந்து ஆசிரியப் பெருமக்களிலும் பெரும்பான்மை யினர் எழுந்து ஞாயிற்றுக்கிழமை கல்லூரி வையுங்கள், அன்றே அவர் வந்து பேசட்டும். அதற்குப் பதிலாக வாரநாளில் ஒரு நாளை விடுமுறை யாக விட்டு விடுங்கள் என்று சொன்னார்கள்.

சரி, ஞாயிற்றுக்கிழமை நீங்கள் வருவதாக இருந்தால் எனக்கு ஆட்சேபம் இல்லை. கூட்டத்தை நடத்துங்கள் என்று அறிவித்துவிட்டு முதல்வர் கூட்டிய கூட்டத்தைக் கலைத்துவிட்டார்.

எங்களுக்கெல்லாம் வியப்பு. பணிநாட்களிலேயே இந்த மாணவர்கள் ஒழுங்காக வரமாட்டார்கள். டிமிக்கி அடிப்பது என்பது ஒரு கலை. இப்போது ஞாயிற்றுக்கிழமை நடத்துங்கள் நாங்கள் வருகிறோம், அவர் பேச்சைக் கேட்கத் தயாராயிருக்கிறோம் என்று சொல்கிறார்களே என்று சந்தேகப்பட்டோம். ஆனால் ஞாயிற்றுக்கிழமை கூட்டம். அதற்காக மேடையும் போடப்பட்டது. மாணவர்கள் அநேகமாக யாருமே தவறவில்லை. அத்தனை பேரும் முழு வருகை தந்தார்கள் என நினைக்கிறேன். எனவே நாற்காலிகள் அனைத்தும் நிரம்பிவிட்டது. அது விளையாட்டு மைதானத்தை நோக்கிப் போடப்பட்ட ஒரு மேடை. மாணவர்களைப்போல ஒரு பத்து மடங்கு செட்டிநாட்டு மக்கள் அத்தனை பேருமே திரண்டு வந்தனர். அவர்கள்தான் அப்போது கார்கள் உடையவர்கள். நூற்றுக்கணக்கான கார்களில் வந்து உட்கார்ந்து கேட்க வந்திருந்தார்கள். வந்தவர்களில் கோடீஸ்வரர்கள் உண்டு. தமிழகத்தில் தொழிற்சாலைகள் நடத்திக்கொண்டிருந்த தொழிலதி பர்கள் உண்டு. ஊர் மக்களும் உண்டு. மாணவர்கள் அல்லாமல் இத்தனை மக்கள் கல்லூரியில் நடக்கும் பேரவைக் கூட்டங்களுக்குத் திரள்கிறார்கள் என்றால் அன்றைக்கே என்னுடைய அண்ணன், "இவர் வெற்றி பெற்று ஆட்சி அமைப்பது உறுதி. அவர் தன் திறமையால் நாட்டு மக்கள் அன்பைப் பெற்றுவிட்டார். இப்பொழுது உங்கள் சகாப்தம் இறங்குகிறது. அவரது சகாப்தம் உயருகிறது" என்று சொன்னார். என் அண்ணன் என் கட்சி ஒளி மங்குகிறது என்று சொன்னதையும் அவர்களுக்கு ஒளி மின்னுகிறது என்று சொன்ன தையும் அன்று என்னால் புரிந்துகொள்ள முடியவில்லை. ஆனால் நடந்ததைக் கண்டுகொண்டு இருக்கிறேன்.

சிலருக்கு உடனே உண்மையை ஒப்புக்கொள்கிற மனப்பக்குவம் இருக்கிறது. சிலருக்குக் கட்சி பத்தியால் உண்மையை ஒப்புவதற்கு மனம் வருவது இல்லை. நான் இரண்டாவது வகையைச் சேர்ந்தவன்.

பல உண்மைகளை காலம் கடந்துதான் உணர்ந்திருக்கிறேன். உணர் வதற்கு காலம் தேவை இல்லை. எனவே நீங்களாவது இதனைக் கற்றுக் கொள்ளுங்கள்.

என் கட்சி, என் தலைவர், சொல்லிவிட்டார் என்பதால் உங்கள் நெஞ்சறிய பொய்யை ஒப்புக்கொள்ளாதீர்கள். உண்மையை ஒப்புக் கொள்ளப் பழகுங்கள்.

அறிஞர் அண்ணாவின் சகாப்தம் தொடங்கியது. திராவிட முன்னேற்றக் கழகம் அவரால் பலன் பெற்றது, தமிழகம் அவரால் பல நன்மைகளைப் பெற்றது. இவை அத்தனையையும் அவர் மேடைக் கலையைப் பயன்படுத்தி, நாடகத்தை, திரையைப் பயன்படுத்தியே இந்த அற்புதமான அரசியல் மாற்றத்தைக் கொண்டு வந்தார் என்பதையும் கட்டாயம் குறிப்பிடவேண்டும். அவருடனும் ஓரிரு மேடைகளிலே அவருக்கு முன்னால் பேசுகிற வாய்ப்பைப் பெற்றிருக் கிறேன்.

ஒரு மேடையில் அப்பொழுது மதுரையில் சந்திர விலாஸ் என்ற திரையரங்கில் நடைபெற்ற தமிழ்மொழிக் காப்பு இயக்கம் அதன் சார்பிலே கூட்டப்பட்ட கூட்டம். அந்தக் கூட்டத்தைக் கூட்டியவர் தமிழ்ப்புலவர் இலக்குவனார். அந்தக் கூட்டத்துக்கு ஏற்பாடு செய்து உதவியவர் கருமுத்து தியாகராஜ செட்டியார். கூட்டத்தில் கலந்து கொள்ள அழைக்கப்பட்டவர்கள் அறிஞர் அண்ணாதுரை, திருக்குறள் முனுசாமி, சசிவர்ணத் தேவர் அவர்களோடு சேர்ந்து என்னையும் அழைத்திருந்தார்கள். என்னைப் பொதுவுடைமைக் கட்சியின் பிரதிநிதி என்று அழைத்திருந்தார்கள். அந்தக் கூட்ட மேடையில் இருந்தவர் களில் வயது குறைந்தவன், உருவத்திலும் மிகவும் சிறியவன் நான். வருகிறவர்கள் எல்லோருமே மிகப் பெரியவர்கள். கருமுத்து தியாக ராஜன் செட்டியார் ஆறடி உயரத்திலே இருப்பார். பெரிய உடல் பலத்தோடு கம்பீரமாக இருப்பார். திருக்குறள் முனுசாமியும் நல்ல தோற்றமுடையவர். பெரியவர் சசிவர்ணத் தேவரும் பெரிய ஆள்தான். எனவே புலவர் பெருமக்களும் பலமாக திரண்டிருந்தார்கள். அது திரையரங்கு என்பதால் அறிஞர் அண்ணா பேச வருகிறார் என்பதால் அரங்கு நிரம்பி தெருக்களிலும் நிரம்பி சாலைகளிலும் ஒலிபெருக்கியை நீண்ட தூரம் கட்டியிருந்தார்கள்.

வயதில் குறைந்தவன் என்பதால் என்னை முதலில் பேச அழைத்து விட்டார்கள். தமிழ்மொழிக் காப்பு என்ற தலைப்பில் நான் திராவிட முன்னேற்றக் கழக எதிர்ப்பிலேயே முழுக்க முழுக்க மூழ்கியவன், கடும் எதிர்ப்பாளன் என்ற காரணத்தால் எனக்கு அவர்கள் பேசிய பிறகு

இடையிலே பேசினால் ஏதாவது குறைகண்டு பேசலாம் என்பது மாதிரிதான் என் மூளை வேலை செய்து கொண்டிருந்தது. ஆனால் முதலிலேயே பேச வேண்டும் என்பதால் வந்திருந்த கூட்டமோ அறிஞர் அண்ணாவின் பேச்சைக் கேட்கவே வந்திருந்தது. அவர் வருகிற வழியைத்தான் திரும்பத் திரும்பப் பார்த்துக்கொண்டிருந்தது. வழக்கம் போல இந்தக் கூட்டத்துக்கும் காலதாமதமாகத்தான் வந்தார். ஆனால் கூட்டம் தொடங்கிவிட்டது. என்னை பேசச் சொல்லி விட்டார்கள். கூட்டத்தினர் 'அண்ணா வந்துவிட்டார்' என்று சொல்லி ஓடுவது, திரும்பி வந்து உட்காருவது, 'வந்துவிட்டார்' என்று ஓடுவது திரும்பி வந்து உட்காருவது. இது என் கோபத்தை மேலும் அதிகமாக்கிவிட்டது. என் பேச்சுக்கு இடையூறாக என்னை அவமதிப்பதாக உணர்ந்தேன். நான் பேசுவதால் கட்சித் தோழர்களும் நிறைய வந்திருந்தார்கள். இருதரப்புக்கும் கைகலப்பு வந்துவிடும் போலவும் தெரிந்தது. ஏனென்றால் என் கட்சிக்காரர்கள் அப்பொழுது மதுரையில் பலத்தில் குறையாமல் நிறைய பேர் இருந்தார்கள். அடிதடி என்று இறங்கி யிருந்தால் அத்தனை பேரையும் துரத்தியிருப்பார்கள். ஆனால் அதைச் செய்யாமல் பொறுமையாக இருந்தார்கள். அவர்கள் அடிக்கடி இப்படிச் செய்துகொண்டிருந்ததால் சொன்னேன்.

நான் "இப்பொழுது சில கட்சியினர் தமிழ் மொழியைப் பாதுகாப்ப தற்காக மாநாடு கூட்டியிருக்கிறார்கள். என்னையும் பேச அழைத்திருக் கிறார்கள். ஆனால் அவர்கள் மொழிக்கொள்கை English Ever Hindi never என்று சொல்லியிருக்கிறார்கள். ஆங்கிலம் எப்பொழுதும் இருக்க வேண்டும். இந்தி எப்பொழுதும் கூடாது என்று சொல்லியிருக் கிறார்கள். எங்கள் தமிழ் எப்பொழுது வரும் என்று நான் கேட்கிறேன். இடையிலே தமிழை மறந்துவிட்டீர்களே என்று நான் சொல்கிறேன்" என்று ஆரம்பித்தேன். நம் கட்சிக்காரர்கள் கைத்தட்டி வரவேற்றார்கள்.

பிறகு தமிழை மறந்து இந்தி எதிர்ப்பிலே மட்டும் மூழ்கினால், அதுவும் ஆங்கிலமே தொடர்ந்து இருக்கலாம் என்று சொன்னால் வெள்ளைக்காரன் ஆட்சி செய்த காலத்திலும் அதற்கு அடிமையாக துதி பாடினீர்கள், இப்பொழுது அவன் மொழிக்கு துதிபாடத் தொடங்கிவிட்டீர்கள் என்ற குற்றச்சாட்டை என்னுடைய பாணியில் கொஞ்சம் கோபமாகக் கூறத் தொடங்கினேன்.

எனவே கலகலப்பு முரண்பட்ட சத்தங்கள் வந்துவிட்டது. இதைச் சொல்லி நான் கடுமையாக சாடிக் கொண்டிருந்தபோதே திராவிட முன்னேற்றக்கழகம் தீந்தமிழுக்கு இடுகிற தீயாக நான் கருதுகிறேன் என்று சொல்லிக்கொண்டிருக்கிறபோது அறிஞர் அண்ணா மேடைக்கு வந்துவிட்டார்.

நானும் உங்களைவிட தமிழில் அதிகமான பற்றுடையவன்தான். நான் சுத்தத் தமிழன் என்று சொல்லிவிட்டு உட்கார்ந்தேன். நான் இந்தியை எதிர்க்கிறேன். ஆனால் தமிழுக்கு முதலிடம் தேடுகிறேன் என்று மீண்டும் எழுந்து சொல்லிவிட்டு உட்கார்ந்துவிட்டேன்.

அங்கிருந்து வந்த அண்ணாவை மதுரை முத்து அவர்கள்- அவர்தான் மாவட்டச் செயலாளர் - அழைத்துக்கொண்டு வந்தவர், என்னை நன்கு அறிந்தவர், எங்கள் குடும்பத்துக்கும் வேண்டியவர், அவர் அங்கிருந்து வருகிறபோதே கையை ஆட்டிக்கொண்டே வந்தார். மேடையிலிருந்த அத்தனைபேருமே அண்ணாவை வரவேற்கப் போய்விட்டார்கள். நான் ஒருவன் மட்டும் நாற்காலியில் உட்கார்ந்து கொண்டு ஒரு காலைத் தூக்கி இன்னொரு காலிலே போட்டு என் கையிலே அந்த லாட்ஜ் சாவி இருந்தது. அந்தச் சாவியை சுற்றிக் கொண்டு ரொம்ப அகங்காரமாக உட்கார்ந்துவிட்டேன். நான் மேடையைவிட்டு இறங்கவேயில்லை.

ஆனால் பெரியவர் பெரியவர் தான் என்பதோடு மட்டுமல்ல, பிறர் நாண நன்னயம் செய்துவிடல் என்பதை எவ்வளவு நாசுக்காகப் பயன்படுத்துகிறார் என்பதை மேடைக்கு ஏறி வந்தவர் பெரியவர்கள் எல்லோருக்கும் கைகுலுக்கிவிட்டு நேராக நான் உட்கார்ந்திருந்த இடத்தை நோக்கி வந்தார். என் கையைப் பிடித்துக் குலுக்கி நீங்கள் தானே பாண்டியன், நீ பேசியதை நான் தெருவிலே காரை நிறுத்தி உன் குரலிலே மயங்கிப்போய் கேட்டுக்கொண்டிருந்தேன். கம்பீரமான குரல், வெண்கல குரல், இது தொடர்ந்து தமிழகம் முழுமையிலும் முழங்கவேண்டும் என்று அவர் என்னை நேருக்கு நேர் கையைப் பிடித்து வாழ்த்தியபோது, இவரைக் கடுமையாகத் தாக்கிக்கொண்டி ருந்தோம். அவர் கழகத்தையும் குற்றம் சாட்டிப் பேசிக்கொண்டிருந் தோம். அதை அங்கு நின்று காரை நிறுத்திக் கேட்டதாகச் சொல் கிறார். நேரில் உட்கார்ந்து அவருக்கு மரியாதை செலுத்தாத நம்மை வந்து கையைப்பிடித்து வாழ்த்துகிறார் என்று நான் குறுகிக் குறுகி சிறுமை ஆகிவிட்டேன். அப்பொழுதுதான் வயதும் அனுபவமும் மனிதத் தன்மையும். அதுதான் வென்று நிற்கும் என்று நான் உணர்ந்து கொண்டேன். ஆனால் அப்பொழுதும் அதனைக் காட்டிக்கொள்ள வில்லை. அவருக்கு நன்றி கூறிவிட்டு ஆகட்டும் ஆகட்டும் என்று மட்டும் சொல்லிவிட்டு உட்கார்ந்தேன்.

பிறகு அவர் பேசும்போது கட்டாயம் எனக்குப் பதிலும் சொல்லு வார், எங்கள் கட்சியைக் குறைகூறி எங்கள் கொள்கைகள் தவறு என்று சொல்லுவார் என்பதால் கவனமாகக் கேட்க இருந்தேன். எனவே மும்மொழிக் கொள்கை சாத்தியமல்ல என்பதை முதலில் சொல்வார்.

எனவேதான் இப்போதைக்கு தடுப்புதான் முக்கியம் என்பதை வற்புறுத்தி பழையபடியும் பேசுவார் என எதிர்பார்த்தேன். ஆனால் நான் வந்துகொண்டிருக்கிறபோது அருமைத்தம்பி பாண்டியன் பேசியதைக் கேட்டேன். அவருடைய குரல் கேட்டு மயங்கிப் போனதால் வண்டியை நிறுத்திக் கேட்டேன் என்று தொடங்கினார்.

இனிதான் நம்மை தாக்கப் போகிறார், கடுமையாக சாடப் போகிறார் என்று நான் எதிர்பார்த்துக் கொண்டிருந்தபோது சிரித்துக் கொண்டே சொன்னார். அவர் அப்பா அம்மாவை நான் பாராட்டுகிறேன். அவர்களுக்கிருந்த தமிழ்ப் பற்றின் காரணமாக தாங்கள் பெற்ற மகனுக்கு முதல் இடை கடைச் சங்கங்களை வைத்துத் தமிழைப் போற்றி வளர்த்த பாண்டியன் என்ற பெயரைச் சூட்டியிருக்கிறார்கள். அதற்காக அவர் அம்மாவையும் அப்பாவையும் நான் வாழ்த்துகிறேன் பாராட்டுகிறேன் என்றார்.

கூட்டம் கைத்தட்டியது. நான் குறுகிப்போனேன். அடுத்துச் சொன்னார். அவரது குரலிலும் மயங்கினேன். அவர் சார்ந்திருக்கும் கட்சியாலும் நான் அவரை மதிக்கிறேன். ஏன் எனில் அது தமிழ் நாட்டில் மட்டும் உள்ள ஒரு கட்சியல்ல. உலகம் முழுமையிலும் பரவியிருக்கிற கட்சி. மனிதகுலத்தின் இறுதி லட்சியத்தை முழக்க மிடுகிற கட்சி. மனிதகுலம் எல்லாமே கடைசியில் அங்கேதான் போய் முடியவேண்டும் என்று சொன்னபோது என் நாற்காலியே பூமிக் கடியில் போவதாக நினைத்தேன்.

இவரையா சாடினோம்? இவரது கட்சியையா தாக்கினோம். அவர் நம்முடைய பாதைதான் இறுதிப்பாதை எனச் சொல்கிறாரே. இனி அடுத்து என்ன சொல்லப் போகிறார் என்று கவனித்தேன்.

விளையாட்டுப் போட்டிகளில் வாலிபால் விளையாடுபவர் ஒருவர் பந்தை தூக்கிப்போட, இன்னொருவர் ஓங்கி அடிப்பார். அவர் அடிப்பதுதான் மதிப்பெண் பெற்றுத் தரும். அதேபோல் அவர் என்னைப் புகழ்கிறார் என்கிறபோதே அடிக்கப்போகிறார் என்பதையும் புரிந்துகொண்டேன்.

தமிழ் வளர்த்த பாண்டியன் பெயரைத் தாங்கியிருக்கிற பாண்டியன் அழகிய தமிழில் பேசினார். நான் அதை மகிழ்ந்து கேட்டேன். அவரது கட்சித் தோழர்களிலேயே மிகச் செழுமையாக செந்தமிழில் பேசுகிற செல்வனும் கிடைத்திருக்கிறான் என்பதால் அந்தக் கட்சிக்கும் நான் வாழ்த்துக் கூறுகிறேன் என்று கூறிவிட்டு, நான் பேசினால் தமிழகம் மட்டும்தான் கேட்கும். தம்பி பாண்டியன் பேசினால் மாஸ்கோவும் கேட்கும். தம்பி பாண்டியனுடைய கட்சி பேசினால் உலகமே கேட்கும்.

எனவே நான் தமிழுக்காக அவர்களை மன்றாடிக் கேட்டுக்கொள் கிறேன். உங்கள் கட்சியும் நீங்களும் தமிழுக்காக வாதாடுங்கள். தாய்மொழிக்காக வாதாடுங்கள். அதற்குப் பதிலாக உங்களுக்கு மாறுபட்ட ஒரு கட்சி இளைஞர்களை ஈர்த்துவிட்டதே, வளர்கிறதே என்று கருதி, இவன் தமிழால்தான் வளர்ந்தான், ஆகவே தமிழைத் தாக்கிவிட்டால் தமிழுக்கு உரிய மரியாதை கொடுக்காவிட்டால் இவர்களும் வளரமாட்டார்கள் என்று நீங்கள் நினைத்தால் தமிழும் அழியாது, நாங்களும் அழிய மாட்டோம் என்று இடிமுழக்கமான கைத்தட்டலுக்கு இடையே பேசினார்.

இது முடிந்து நான் இறங்கியவுடனே என் கட்சித் தோழர்கள் கைதட்டி நல்ல கொடு கொடுத்தீர்கள், நல்ல அடி அடித்தீர்கள், அவர் என்ன பதில் சொன்னால் என்ன, சொல்லிவிட்டுப் போகிறார், ஆகா ஓகோ என்று என்னைப் புகழ்ந்தார்கள்.

ஆனால் கட்சியின் தலைவர்கள் என்ற முறையில் தோழர் கல்யாண சுந்தரம், தோழர் பாலதண்டாயுதம் ஆகியோர் என்னைச் சந்தித்த போது கடுமையாகக் கண்டித்தனர். நீ செய்தது தவறு. அவரைவிட நீ வயதில் குறைந்தவன். நீ ஒரு இயக்கத்தின் பிரதிநிதியாக அங்கே போயிருக்கிறாய். தனி மனிதனாக அல்ல. எனவே கட்சியின் கௌரவத் தைக் காப்பாற்றுவது தான் ஒரு மேடையில் நீ கடைப்பிடிக்கவேண்டிய கொள்கை. அவர் வருகிறபோது அத்தனை பேரும் இறங்கிச் சென்ற போது நீ இறங்கியிருக்காவிட்டாலும் எழுந்து நின்று வணக்கமாவது சொல்ல வேண்டாமா? எனவே நீ இதைப் பழகிக்கொள். இந்த வெறி நம் கட்சிக்கு உதவாது என்று கூறினர்.

நல்ல பாடம்; பல்கலைக்கழகம் கற்றுத்தராத பாடம். கம்யூனிஸ்ட் கட்சி கற்றுத்தந்த பாடம். அதற்குத்தக நிற்க அன்று முதல் முயன்றேன்.

அன்று நான் பேசிவிட்டு வீட்டுக்குத் திரும்பியவுடன் என் அண்ணன் கொடுத்த கொடு இருக்கிறதே. அதை நான் என்றும் மறக்கமுடியாது. ஒருமுறை பேராசிரியர் அன்பழகனிடம் நான் மறுத்துப் பேசியபோதும் என் அண்ணன் கடுமையாகக் கண்டித்துப் பேசினார்.

"நீ ஒரு மாணவன்; அவர் பேராசிரியர். அவர் விருந்தினராக வந்தவர். நீ பேரவையில் நாற்காலியில் உட்கார வைக்கப்பட்டவன். அவர் சொல்கிற கருத்துக்கு நீ மறுப்புத் தெரிவிக்கலாம். கருத்துக்கு கருத்து என்று. அவரை மரியாதைக் குறைவாகப் பேசுகிற அளவுக்கு உன்னுடைய தொனி இருந்தது" எனக் கடுமையாகச் சாடினார்.

எனவே நான் தவறு செய்கிறபோதெல்லாம் சுட்டிக்காட்டி திருத்திய என் தாய் தந்தையரையும் என் அண்ணனையும் என் கட்சியின்

மூத்த முன்னோடிகளையும் நான் என்றைக்கும் மறக்கமாட்டேன். அவர்கள் என்னை வசப்படுத்தியவர்கள். நான் இதை சுட்டிக்காட்டிச் சொல்வதற்கு உள்ள காரணம் மேடைக் கலையில் அடக்கம் முக்கியம்.

ஆனானப்பட்ட கவிச்சக்ரவர்த்தி கம்பனே பாயிரத்தில் "கண்ணி லான் கருத்திலான் தீட்டிய சித்திரம் ஒக்கும்" என்று தன் உலகப் பெரும் காப்பியங்களில் ஒன்றான ராமாயணத்தைப் படைத்தபோது குறிப்பிட்டிருக்கிறான்.

நமக்கு அந்த அடக்கம் வேண்டாமா? வேண்டும். எனவே மேடையில் ஏறுமுன் அவையடக்கம் கற்றுக்கொள்ளவும், மேடையில் இருப்பவர்கள் மேடைக்கு முன்னால் இருப்பவர்களை மதித்து நடக்க வேண்டும். இது பேசுகிறவர்கள் கற்றுக்கொள்ள வேண்டிய பாடங் களில் ஒன்று என நான் வலியுறுத்திக் கூறுகிறேன். நான் ஓரளவு கற்று, வெற்றி பெற்றேனா என்பது தெரியாது. அதன்படி நிற்க முயன்று வருகிறேன்.

**எனவேதான் நான் யாரையும் அவர்களது செயலை வைத்து மட்டுமே மதிப்பிடுகிறேன்.** தனிப்பட்ட முறையில் யாரையுமே குறிப்பிட்டுத் தாக்குகிற கீழ்மைக்கு நான் இறங்குவது இல்லை. ஏனெனில் என்னை வளர்த்தவர்கள் என்னிலும் பெரியவர்கள் கற்றுத்தந்த பாடம். அதன்படியே நிற்கிறேன். நீங்களும் அதை ஏற்றுக் கொள்ள வேண்டும். அவையடக்கத்தோடு அறிந்ததை மட்டுமே சொல்ல வேண்டும். உறுதிப்படுத்திக் கொண்டதை மட்டுமே பேச வேண்டும். கேள்விப்பட்ட செவிவழிச் செய்தியையெல்லாம் வைத்து, அதேபோல கைத்தட்டல் பெறவேண்டும் என்பதற்காக அவதூறு மொழியில் தரங்கெட்ட முறையில் சொற்களைப் பயன்படுத்த வேண்டாம். கனியிருப்பக் காய் கவர்ந்தற்று என்பதனை மறக்க வேண்டாம்.

அறிஞர் அண்ணா அவர்கள் மேடைகளில் பேசுவதைப் போலவே சட்டமன்றத்திலும் நாடாளுமன்றத்திலும் அவர் ஆற்றிய உரைகளி லிருந்து இரண்டை நான் உதாரணமாகச் சுட்டிக்காட்ட விரும்புகிறேன்.

நாடாளுமன்றத்தில் அவர் மாநிலங்களவை உறுப்பினராக இருந்தார். அவர் உறுப்பினராக இருந்த காலத்திலேதான் நாட்டுப் பிரிவினை பற்றி யாராவது பேசினால் அது சட்டவிரோதமாகக் கருதப்பட்டு அந்த இயக்கமும் தண்டிக்கப்படும். பேசுகிறவரும் தண்டிக்கப்படுவார் என்று ஒரு சட்டத்தை மத்திய அரசு நிறைவேற்றி யிருந்தது.

அதற்குப் பிறகு மாநிலங்களவையில் பேசும் வாய்ப்பைப் பெற்றார். அப்படிப் பேசுகிறவரையில் 'திராவிட நாடு திராவிடருக்கே' என்ற

கோரிக்கையை திராவிட முன்னேற்றக் கழகம் வலியுறுத்தி வந்தது. "வடக்கு வாழ்கிறது தெற்கு தேய்கிறது" என்பதை அழுத்திச் சொல்லி வந்தது. எனவே வடவர் நம்மவரும் அல்லர். நல்லவரும் அல்லர் என்பதை தமிழர்களை ஏற்க வைத்தவர் அறிஞர் அண்ணா அவர்கள் தான்.

வடக்கு என்று சொன்னாலே வெறுக்குமளவுக்கு வடதிசையை வெறுக்க வைத்தவர்கள் பிறகு கம்பராமாயணத்தை கொளுத்த வேண்டும் என்கிற அளவுக்கு தமிழ் அன்பர்கள் மத்தியில் ஒரு வெறுப்பையும் உண்டாக்கியவர்கள். இதையெல்லாம் தொடக்க காலத்திலே செய்துகொண்டே இருந்தார்கள்.

எனவே நாட்டுப் பிரிவினை என்பது தமிழகம் தழைக்க திராவிட இனம் வளர என்ற கொள்கைகளைச் சொல்லி வந்தார்கள். அப்பொழுது தான் 'இனவழி கூடி மொழிவழி பிரிந்து' என்ற ஒரு முழக்கத்தையும் அவர்கள் முன்வைத்தார்கள். இனவழி கூடுவது என்றால் திராவிட இனம், மலையாளம், தெலுங்கு, கன்னடம், தமிழ் என்ற நான்கு மொழி பேசுகிறவர்களும் தென்னிந்திய மக்களும் திராவிடர்கள்.

ஆகவே இனவழி ஒன்று கூடுகிறோம். மொழிவழி தனித்தனி மாநிலங்களாகப் பிரிகிறோம். நம்முடைய லட்சியம் வன்முறையற்ற பொதுவுடைமை. பொதுவுடைமை என்பதுதான் என்னுடைய லட்சியம். ஆகவேதான் அவர் அழுத்தமாகச் சொன்னார். **எங்கள் பாதைதான் வேறு; சென்று முடிகிற இடம் ஒன்றுதான்** என்று சொன்னார். அவர் திமுகவைத் தொடங்கிய காலத்திலே இந்திய கம்யூனிஸ்ட் கட்சி சட்டவிரோதம் ஆக்கப்பட்டிருந்தது. எனவே அவர்கள் பத்திரிகை நடத்தமுடியாது. மேடை போட்டுப் பேச முடியாது. எனவே அந்தக் கொள்கைகளை திராவிட முன்னேற்றக் கழகத்தினர் எங்கள் பாதையும் பொதுவுடைமைதான் என்று பேசி னார்கள். அப்பொழுதுதான் அறிஞர் அண்ணா அவர்கள் மாஸ்கோ வுக்குப் போவேன். மாலன்கோவை சந்திப்பேன். உண்மையான பொதுவுடைமைவாதி தமிழகத்தில் நான்தான் என்று எடுத்து உரைப்பேன் என்றும் முழங்கினார்.

எனவே எங்கள் லட்சியம் அனைத்தும் பொதுவுடைமைதான் என்று சொல்லிக் கொண்டிருந்தபோது அந்த இயக்கத்தோடு நல்லுறவு பாராட்டவோ, உறவு கொள்வதற்கோ கம்யூனிஸ்ட் கட்சியினுடைய தலைமை ஏன் முயற்சிக்கவில்லை என்பது இன்றைக்கும் என்னிடம் உள்ள ஒரு கேள்விதான். என்னைப் போன்றோருக்கும் உள்ள ஐயம் தான். நண்பர்களைப் பிரிந்த காலமும் அதுதான்; கட்சியின் அமைப்பு உடைக்கப்பட்டதும் அப்போதுதான்.

அறிஞர் அண்ணாவைப் பொறுத்தவரை மேடைகளிலே திரும்பத் திரும்ப அதையே பேசி வந்தார். எனவே பொதுவுடைமைக் கொள்கைக்கு நாங்கள் எதிரி அல்ல, கடைபிடிக்கக்கூடிய போராட்டமுறை, வன்முறையை எதிர்க்கிறேன் அது வேண்டாம். கத்தியைத் தீட்டாதே, புத்தியைத் தீட்டு என்ற ஒரு முழக்கத்தையும் அவர் சொன்னார். அது நாட்டு மக்களுக்கு மிகவும் பிடித்துப் போய்விட்டது. பிடித்துப் போன காரணத்தாலே பலரும் அவரை 'தென்னாட்டு காந்தி' என்றார்கள்.

வடக்குப் பக்கமே தலை வைத்துப் படுக்காதே என்று சொன்னவர்கள் வட இந்தியத் தலைவரான மகாத்மா காந்தியடிகளையே அவர் இருந்த காலம் முழுமையிலுமே கடுமையாகச் சாடியவர்கள். அவர் இறந்தபோது மட்டும்தான் அறிஞர் அண்ணா அவருக்காகக் கண்ணீர் வடித்து ஒரு துண்டுப்பிரசுரத்தை கட்டுரையாக எழுதி வெளியிட்டார். கருநாகம் தீண்டிவிட்டது என்று எழுதினார். அதுவும் பிரார்த்தனைக் கூட்டத்திலே அந்த மதவெறி கொன்றிருக்கிறது என்பதை மிக அழகாக எடுத்துக்காட்டியிருந்தார்.

எனவே காந்தியடிகள் மறைவை வைத்து துக்கத்திலும் பங்கெடுத்தார். வகுப்புவாதத்தையும் கடுமையாகச் சாடியும் எழுதினார். எனவே அது அவரது அறிவுத் திறமையை நடுநிலைமையை தெளிவாகக் காட்டியது.

இந்தப் பக்குவத்திலே அவர் வளர்ந்தவர் என்ற முறையிலேதான் டில்லி மாநிலங்களவையில் அவர் ஆற்றிய உரையை திரு. பண்ருட்டி ராமச்சந்திரன் அவர்கள் ஒரு புத்தகமாகத் தொகுத்து வெளியிட்டுள்ளார். நாடாளுமன்றத்தின் அனுமதியைப் பெற்றுப் பிரசுரமாக அவர் வெளியிட்டிருக்கிறார். ராமச்சந்திரன் அவர்கள் அதன்மூலம் ஒரு பெரிய அரிய பணியைச் செய்திருக்கிறார் என்று பாராட்ட வேண்டும்.

அண்ணா பேசிய உரையை சுருக்கமாகத்தான் போட்டார்கள். அந்த முழு உரையையும் பிறகுதான் படித்தேன். படித்துப் பார்த்தபோது அவர் ஒரு கருத்தை வலியுறுத்திப் பேசி இருக்கிறார் என்பதை அறிய முடிந்தது.

"நீங்கள் நாட்டின் சுதந்திரத்திற்காகப் போராடிய ஒரு பெரிய இயக்கத்தைச் சார்ந்தவர்கள். இந்த நாடு என்பதே உங்களது சுதந்திரப் போராட்டத்திற்குப் பின்புதான். அதற்கு முன்பு இந்தியா என்ற ஒன்று இல்லை. அதில் ஓராயிரம் இந்தியா இருந்தது. துண்டு துண்டுகளாக்கப்பட்டு மன்னர்களால் ஆளப்பட்டது. உங்களது இயக்கத்தால்தான் இந்தியமக்கள் அனைவரும் ஒன்று திரட்டப்பட்டிருக்கிறார்கள். அதற்குப் பிறகுதான் இந்தியா, அதற்குப் பிறகுதான் இந்திய அரசியல்

சட்டம். இப்பொழுதுதான் இந்தியா முழுமைக்கும் ஒரு கொடி. இப்பொழுதுதான் இந்தியாவுக்கு முழுமைக்கும் நாடு. இந்திய அரசியல் வரலாற்றில் உலக அரசியல் படத்தில் இதையெல்லாம் நான் மறுக்கவில்லை. இருப்பினும் எங்கள் வளர்ச்சிக்கு நீங்கள் தடையாக இருக்கிறீர்கள். எங்கள் உணர்வுகளைப் புரிந்துகொள்ளாமல் இருக்கிறீர்கள். எங்கள் கலை பண்பாட்டையெல்லாம் புறக்கணிக்கிறீர்கள். இப்பொழுது இந்திய ஒருமைப்பாடு என்ற பெயரால் உங்கள் கலாசாரத்தை திணிக்கப் பார்க்கிறீர்கள். உங்கள் மொழியை ஆட்சி மொழியாக்கி ஆதிக்கம் செலுத்தப் பார்க்கிறீர்கள். இதை எங்களால் ஏற்க முடியவில்லை என்று கூறியவர் நீங்கள் எது நன்மை என்று கருதுகிறீர்களோ அதைச் செய்வதற்கு மக்கள் அதிகாரத்தைக் கொடுத்திருக்கிறார்கள் - எனவே இப்பொழுது நீங்கள் இந்தப் பிரிவினைத் தடைச் சட்டத்தைக் கொண்டு வந்ததை தவறு என்று நான் சொல்ல மாட்டேன். அது தரப்பட்டுள்ள அதிகாரம். ஆனால் இந்தியா ஒரு ஜனநாயக நாடுதானே. ஒரு ஜனநாயக நாடு என்ற முறையில் எங்கள் கட்சி சட்டப்படி இயங்கிக் கொண்டுதானே இருக்கிறது. நீங்கள் இருக்கிறீர்கள். நாங்களும் நாடாளுமன்றத்தில் மக்களவையில், சட்டமன்றத்தில் இருக்கத்தானே செய்கிறோம்.

எனவே இந்தப் பிரிவினை தடைச்சட்டத்தை நீங்கள் கொண்டு வருவதற்கு முன்னால் இந்தப் பிரிவினையை அதிகமாகப் பேசிக் கொண்டிருக்கிற கட்சிக்காரன் என்ற முறையில் என்னை அழைத்தோ அல்லது எங்கள் கட்சியில் பலரையும் அழைத்தோ நீங்கள் வைக்கிற வாதம் இந்த நாட்டுக்கும் நல்லதல்ல, உங்களுக்கும் உங்கள் வளர்ச்சிக்கும் நல்லதல்ல என்று பேசி வாதாடி எங்களை ஒப்புக்கொள்ள வைத்திருக்கலாம் அல்லவா! அதுதானே ஜனநாயக நடைமுறை. நீங்கள் அதை ஏன் கடைபிடிக்கவில்லை. நீங்கள் கடைபிடிப்பது மட்டுமல்ல, ஒரு வேளை என்னை ஒரு சாமான்ய மனிதன், இந்தியப் பேரரசை ஆளுகிற நாம் இவனை அழைத்துப் பேசுவதா என்று எண்ணி மிகக் கீழாக நினைத்திருக்கலாம். ஆனால் எங்கள் மாநிலத்தைச் சார்ந்த மக்களிடையே கூட என் ஆட்சியைச் சார்ந்த நாடாளுமன்ற உறுப்பினர்களிடமே கூட அழைத்து இந்தப் பாதை தவறு, அதைக் கைவிட்டு விடுங்கள். அதை மாற்றி சரியான பாதைக்கு வாருங்கள் என்று வாதாடி இருக்கலாம். நீங்கள் நியாயமாக வாதாடுவதைக் கேட்டும் அதை மறுத்து அப்படித்தான் பேசுவோம், அப்படித்தான் நாட்டை துண்டாடுவோம் என்று சொல்லியிருந்தால், இனி இவர்களுடன் பேசிப் பயனில்லை, தண்டிப்பதுதான் வழி என்று சொல்லி தடைச் சட்டத்தைக் கொண்டு வரலாம். ஆனால் எந்த முயற்சியும் மேற்கொள்ளாமல் எடுத்த எடுப்பிலேயே தண்டத்தை தூக்கியிருக்கிறீர்களே.

இது சரியா? நீங்கள் நாட்டுக்குச் சுதந்திரம் கேட்ட போது, இமயம் முதல் குமரி வரை என்றீர்கள். ஆனால், ஆண்டு வந்த இங்கிலாந்து அரசோ அதை ஏற்காது, இஸ்லாமிய மதத்தவருக்கு மேற்கு பஞ்சாப், கிழக்கு வங்கத்தை - பாகிஸ்தான் எனப் பிரித்துக் கொடுத்துவிட்டதை மறுக்க முடியாமல் ஏற்றுக் கொண்டீர்கள். ஏன் எனில் மதக் கலவரம், ரத்தம், சேதம் எனக்கருதி ஒப்பிய நீங்கள், காந்தீய வழியில் கோரிக்கையை விளக்கி வாதாடும் கட்சியைத் தடை செய்கிறீர்கள். பேசித் திருத்த முடியும் என்பதில் உங்களுக்கு நம்பிக்கை இல்லையா? தன்னம்பிக்கையை இழந்து தண்டாவைத் தூக்கி விட்டீர்கள் என வாதாடினார். இதையே மக்கள் திரண்ட கூட்டங்களில், திருந்து அல்லது திருத்து என்று பேசிவந்தார்.

அறிஞர் அண்ணாவின் உரைகளைத் தொகுத்து, விருப்பு வெறுப்பின்றி, நடுநிலை நின்று படிப்போர், நல்லதோர் சிந்தனையாளன் வீணையை மீட்டுவது தெரியும்.

அவர் முதல்வராக ஆன சில மாதங்கட்கு உள்ளாகவே, புதிய சவால்களைச் சந்திக்க நேரிட்டது. தேர்தலின் போது ரூபாய்க்கு மூன்றுபடி அரிசி தருவோம் என்று வாக்குறுதி தந்து பேசி வந்தார். 1966 இறுதியில் 67 தொடக்கத்தில் ஜனசக்தியில் இது பொருளியல் பயிலாதவர்களின் கற்பனை. கணக்கு ஒத்துவரவில்லை. இதை நிறைவேற்றுவது இயலாத காரியம் என்று அன்றே ஜனசக்தியில் கட்டுரை எழுதினேன்.

ஏன் என்றால் ஒரு மூடை நெல், 48 படி நெல் கொண்டதாகும். அதை ஊறவைத்து அரைத்தால் இருபத்தியிரண்டு முதல் 24 படி அரிசி கிடைக்கும். அதை ஊறவைக்க, அவிக்க, உலர்த்த, பிறகு அரைக்கக் கிடைத்த அரிசியை கோணிப்பை வாங்க, அதை வாகனத்தில் கொண்டு செல்ல. கணக்கிட்டால் 48 படி கொண்ட நெல் மூடையை எவ்வளவு விலை கொடுத்து வாங்குவது? ரூபாய்க்கு மூன்று படி என்றால் ஒரு மூடையில் கிடைப்பது இருபத்தி நான்கு படி அரிசி. ஆக ஒரு மூடை எட்டு ரூபாய் ஆகும் - அரவைக் கூலி, வாகனக் கட்டணம், கோணி நிலையைக் கொடுக்க மூன்று ரூபாய் ஆகும். ஆக விவசாயிகளிடம் ஒரு மூடை நெல் ஐந்து ரூபாய்க்குக் கொள்முதல் செய்ய, ஊருக்கு இளைத்த பிள்ளையார் கோயில் ஆண்டி மாதிரி விவசாயிதானா? என எழுதினேன்.

நான் எழுதியது பொருளியல் பால பாடம். எல்லா வியாபாரி கட்கும், விவசாயிகட்கும், இது கடைத் தேங்காயை வழிப்பிள்ளை யாருக்கு உடைக்கிற கதை என்பது தெரியும்.

இருந்தும் பெருவாரியான மக்கள் வாக்களித்து வெற்றியைத் தந்தனர். ஏன் எனில் கணக்கைப் பார்க்கவில்லை. மனிதர்கள் மீது பேசும் மனிதர் காட்டும் அன்பு, அக்கறை என்றே எடுத்துக் கொண்டனர்.

மனித நேயம், வணிகக் கணக்கை வெல்லும்!

தமிழ் மாநில அரசின் தலைமைச் செயலாளர், ரூபாய்க்கு மூன்று படி வீதம் அரிசி வழங்குவதற்கு, (நியாய விலைக் கடைகள் மூலம் மட்டும்) எவ்வளவு ரூபாய் தேவைப்படும் என்பதை கணக்கிட்டுக் காட்டி, அரசு முதல் மாதத்திலேயே 'திவால்' ஆகிவிடும் என எழுதித் தந்தார்.

இடி விழுந்தது போல உணர்ந்த அறிஞர், அன்றைய பொதுக் கூட்டத்திலேயே சிக்கலை விளக்கிக் கூறியவர், ஒரு படி நிச்சயம்- மூன்று படி லட்சியம் எனக் கூறி, மக்களின் கண்டனத்தைத் தணித்தார்.

சட்டமன்றத்தில் சென்னை மாகாணம் என்ற பெயரை மாற்றி, தமிழ்நாடு என்று பெயர் வைக்க எவ்வளவு செலவு என்று செயலாளரைக் கேட்டாராம்.

நீங்கள் பெயர்மாற்ற உத்தரவில் கையெழுத்துப் போட்டீரே, அதற்கான மைத்துளிகள் தான் செலவு என்று பதில் வந்ததாம். எனவே, ரூபாய்க் கணக்கை விட நோக்கத்தின் சிறப்பே சிறப்பைத் தரும்.

தமிழ்நாட்டு மக்களை வரலாறு என்ன காரணத்தாலோ தண்டித்துக் கொண்டே வருகிறது.

பதவிப் பொறுப்பேற்ற சில மாதங்கட்குள்ளாக, அவருக்குப் புற்றுநோய் தாக்கி இருப்பது கண்டுபிடிக்கப்பட்டது. சிறந்த மருத்துவர்கள் தங்கள் திறமை முழுவதையும் பயன்படுத்தியும் முடியாமற் போன போது அமெரிக்காவுக்கு அனுப்பினார்கள். ஓரளவு கட்டுப் படுத்தப்பட்ட முறையில் நாடு திரும்பினார் - சட்டமன்றத்தில் காங்கிரஸ் கட்சி எதிர்க்கட்சியாக இருந்தது. வழக்குரைஞர் விநாயகம் அதன் குழுத் தலைவர்.

திமுக வைத் தாக்கவேண்டும் என்ற நோக்கில் பேசியவர், அண்ணா வைப் பார்த்து "Your days are numbered" என்று நோயினால் வாடு வதைக் குறிப்பிடாமல், குத்தலாகச் சொன்னார். அதற்கு வேறு ஒரு மனிதர் என்ன பதில் கூறியிருப்பார் என யோசித்துக் கொள்ளுங்கள். அண்ணா தந்த பதில் என்ன தெரியுமா?

"My Steps are measured" என்றார் - அதாவது உங்களது நாட்கள் எண்ணப்பட்டு வருகிறது என்றதற்குப் பதிலாக, நான் ஒவ்வொரு அடியையும் அளந்தே நடக்கிறேன் என்று கூறினார்.

காமராசர், இதைக் கேள்விப்பட்டு வினாயகத்தை மன்னிப்புக் கேட்க வைத்தார். மேன்மக்கள், மேன்மக்களே! காலம் அறிஞர் அண்ணாவை, அழைத்துச் சென்றுவிட்டது.

தமிழ்நாட்டு மக்கள் பேரிழப்பைச் சந்தித்தனர். நீடித்து ஆண்டிருந்தால் நல்வழி அமைக்கப்பட்டிருக்கக்கூடும்!

அறிஞர் அண்ணா மறைந்தது கேட்டு தமிழ்நாட்டு மக்கள் சென்னைக்கு வந்து குவிந்தனர். இறுதிப் பயணத்தின் போது கடற்கரையில் முப்பது லட்சத்திற்கும் மேற்பட்ட மக்கள் கண்ணீரோடு கூடியிருந்ததைக் கண்களால் கண்டவன் நான் -

சில நாட்களுக்குப்பின் அவருக்காக நடந்த இரங்கல் கூட்டத்தில், எனக்கு முன்னர் பேசிய இடதுசாரிக் கட்சித்தலைவர், திமுகவிற்குள் அடுத்த தலைவர் யார்? என்ற போட்டி நடப்பதாக அறிகிறேன். தி.மு. கழகத்தை உடைய விடாமல் பார்த்துக் கொள்ளுங்கள். காங்கிரஸ் சாத்தான் மீண்டும் ஆட்சிக்கு வந்துவிடப் போகிறது எனப் பேசினார்- பின்னர் பேசிய நான், அறிஞர் அண்ணா சிறந்த சொல்வன்மை மிக்க பேச்சாளர் மட்டுமல்ல, பேச்சாளர்களை உருவாக்கிய பேச்சாளர். தமிழ்மொழி வளரப் பாடுபட்டவர் மட்டுமல்ல, தமிழார்வத்தை தமிழ் மக்களுக்குப் புகட்டியவர். அவர் அழகாக மட்டும் பேசவில்லை. அறிவுடன் பேசினார். பிறருக்கு நல்லுபதேசம் செய்யும் பெரியவர்கள், முதலில் தங்களது முகத்தைக் கண்ணாடியில் பார்த்துக் கொள்ள வேண்டும் என்று கூறினேன்- என்னைக் கண்டித்து அக்கட்சி சிறுதுண்டுப் பிரசுரம் போட்டது!

இதற்குப் பின்னர், திமுகவின் தலைமைப் பொறுப்பை ஏற்று, அதே பொறுப்பில் இன்றும் இருப்பவர் தான் கலைஞர். அவர் வாழ்ந்து கொண்டிருக்கிறார். என் கட்சியோ எதிரில் நிற்கிறது. எனவே, கூட்டணிக்குத் தயாராகிறாரோ என்று பேசக்கூடிய பேரறிஞர்கள் பலர் உண்டு. அது கீழ்களது ஆசாரம்! கழகத்தை, அரசியல் முடிவுகளை விடுத்து, மேடையில், எழுத்தில், அவர் தமிழைக் கையாளும் திறன் இருக்கிறதே அதை வியந்து, நடுநிலை மதிப்பீடு செய்து எழுதுகிறேன்.

திமு கழகத்தில், படித்துப் பட்டம் பெற்ற தலைவர்கள் பலர் இருந்தனர்- இன்றும் உள்ளனர். இருந்தும் கல்லூரிப் பக்கம் போகாத கலைஞரைத் தேடி தலைமைப் பொறுப்பு வந்தது - பல படிகளைத் தாண்டிய சாதனை.

இது எதனால் வந்தது? அரசியல் மேடைகளில் தலைவராகத் தோன்றுவதற்கு முன்னர், நாடக மேடைக் கலைஞராக, திரைப்பட கதைவசன கர்த்தாவாகப் பெயர் பரவிய பின்னர்தான் அரசியல் மேடை அங்கீகாரம் பெற்றார்.

முதல் சட்டமன்றத் தேர்தலில் போட்டியிட்டவர், நடந்து முடிந்த 2015 வரை போட்டியிட்ட தேர்தல்களில் தோற்கவே இல்லை. இது தனிப்பெரும் சாதனை!

ஒவ்வொரு தேர்தலின் போதும், தேர்தல் முழக்கச் சொற்களாக ஒன்றை கலைஞர் எழுதுவார்-

கூலி உயர்வு கேட்டான் அத்தான்-
குண்டடி பட்டுச் செத்தான்

இது அவரது கைவண்ணத்தில் எழுதப்பட்ட முழக்கச் சொற்கள்.

தாலிக்குத் தங்கம் இல்லை - தாளிக்க வெங்காயம் இல்லை
காகிதப் பூ மணக்காது - காங்கிரஸ் சோஷலிஸம் இனிக்காது-
உறவுக்குக் கை கொடுப்போம். உரிமைக்குக் குரல் கொடுப்போம்.
மாநிலத்தில் சுயாட்சி, மத்தியில் கூட்டாட்சி.
ஆட்டுக்குத் தாடியும், நாட்டுக்கு ஆளுநரும் தேவையா?
கும்பி கொதிக்குது- குடல் கருகுகிறது. கோலேந்திகளே கோடை வாசஸ்தலம் ஒரு கேடா?
அரியலூர் அளகேசா, ஆண்டது போதாதா மக்கள் மாண்டது போதாதா?

என எழுப்பிய முழக்கங்கள், இவரால் தான் எழுதப்பட்டவை. அதை ஆதரித்தும் எதிர்த்தும் தான் தேர்தல்களே நடந்தேறின. எனவே, அவரை வில்லுக்கு விஜயன்- சொல்லுக்குக் கலைஞர் என்று அவரது உடன்பிறப்புக்கள் கூறினர்... மறுப்பதற்கில்லை.

அடுத்த தேர்தலில், அதுவும் மிகவும் பாதிக்கப்பட்ட நெருக்கடி நிலை முடிந்த பின்னர் 3 ஆண்டுகட்குப் பின்னர் நடந்த தேர்தலில்- "நேருவின் மகளே வருக! நிலையான ஆட்சி தருக" - அந்தத் தேர்தல்களில் அவர் எழுப்பிய முழக்கத்தை ஆதரித்து அல்லது எதிர்த்து என்று தான் தேர்தல் பிரச்சாரமே நடக்கும். நிறைய நூல்களையும் எழுதியவர். மேடைகளில், தமிழ் சொற்களை தன் கைவாளாகப் பயன்படுத்துவதில் வல்லவர்.

அவரது தமிழ்ப்பணி தொடரட்டும்.

இவரை அரசியல் களத்தில் தோற்கடித்துக் காட்டியவர், திரை உலகில் புரட்சி நடிகராக, பல- பல- வெற்றிப்படங்களில் நடித்தவர். அவரைத் தொடர்ந்து, தி.மு.கவைத் தோற்கடித்துக் காட்டி வருவது அதிமுகவின் செயலாளர் ஜெயலலிதா அம்மையார்.

இவர்கள் இருவருமே கலை உலகில் தாரகைகளாக மின்னியவர்கள். அவர் முதல் அமைச்சர் ஆவதற்கு முன்னதாகவே மக்களின்

இதயங்களில் ஆட்சி பீடம் ஏறிவிட்டார். அவர் வாழ்க்கையில் நடந்து கொண்ட முறை, கொடுப்பதில் மகிழ்ச்சி கண்டவர். உபசரிப்பில், உச்சத்தைத் தொட்டவர். ஏழைகளுக்காகவே படங்களில் பாட்டெழுத வைத்தவர்.

அவர் வென்றதில் வியப்பே இல்லை. உடல் ஆரோக்கியத்துடன், ஒலிம்பிக் ஓட்டப் பந்தய வீரன் மாதிரி நடமாடி வந்தவரை சிறுநீரகப் பாதிப்பு முடக்கிய கொடுமை - அதன் விளைவு தமிழ்நாட்டு மக்களுக்குக் கிடைத்த மற்றுமொரு தண்டனை!

தமிழ்நாடு முதல்வராக உள்ள அம்மையாருக்கு, பன்மொழிப் புலமை இருப்பது ஒரு பேராயுதமாகி விட்டது.

ஆட்சி அதிகாரத்தைப் புரிந்து அதிகாரிகளை, ஊழியர்களை இயக்கும் கலையிலும் வென்றதோடு, தன் கட்சியையும், தன் கைக்குள் வைத்துள்ளார்.

கலைஞர், எம்ஜியார், அம்மையார் ஆகிய மூவருமே, முதல்வராக ஆன பிறகு மக்களிடம் அறிமுகம் ஆனவர்கள் அல்லர்- மக்கள் மனதில் குடியேறிய பின்னர், கோட்டையில் குடியேறியவர்கள்.

அரசியலில் அவரவர் பாதைதான் சரி எனத் தோன்றும்- தமிழ் மக்களுக்கு நன்கு தெரிந்துள்ள அரசியல் தலைவர்களைப் பற்றி எழுது வதை விட, மக்களது சிந்தனைக்கே விட்டு விடுகிறேன்.

தமிழ்நாடு சமூக நீதித்தளத்தில் முன்னணியில் நிற்கிறது. தற்போதும், வகுப்புவாத இயக்கத்திற்கு காலூன்றி வளர இடம் தராத முதல் மாநிலமாக தமிழ்நாடு நிற்கிறது. அதை மட்டும் நினைத்துப் போற்று கிறேன்.

## 4. மொழி தோன்றி வளர்ந்தது

**நி**லத்தில் பயிரிட்டு பாடுபடத் தொடங்கிய போது, ஒருவர் நினைக்கும் கருத்தை மற்றவருக்குத் தெரிவிக்க வேண்டிய தேவை ஏற்பட்டது. இருப்பினும் அந்தக் கட்டத்தில், சில ஒலிவடிவங்களில் மட்டுமே சொற்கள் பயன்படுத்தப்பட்டன.

முதலில் தோன்றியது, வாய் வழியாக வெளியிடப்படும் ஒலி ஓசைதான். ஓசை ஒலிவடிவம் பெற்றது. தேவைகள் வளர, வளர அவற்றைத் தெரிவிக்க சொற்களும் உருவாகின.

இதுவே, உடனடியாக எழுத்து வடிவம் பெற்று விடவில்லை. தொடக்க காலத்தில் குகைகளில், கற்பாறைகளில் சில குறிகள் வரையப் பட்டன. அதைத் தொடர்ந்து வளர்ந்த மொழி காணப்படும் கல்வெட்டு எழுத்துக்களால் காலம் கணக்கிடப்படுகிறது.

அந்த எழுத்துக்களை தமிழர்களாகிய நம்மால், இன்று வாசித்தறிய முடிவது இல்லை. அதைக் கற்றறிந்த வல்லறிஞர்களால் தான் வாசித்துப் பொருள் கூறமுடிகிறது. அக்கால வரிவடிவங்களும் பல கட்டங்களில் பல மாற்றங்களைப் பெற்று, மொழி வளர்ச்சி ஏற்பட்டது.

கருத்தை வெளிப்படுத்த உருவான ஒலிவடிவம், வரிவடிவமும் பெற்று, தொடர் வளர்ச்சியில் சொல் வளம் பெருகி, அதற்கு இலக்கணக் கட்டமைப்பு உருவாகி, எழுத்து மூலம் இலக்கியம், படைக்கத் தொடங் கியது வரை மொழி இயல் துறை வளர்ந்த வரலாறு பற்றி, ஆராய்ந்து எழுதியுள்ள அறிஞர்களின் கட்டுரைகளைப் படிக்கும் போது, மனிதர்கள் கண்டுபிடித்துப் பயன்படுத்தி முன்னேற நெருப்பை உருவாக்கக் கற்றுக் கொண்டது போல் பெரும் புரட்சி எனலாம். வேளாண்துறை வளர்ச்சி, அனைத்து வளர்ச்சிகளுக்கும் மூலமாக அமைந்த அடித்தளம், ஊற்றுவாய் எனக் கூறலாம்.

இதையடுத்து சுழலக்கூடிய சக்கரத்தைக் கண்டறிந்து, பயன் படுத்தத் தொடங்கியது, சுழலும் வேகத்தைப் போன்றே, நாகரிக வளர்ச்சியின் வேகத்தையும் விரைவுபடுத்தியது. இவ்வாறு, கற்காலம், உலோகக் கண்டுபிடிப்பை ஒட்டி இரும்பு, செம்பு என்பன போன்றவை யால் பெயரிடப்பட்ட காலங்கள் என ஒரு வளர்ச்சி, இன்னொரு வளர்ச்சி தோன்றி வளர படிகளாக அமைந்தன.

அவற்றுள் மனிதர்கள் மொழி எனும் அற்புத, அரிய ஆற்றல் படைத்த கருவியை, அல்லது "சக்தியை" - எந்த அளவுகோலாலும் மதிப்பிடவே முடியாது.

மனிதர்கள் உருவாக்கிய பொருட்செல்வம், அருட்செல்வம், அறிவுச் செல்வம் எனக் கூறப்படும் அளப்பரிய அரிய செல்வங்கள் அனைத்திலும் தலையாய முதல் செல்வம் மொழி என்றே கூற வேண்டும்.

எல்லாக் கண்டுபிடிப்புகளும் படைப்புகளும் பயன் தருபவை தான். உதவுபவை தான். ஆனால், செல்வத்துட் செல்வம் செவிச் செல்வம் என்பார்கள். "சித்திரமும் கைப் பழக்கம்- செந்தமிழும் நாப்பழக்கம்" என்றனர் முன்னோர்.

அதைத்தான் அழியாத, என்றும் அழிக்க முடியாத, தானும் வளர்ந்துகொண்டு, தன்னைப் பயன்படுத்துவோரையும் வளர்த்துக் கொண்டே இருப்பது மொழி மட்டும்தான். அறிவை, ஒலி, வரி வடிவத்தில் மொழி எனும் கருவி கொண்டு பயன்படுத்துவதில் வளர்ச்சி பெற்ற மனிதகுலம், சில ஆயிரம் ஆண்டுகட்கு முன்னர் கட்டிய கோட்டைகள் தகர்ந்து விட்டன. அரிய உலோகங்கள் மறைந்து விட்டன. பல துருப்பிடித்து உருக்குலைந்து போய்விட்டன. ஆனால், மொழி ஒன்றுதான் காலத்தை வென்று நிலைத்து நிற்பதோடு, வளர்ந்து கொண்டும் இருக்கிறது. பஞ்ச பூதங்களால் துருப்பிடிப்பது, தேய்வது, நெளிவது, அழிவது எனத் தோன்றி மறையும் இதர செல்வங்களைப் போல அல்லாது, மொழி மட்டும் காலத்தையும் வென்று வாழ்வதோடு, நீடித்து வாழ்ந்து வளரக்கூடிய சாகாவரத்தையும் பெற்றிருப்பதாகத் தெரிகிறது.

சில மொழிகள் பேச்சு வழக்கு ஒழிந்து அழிந்துபோனது உண்டு. ஆனால் மொழி எனும் அறிவைப் புலப்படுத்தும் கருவி, வெவ்வேறு வடிவமெடுத்து வளரும் தன்மை உடையதாகவுள்ளது.

மொழி ஒரு கருவி என்றால், அது உலோகத்தால் படைக்கப் பட்டதா? அல்லது இயற்கையில் தாமாகத் தோன்றியதா எனக் கேட்ப வர்கள், அதுவும் ஒரு கருவி என்றால், கத்தியைப் போல், கலப்பையைப்

போல், வாகனங்கள்போல் வடிவ மாற்றம் பெற்றுக்கொண்டே இருப்பதோடு, சில கருவிகள் காலத்துக்கு ஒவ்வாதவை எனத் தள்ளப் பட்டு விடுவது போல மொழியும், தேவையற்றது என ஏதாவதொரு காலத்தில் தள்ளப்பட்டு விடுமா? எனக் கேட்போரும் உண்டு.

வேறு தக்க சொல் (எனக்கு)த் தெரியாததால் கருவி என்ற சொல்லைப் பயன்படுத்துகிறேன். ஆனால், இது சிந்தனையை, அறிவை அடுத்த வருக்கு அறிவிக்கும் ஒரு வழிமுறை என்பதை விளக்க வேறுசொல் கிட்டவில்லை. மொழி கருத்தை வெளியிடும் - "Vehicle of Thought" என இலக்கணம் வகுத்துள்ளனர்.

ஆனால், இந்த வாகனம், வழிமுறை, எந்த உலோகத்தாலும் செய்யப்பட்டது அல்ல. இது உளி, சுத்தியல் போன்ற கருவிகளால் வடிவமைக்கப்பட்டதும் அல்ல.

மொழியை எந்த விரலாலும், உடல் உறுப்பாலும் தொட்டு உணரமுடியாது.

அது காற்றோடு கலந்து காற்று வழியே, ஒலி வடிவத்தில் வருகிறது. எனவே அறிவுள்ள மனிதன் கருத்தை வெளியிட மொழி மூலமே தொடர்பு கொள்வான்.

மொழியில் மனிதர்களின் சிந்தனை வளர்ந்த வரலாற்று விவரங் களும் அடங்கியுள்ளன. எனவே மொழியை ஒரு உற்பத்திக் கருவியாக மட்டும் கருதாமல், அது மனிதகுலத்தின் பழங்காலச் சிந்தனைகளின் பெட்டகமாகவும், வருங்காலத்திற்குத் தேவைப்படும் கருவியாகவும் கருதப்படுகிறது.

**மொழியின் பணியும் – சக்தியும்**

உலோகங்களால் செய்யப்படும் கருவிகள் விஞ்ஞானக் கண்டு பிடிப்புகளால் புதுப்புது வடிவ மாற்றங்களைப் பெறுவதைக் கண்டு வருகிறோம். நாள்தோறும் பார்க்கும், பயன்படுத்தும் வாகனங்கள் ஆண்டுக்கொரு உருமாற்றம், விடைபெற்று வருவதையும் காண்கிறோம்.

வாகனங்களுக்கு மிக முக்கியமானது சுழலும் சக்கரங்கள். அந்தச் சக்கரங்களைச் சுழல வைக்க உந்தித்தள்ளும் இயந்திர - எரிபொருள் சாதனங்கள் தேவை. எனவே, இவற்றை மட்டும் புதுப்பித்துக் கொண்டால் போதாதா? எதற்காக, அவற்றை அழகுபெற வடிவமைக்கிறார்கள்? எதற்காக வண்ணங்கள் பூசுகிறார்கள்? ஏன் சொகுசாக, சௌகரியமாக உட்கார இருக்கை மென்மையாகச் செய்கிறார்கள்- நான்கு சக்கரங்கள் மீது, கட்டையைப் பரப்பிப் பயணம் செய்தால், செலவு குறையும் அல்லவா?

கருவிகளுக்கு செயலும் தேவை. அழகும் தேவை. சௌகரியமும் தேவை. பாதுகாப்பும் தேவை. எனவே தான் வளைத்து நெளித்து வடிவம் அமைப்பதும் வண்ணம் பூசுவதும் செய்யப்படுகிறது.

இதே போன்று தான், மொழி என்றால், கருத்தை வெளியிடுவது தானே முக்கியம். அதற்கு எதற்காக இலக்கண, இலக்கிய நயம்? உவமான, உவமேய அழகுமுறை எனக் கேட்கத் தோன்றும்.

இதைத்தான் மொழியில் உருவம் முக்கியமா? அல்லது உள் அடக்கம் முக்கியமா? என்ற வாதம் பல ஆண்டுகளாக நடந்து வருகிறது.

மனிதகுலம், குளிரிலிருந்து உடலைக் காத்துக் கொள்ளவும், வெப்பத்தைத் தாங்கவும் தான் தொடக்கத்தில் ஆடைகளாக, விலங்கு களின் தோல்களைப் பயன்படுத்தினார்கள். மரப்பட்டைகளையும், இலைகளையும் கூடப் பயன்படுத்தினார்கள்.

காலப்போக்கில் பஞ்சை எடுத்து நூற்று நூலாக்கி, அதை நெய்து துணியாக்கி போர்த்திக்கொள்ளத் தொடங்கியவர்கள் தான், அடுத்தடுத்து அவரவர் வாழ்ந்த நிலப்பரப்பின் தட்பவெப்ப நிலைகட்கு ஏற்ப ஆடைகளைத் தயாரிக்கத் தொடங்கினர்.

ஆடையாக, துணியாகப் போர்த்திக் கொண்டால் போதாதா? அதை எத்தனை சட்டை, உடுப்பு வகைகளாகச் செய்து தையல் கலையே வளர்ந்துவிட்டது. அத்துடன் வண்ணப் பூச்சுகள். அத்துடன் திருப்தி அடையாமல், சித்திரங்களையும் வரைகிறார்கள். அதுவும் போதா தென்று பல மின்னும் கற்களையும் பதிக்கிறார்கள்.

ஆடை தேவை என்பது பயன்பாட்டிற்காகத் தான் என்றாலும், அலங்காரம், அழகுபடுத்தும் கலைக் கலவையை மனித உணர்வு விரும்புகிறது. பயன்பாட்டோடு, கண்ணுக்கு நிறைவையும் நாடுகிறது. அதே போன்று உணவை எடுத்துக் கொள்வோம். பசியைத் தீர்க்கவும், உயிருடன் வாழ சக்தி தேடவும்தானே உணவை உண்ண வேண்டி உள்ளது. எனவே, அரிசியை, கோதுமையை அல்லது நவ தானியங் களை வேக வைத்து உண்டால் போதாதா?

பிறகு ஏன் குழம்பு, சாம்பார், தொடுகறி, வாசனைக்கும் ருசிக்கும் நெய், மாமிசம், மீன் எனத் தொடங்கி எத்தனை வகையான உணவுத் தயாரிப்பு நடக்கிறது.

அதே போல, இனிப்பு என்றால் சர்க்கரை, வெல்லத்தைச் சாப் பிட்டால் இனிப்புத்தானே. எனவே, அவற்றைச் சுவைத்தால் போதாதா? பின்னர் ஏன் பல வடிவங்களில், பல வண்ணங்களில் பல்சுவைகளுடன் பலவகை இனிப்புப் பண்டங்கள் செய்யப்படுகின்றன.

உணவு சத்தூட்டத் தேவை என்பது உண்மை என்றாலும், அதையும் அழகுள்ள வடிவில், வண்ணம் பூசி, மைசூர் பாகு, ஜிலேபி, அல்வா எனப் பலநூறு பெயர்களுடன் சமைக்கப்படுவது ஏன்? பசியைத் தீர்க்கத்தான் உணவு எனினும், பசி உணர்வைத் தூண்டி, உமிழ் நீரை உந்தி எழுப்ப, பல வடிவங்களும், வண்ணங்களும் தேவைப்படுகின்றன.

வாகனம், ஆடை, உணவு, குடியிருக்கும் வீடு உட்பட, பயன் பாட்டுக்குரியதாக இருப்பதோடு, பார்க்க மகிழ்வூட்டுவதாகவும் இருக்க வேண்டும் என்றே மனித இயற்கை உணர்வுகள் விரும்புகின்றன.

இதே முறையில் கருத்தை, சிந்தனையை வெளியிட உதவுவதுதான் மொழி என்றாலும், அதையும் அழகுக்கு அழகேற்றி, சிந்தனையை வெளிப்படுத்துவதோடு முடியாமல், சிந்திக்கத் தூண்டுவதாகவும் மொழி இருப்பதோடு, மனதில் பதியவைக்கும் பாதுகாப்புப் பணி யையும் செய்வது மொழி.

எனவே தான், ‘எண்சாண் உடம்புக்குச் சிரசே பிரதானம்’ என்பது போன்று, மனிதன் உருவாக்கிக் கொண்ட பலவற்றுள் அழியாத, மதிப்பிட முடியாத அற்புத சக்தியே மொழியாகும்.

எனவே தான் மொழியை ஒரு கருவி என்று கூறினாலும், மூச்சுக் காற்றே மனிதன் உயிருடன் இருப்பதைக் காட்டும் சக்தியாக இருப்பது போல, மனித குலத்தின் உயிராக, அறிவாகத் திகழ்வதே மொழியாகும். எனவே, அதற்கு உருவமா? உள்ளடக்கமா? என்றால், அந்த சக்தி, திருக்குறளைப் போல விருந்தாகவும், மருந்தாகவும் இருக்க வேண்டும்.

எனவே சிறந்த உள்ளடக்கத்திற்கு, சிறந்த உருவமும் இருவிழி களைப் போல் அமைதல் வேண்டும். இவ்வாறு வளர்ச்சி பெற்ற மொழியில், இலக்கியச் செல்வம் குவிந்து வந்ததில், மேடைக்கலையும் ஒரு துறையாக வளர்ந்தது.

அது இனியும் தேவைதானா? விஞ்ஞானக் கண்டுபிடிப்புக்களால், பல காலாவதி ஆகிவிட்டதைப் போல, மேடைக்கலையும் தேவை யற்றது என ஒதுக்கப்பட்டு விடுமா?

மேடைக் கலை இயற்கை மரணம் எய்திவிடுமா? அல்லது காலத்தை வென்று மேடைக் கலையும் நீடிக்குமா? என்பதைப் பார்க்க, யான் பெற்ற மேடை அனுபவ நினைவுகளைக் கொண்டு எழுத முற்படு கிறேன்.

மனிதன் பேசத் தொடங்கியது, பின்னர் அது மொழியாக, செம்மொழியாக வளர்ந்த வரலாறு குறித்து ஆய்வாளர்கள் எழுதியுள்ள நூல்களைப் படிப்பது நல்லது.

முதலில் மனிதர்களின் பொதுவான தாய்மொழியாக இருந்தது, கவிஞர் கண்ணதாசன் ஒரு திரைப்படப்பாடலில் எழுதியது மாதிரி, மௌனம் (மனிதர்களின்) தாய்மொழி - அதைத் தொடர்ந்து வந்தது, பேசமுடியாதவர்கள் காட்டும் உடலுறுப்புச் சைகைகள். அதன் பின்னர்தான் உணர்ச்சிகளை வெளிக்காட்டிய ஒலி. ஒலிவடிவம் பெற்றதும் பின்னர் சொற்கள் பிறந்து மொழி ஆயிற்று.

அதைத் தொடர்ந்து ஒலியால் வாயிலுள்ள நாவால் சொன்னதை எழுத, வரைய முற்பட்டபோது தோன்றியதே வரிவடிவம். அதன் வளர்ச்சி இலக்கணக் கட்டமைப்பு. அதிலிருந்து தோன்றியவை இலக்கியம் - படைப்புக்கள்.

இவ்வாறு வளர்ந்த மொழி மூலம் எழுதி இலக்கியம், கவிதை படைத்தவர்கள் இரவாப் புகழ் பெற்றனர்.

தாம் நினைக்கும் கருத்தைப் பிறருக்கும் எடுத்துக் கூறி அவர்களையும் தங்களது சிந்தனை வழிக்கு ஆட்படுத்தித் திரட்ட முயன்றவர்கள், முரட்டுத்தனமான, சுயநலக் குணத்தோடும், இரை தேடுவதற்காக குழுக்களாகப் பிரிந்தவர்கள், அடிக்கடியும், இடைவிடாமலும் தொடர்ந்து போரிட்டு மாண்டு மடிந்து வந்த தொன்மைக்காலத்தில் விளைந்த கோரக் கொலைகளையும் கொடுமைகளையும் கண்டு மனம் நொந்து, மக்களைத் திருத்த முயன்ற சான்றோர்கள், நல்வழி காட்ட நினைத்தபோது, அவர்கள் சந்தித்த மக்கள் எழுதப் படிக்கத் தெரியாத, இரைதேட மட்டுமே உடல் வலிமையைப் பயன்படுத்தி வந்த மக்களாவர். எனவே, அவர்களைத் திரட்டி உட்கார வைத்துப் பேசி நல்வழிப்படுத்திட பலவகை உத்திகளைக் கடைப்பிடிக்க வேண்டியிருந்திருக்கலாம். அவ்வாறு பலவகை வழிகளைத் தேடிய காலத்தில், மக்களைத் திரட்டும் பல வழிகளுள், ஒரு வழியாகத் தோன்றியதே மேடைக்கலை.

மேடைக் கலை யாரால் எப்போது தோற்றுவிக்கப்பட்டது?

மனிதகுலத்தின் அனைத்துத் துறை வளர்ச்சிக்கும், தொட்டிலாகவும், அடித்தளமாகவும் அமைந்தது உழுது, பயிரிடும் வேளாண்மைத் தொழிலே மூல முதல், பயிற்சிக்களமாகும். கலை, இலக்கியம், கட்டடக் கலை, இல்லறம், சமையல், ஆடை ஆபரணத் தயாரிப்பு, கூட்டு உழைப்பால் உற்பத்தி, அதனால் கூடி வாழும் முறை, அதிலிருந்து வளர்ந்த சமுதாய உணர்வு என நாகரிகம் தொடங்கிய காலம்.

இதனால் தான் சிந்தனைச் சிகரத்தை எட்டிய வள்ளுவர், "சுழன்றும் ஏர்ப்பின்னது உலகம் அதனால் உழன்றும் உழவே தலை" என்றார்.

விவிலியத்தில் கூறப்படுவதைப் போல, "மனித குலத்திற்கு முதல் தாய் ஏவாள் என்றால், மனிதகுலத்தின் சகலதுறை வளர்ச்சிக்கும் உழவே தலை" - முதல் தாய். என்பதும் அறிவுக்குப் பொருந்தும் கருத்து தான்.

மனிதகுல உயிரினம் தோன்றிய நாள் முதல், அவர்களை நிரந்தர மாக அச்சுறுத்தி வருவது மரண பயமே ஆகும். இயற்கையின் சீற்றங் களைக் கண்டும் பயந்தார்கள். நெருப்பு, புயற்காற்று, வெள்ளப் பெருக்கு ஆகியவற்றைக் கண்ட போதும் கலங்கினர்.

இதை எல்லாம் உண்டாக்கிய ஏதோ ஒரு மகா சக்தி இருக்க வேண்டும். அது இடுகிற கட்டளைப்படி இவை நடக்கின்றன. எனக் கருதி, நம்பி, அவர்கள் யூகித்த மகாசக்தியைத் தொழத் தொடங்கினர்.

அச்சம் காரணமாகவே, அக்காலத்திய மக்கள் ஒன்று கூடத் தலைப்பட்டனர். தனிமையில் அச்சம் அதிகப்படுத்தப்படும் - பக்கபல மாக பலராகக் கூடினால், அச்சம் குறையும் - மறையும் - நம்பிக்கை வளரும். இத்தகைய உணர்வுகளால் திரட்டப்பட்ட மக்களை, அதே உணர்வுகளை வைத்தே திரட்டி, நல்வழிப்படுத்த சிந்தனையாளர்கள், சான்றோர்கள் காட்டத் தொடங்கிய வழிமுறைகள்தான் மதங்கள் உருவாக வழிவகுத்தன.

மனிதன் பிறப்பதற்கு முன், எங்கிருந்து வருகிறான்? இறந்த பின் எங்கு போகிறான்? என்ன ஆகிறான்? கடல்கள், மலைகள், சூரியன், சந்திரன் போன்றவை எவ்வாறு தோன்றின? யாரால் படைக்கப்பட்டன? (விஞ்ஞானி ஸ்டீபன் ஹாக்கிங் வாழ்க்கை- அவர் எழுதிய அண்டம் காலம் பற்றிய அரிய நூல்களைப் படிக்கவும்.)

அண்ட கோளங்களைப் பற்றியும், அவை இயங்கும் முறைகள் குறித்தும், தாங்கள் சந்திக்கும் வாழ்க்கைச் சோதனைகள் குறித்தும், பொது அனுபவ அறிவுக் கண்கொண்டு காணமுடிந்த அளவில் மட்டும் பார்க்கும் வாய்ப்பைப் பெற்றிருந்த மக்களுக்கு, இன்றைய விஞ்ஞானம், அன்றைக்கு யூகங்களுக்குப் பதிலாக, விஞ்ஞான ஒளியைக் காட்டிப் பார்க்க வைக்க பிறக்கவே இல்லை. எனவே, ஓலை, தோல், காகிதம், அச்சு என எழுத்து வரி வடிவம் வளரத் தொடங்கியதற்கு முன்பு, மணலில் விரல்களால் கீறிக் குறிகள் போடத் தொடங்கிய காலத்தில் கடவுள், மதம், வேதம், சொர்க்கம், நரகம், பாவம், புண்ணியம் என்ற நம்பிக்கைகளும் பிறந்து வளர்ந்தன.

அவற்றை விளக்கிட, விரிவாக்க, மேடைக்கலை பலப்பல வடிவங் களில் மதங்களைப் பரப்பியோரால்தான் வளர்க்கப்பட்டது.

மக்களிடம் கடவுள், தெய்வம், வேதம், சாத்திரம், நரகம், சொர்க்கம் என்பவை பற்றிப் பிரச்சாரம் செய்து நம்ப வைக்க, அதாவது போதனை செய்யப்படுவதை ஏற்று அதற்கு ஏற்ப வாழ மக்களைத் தயாரிக்க வேண்டியிருந்ததால், அதைச் செய்வதற்கு கதை வடிவங்களில் கடவுளரின் ஆக்குதல், காத்தல், அழித்தல் சக்திகளைப் பற்றிய கதைகளைப் புனைந்து கூறினர்.

கதைகளின் மூலம் கருத்து பரப்பப்பட்டது. அதே கதைகளை உரைநடையில் கூறுவதை விட இசைப்பாடல்களாகப் பாடினால் அதற்கு ஈர்ப்பு சக்தி அதிகம் என்பதைக் கண்டதால், பக்திப் பாடல்களை இயற்றிப் பாடினர்.

அத்துடன் கதா காலட்சேபம் என்ற மேடைக் கலை சக்தி மிக்க கருத்துப் பரப்பும் முறை ஆயிற்று. இதுவே நாடகமாகவும் வளர்ச்சி பெற்றது.

இதன் ஒரு கூறாக, ஆனால் தனிக் கலையாக நடனம் வளர்ந்தது. அதுவும் மேடைக் கலைதான். ஆனால், அது பேச்சு வழக்கில் அமையாது உணர்வுகளை அங்க அவயவ அசைவுகள் மெய்ப்பாடுகள் வழியாக வகைப்படுத்தி கருத்துக்களையே வெளிப்படுத்தப் பயன்படுத்தப்பட்டது. இவற்றோடு உபன்யாசம், உபதேசம் என்ற உரைநடை முறைகள் வழியாகவும் மத போதனைகள் நடந்தன.

இவ்வாறு பல வடிவங்களிலான மேடைக்கலைகள் மூலம் மக்களைத் திரட்டி, பக்தி நம்பிக்கையை வளர்த்து வந்த மதங்கள் தான் மேடைக்கலையைப் பலநூறு ஆண்டுகளாக வளர உதவினர்.

இன்றைய நவீன காலத்திலும் கூட, பிரச்சாரம் என்ற முறையில் பார்த்தால், பற்பல அரசியல் கட்சிகள், இயக்கங்களைவிட, பற்பல மதங்கள் நடத்தி வரும் பிரச்சார முறைகள்தான் பரவலாகவும் இருக்கிறது, சக்தி படைத்ததாகவும் உள்ளது.

அவை கனவு, கற்பனை, கதை கலந்த வடிவங்களில் இசையாகப் பாடப்படுவதால், மனிதர்கள் துயில் எழும்போது பள்ளி எழுச்சிப் பாடலாக துதிப்பாடல்களைக் கேட்டு வருகிறோம். அவை, வீடு, விடுதி, கோயில், தேவாலயம் என்று அங்கிங்கெனாதபடி, எங்கும் நீக்கமறப் பரவி இசையமுது பொழிவதைக் கேட்டே வருகிறோம்.

இதுபோன்று எந்த அரசியல் கட்சியாலும் பாடல்களை இயற்றவும், பாடவும், பாடவைக்கவும் இயலுமா என்பதைச் சிந்தித்துப் பார்த்தால், மதங்கள் மேடைக் கலைகளை வளர்த்ததில் முன்னோடிகள் என்பது விளங்கும். அவர்களது தேவைக்காக அவை உருவாக்கப்பட்டன.

எனவே மத அமைப்புகள்தான் பல கலை வடிவங்களில் மேடைக் கலைகளை வளர்த்தன என்பது ஏற்கத்தக்க கருத்தாகும்.

கட்டடக் கலையில் அற்புத சித்திர, சிலை வடிவங்களுடன், கட்டடக் கலை நுட்பங்களையும் படைத்து நிறுத்தியிருப்பவை மத அமைப்புகளே எனலாம்.

மொழி, சமூகத் துறையில், பக்திப் பாடல்கள், இதிகாசங்கள், காப்பியங்கள், படைக்கப்படவும் மதங்கள் வளர்த்த பக்தியே ஊக்கு விக்கும் மூலசக்தியாக இருந்துள்ளது.

விஞ்ஞான அறிவின் வளர்ச்சியாலும் புதுப்புது கண்டுபிடிப்புக் களாலும், மத நம்பிக்கை தளர்ந்திருப்பது போலவும், பின்னுக்குத் தள்ளப்பட்டிருப்பது போலக் காணப்பட்டாலும், மேற்கத்திய நாட்டு மக்களிடம், குறிப்பாக நார்வே, டென்மார்க் ஸ்விட்சர்லாந்து போன்ற நாடுகளில், கடவுளைப் பற்றி அக்கறை காட்டாத மக்களின் எண்ணிக்கை அதிகரித்து வருவதாகக் கூறப்படுகிறது. ஆனால், ஆசிய, ஆப்பிரிக்கக் கண்டங்களில், குறிப்பாக இந்தியா, பாகிஸ்தான், பர்மா, பங்களாதேசம், இலங்கை போன்ற நாடுகளில் மதச் சம்பிரதாயப்படி நடத்தப்படும் விழாக்களுக்குக் கூடுகிற மக்களின் அளவு பன்மடங்கு களாகப் பெருகி உள்ளதோடு, கொட்டும் காணிக்கையின் அளவும் மடங்குகளாகப் பெருகியுள்ளது.

ஆசிய, ஆப்பிரிக்கக் கண்டங்களிலுள்ள நாடுகளில், வாழ்க்கைத் தரம் அண்மைக் காலமாக வளர்ந்து வருகிறது. படிப்போர் எண்ணிக்கை கூடியுள்ளது. விஞ்ஞான சாதனங்களைப் பயன்படுத்துவதும், பல துறை களுக்கு விரிவடைந்துள்ளது. தொலைக்காட்சித் தொடர்களும், செய்திகளும், காட்டப்படும் நிகழ்ச்சிகளும், கோயில் விழாக்களுக்கு புதுப் பொலிவையும், வலிமையையும் உண்டாக்கியுள்ளன.

அதனால் மேடை அமைத்து பாடகர்களும், சொற்பொழிவாளர் களும், கதாகாலட்சேபம் செய்வோரும் நேரில் தோன்றி மக்களைத் திரட்டி தங்களது கலை மூலம் கருத்தைப் பரப்புகிற முறை குறைந்து வருவதாகவே தெரிகிறது.

இதே போன்று, அரசியல் கட்சிகளும், தலைவர்கள் அல்லது சொற்பொழிவாளர்கள் மேடைகளில் தோன்றிப் பேசுவதும் குறைந்தே வருகிறது.

தலைவர்களின் பேச்சைக் கேட்க மக்கள் திரண்டு, கூட்டம் கூட்டமாக, கூட்டம் நடக்கும் மைதானங்களைத் தேடி ஓடி வந்த உணர்வை மக்களிடம் தற்போது காண முடியவில்லை.

தற்போது தொலைக்காட்சிகள் அனைத்தும் பொது மேடைகளையும் விழுங்கி விட்டது போலவே தெரிகிறது.

பேசும் திரைப்படம், கருப்பு வெள்ளையில் வந்தவுடனே, நாடகம் அதன் கவர்ச்சியை இழந்து விட்டது. கருப்பு, வெள்ளையில் வந்த படம். வண்ணப் படங்களாகவும், புகைப்படத் தொழில்நுட்ப வளர்ச்சியின் காரணமாக, திரைப்படத்தில் பலவகை ஆச்சரியப்பட வைக்கும் காட்சிகளைக் காட்டிவிட முடிவதால், நாடக மேடை ஈர்ப்பை இழக்க நேரிட்டது.

அதுவே, சின்னத்திரையாகவும் வளர்ந்து விட்டதால், வீடு தேடி, காட்சிகளோடு, செய்திகளும் போய்ச் சேருவதால், மக்கள் மைதானங்களைத் தேடி வரவேண்டிய தேவை மறைந்து விட்டது.

ஆகவே, இயந்திர சாதனங்களைக் கொண்ட பஞ்சாலைகள் கைத்தறியைக் காலாவதியாக்கி விட்டதைப் போல், மேடைக்கலையும், குறிப்பாகச் சொற்பொழிவு முறை, இயற்கையாகத் தேவையற்றதாக ஆகிவிடுமோ? அதன் முடிவுக் காலம் நெருங்கி வருகிறதோ? எனக் கூறுவோர் பெருகி வருகின்றனர்.

கருவிகளும், வடிவங்களும், முறைகளும் மாறினாலும், கருத்தைப் பரப்ப, அதை எடுத்துக் கூற ஏதாவது ஒரு வழி தேவைப்படத்தானே செய்யும்.

கருத்து உருவாவதே இனி நடக்காது. அதை விளக்க வேண்டிய தேவையும் இருக்காது எனக் கூற முடியுமா?

இதற்கு, இறுதித் தீர்ப்பைக் காலம்தான் வழங்க வேண்டும்.

ஏதாவதொரு வடிவத்தில் மேடைக்கலை நீடிக்கவே செய்யும் என்றே கருதுகிறேன்.

அதன் முக்கியத்துவம் குன்றிக் குறுகலாம். அதன் ஈர்ப்பு மங்கலாம். ஆனால், அதன் தேவை இருந்தே நீடிக்கும்.

மனித குலம் சிந்திப்பதை நிறுத்தி விடுமா? சிந்தனையில் விளைந்ததை விளக்கிட வேண்டாமா?

எனவே நாநலம் வளர்க்கும் மேடைக் கலை, மனித குலத்தோடு சேர்ந்து வாழ்ந்துகொண்டே இருக்கும் என்றே நம்புகிறேன்.

இதற்கு மட்டுமல்ல, எதற்கும் பேராசான் வள்ளுவர் ஏதாவது கூறி இருக்கிறாரா? அவரது கருத்து என்ன என்பதை, முதல் பேராசானை வணங்கிக் கேட்டறியலாம்.

## 5. மேடை ஏறும் முன் வள்ளுவரை வணங்கிட

**சொல்** வன்மைக்கு ஒரு அதிகாரத்தையே ஒதுக்கியிருக்கிறார் திருவள்ளுவர்.

ஏனெனில் பூமண்டலத்தில் காணப்படும் எண்ணி முடிக்க முடியாத உயிரினங்களில், மனிதகுல உயிரினம் மட்டும் தான், பேசும் திறனைப் பெற்றுள்ளது. சிந்திக்கும் ஆற்றல்பெற்ற உடற்கூறும், திசுக்களும், சுரப்பியும் இருப்பதால் சிந்திக்க முடிகிறது. சிந்தனை சக்தி இருப்பதால் தான், தமக்குத் தேவைப்படும் உணவை, உடைகளை, உறையுளை தம் கரங்களால் உற்பத்தி செய்துகொள்ளத் தொடங்கியது மனிதகுலம்.

உழைத்து உற்பத்தி செய்யத் தொடங்கிய மனித குலம், உழைத்து உற்பத்தியைப் பெருக்கிட, கரங்களால் உழைப்பதோடு, கருவிகளைச் செய்து அவற்றின் உதவியோடு, உற்பத்தியைப் பெருக்கிட வழியும் கண்டது.

கருவிகளைச் செய்திடவும், பயன்படுத்திடவும் முற்பட்டது. சிந்தனையும், அறிவும், அதனால் ஆற்றலும் வளர்ந்தது.

கருவிகளைச் செய்திட, பஞ்சபூதங்களைச் சேர்க்க, உருமாற்றம் செய்ய முனைந்ததால் அறிவு ஊறியது. கருவிகளைச் செய்திடும் போதும் அவற்றைக் கையாளும் போதும் கூட்டு உழைப்புத் தேவை யாயிற்று. அதனால், அவர்களிடையே கருத்துப் பரிமாற்றம் அவசிய மாயிற்று. இதன் விளைவாக புதுப்புதுச் சொற்களைப் படைக்க வேண்டிய கடமையும் கட்டாயத் தேவை ஆயிற்று.

இவ்வாறு உலோகக் கருவிகளும், எரிபொருட்களும், உந்து சக்தியும் கண்டுபிடிக்கப்பட்டு, அவற்றிற்கும் பெயர் சூட்டி, இயங்கும்,

அல்லது இயக்க வேண்டிய முறைகளை விளக்கிட சொல் வளமும் படைக்கப்பட்டது.

உடற்பசி தீர்க்க பயிரிடும் முறை காணப்பட்டது போலவே அறிவுப்பசி தீர்க்கவும் கண்டுபிடிக்கப்பட்ட அதிசய சக்தி மொழி எனக் கருதப்படுகிறது.

நெருப்பு - நல்லது செய்யவும் பயன்படும் அல்லது செய்யவும் பயன்படுத்தப்படுகிறதல்லவா? அதே போல கத்தியும், நற்காரியங் களுக்கும் பயன்படுகிறது. தீய கொலைச் செயலுக்கும் பயன்படுத்தப் படுகிறதல்லவா? அதே போன்று மொழியையும், நன்மை, தீமை விளையப் பயன்படுத்தலாம்.

அழிக்கும் அணுகுண்டு மட்டும் தான் தீமையை மட்டும் செய்ய வல்லது. மற்ற கருவிகள் எதையுமே நல்லது அல்லது கெட்டது என ஒரு சொல்லில் பட்டம் சூட்டிட இயலாது. அதைக் கையாளும் மனிதனையும், அவன் நோக்கத்தையும் பொறுத்து, விளைவு நல்லது அல்லது கெட்டதாக அமையும்.

சிந்தனையின் சிகரத்தில் நின்ற திருவள்ளுவர், முற்கால அனுபவ அறிவை உட்கொண்டவராக, நிகழ்காலத் தேவைகளையும் அறிந்த வராக, வருங்கால வளர்ச்சிப் போக்குகளையும் உய்த்துணர்ந்த மெய் ஞானி ஆதலால், மனிதர்கட்கு கல்வி, அறிவு ஆகியவற்றால் பெறும் சொல்வன்மை குறித்தும் பாடம் கற்பித்துள்ளார்.

உடல் உறுப்புக்களில் பல கடமைகளைச் செய்யும் சக்தி படைத் தவை சில. அவற்றுள் நாக்கு எனும் உறுப்பு, மனிதன் உயிர் வாழ, சக்தி பெற, உண்ணும் உணவை சுவையறிந்து ஏற்கவும், மறுக்கவும் செய்கிறது. வாய்க்குள் சுவைக்கப்படும் உணவுக் கவளத்தில் ஒரு தூசியோ, முள்ளோ இருந்தால், அது துளாவி எடுத்துத் தள்ளிவிடும் கண்காணிப்புப் பணியையும் செய்கிறது.

நாக்கும் சபலத்துக்கு ஆளாகி, ஊழலில் மயங்கி, தேவைக்கும் அதிகமாக இனிப்பையும், கொழுப்புப் பொருட்களையும் சுவைத்தால் நோய்களைப் பெருக்கியும் விடுவது உண்டு.

நாக்கு எனும் உறுப்பில் எலும்பு, நரம்புகள் இல்லாத சதைப் பிண்டமாக இருப்பதால், நிலையற்றது எப்படியும் வளையும் தன்மையுடையது எனக் கூறப்படுவதும் உண்டு.

ஆனால், இதே நாவிலிருந்து தானே மிக உயரிய லட்சிய முழக் கங்கள் வெளிப்பட்டன. நாவிலிருந்து தானே இசை வளம் பரப்பப் பட்டது. இதே நாவின் அசைவால் தானே மக்கள் திரட்டப்பட்டார்கள்,

திருத்தப்பட்டார்கள். தீர்ப்பளிக்கப்பட்டார்கள். ஆக அது ஆற்றி வரும் பணிகளை நாவால், வருணிக்க முடியாது.

எனவே, இத்தகைய நாநலம் எத்தகையது என்பதைத் திருவள்ளுவர், **"நாநலம் என்னும் நலனுடைமை அந்நலம் யாநலத்து உள்ளதூம் அன்று"**, என்கிறார்

அதாவது நாவன்மை என்பது ஒருவருக்குச் சிறந்த பேறு. பிற பேறுகள் எவற்றையும் விட பெருமை வாய்ந்தது நாநலம் என்கிறார். ஆகவே நாநலம் அரிய பேறாகக் கருதப்படுகிறது.

**ஞான ஒளி திருவள்ளுவர்**

நாம் மேடைக்கலை எனப் பேசும் போதெல்லாம், நமக்கு அறிமுகமே இல்லாத, அவர் என்ன பேசினார்? எவ்வாறு பேசினார்? எப்படிப் புகழ்பெற்றார் என்பதைத் தெரிந்து கொள்ளாமலே கிரேக்க நாட்டின் டெமாஸ்தனிஸ் என்பவரை மேற்கோள் காட்டுகிறோம்.

அதே போன்று இத்தாலி நாடாளுமன்றத்தில் பேசிப் புகழ்பெற்ற சிசரோ பற்றியும் பேசுகிறோம். சேக்ஸ்பியரால் எழுதப்பட்ட வரலாற்றுப் புதினமான ஜுலியஸ் சீசரில், அவர் கொல்லப்பட்டவுடன், அவரால் வளர்க்கப்பட்ட அந்தோனி பேசியதை, திரும்பப் பேசிக் காட்டுகிறோம் - அமெரிக்காவில் குடியரசுத் தலைவராகத் தேர்ந் தெடுக்கப்பட்ட ஆபிரகாம் லிங்கன், பொருள் பொதிந்த சொற்பொழி வாற்றியதை மறக்காமல் மேடைதோறும் பேசுகிறோம்.

ஜனநாயகம் என்றவுடனேயே, ஆபிரகாம் லிங்கன் சொன்னது மாதிரி, "மக்களுக்காக, மக்களால் நடத்தப்படும், மக்களாட்சி" தான் ஜனநாயகம் என்று கெட்டிஸ்பர்க் என்ற நகரத்தில் பேசும்போது முழங்கியதை எடுத்துக் கூறுகிறோம். அதே ஆபிரகாம் லிங்கன், சிகாகோ நகரில் தேர்தல் பிரச்சாரக் கூட்டம் ஒன்றில் பேசும்போது, மூலதனம் என்பது அச்சடித்த உலோகமோ, காகிதமோ அல்ல. உழைப்பாளர்களின் கைகளும், விரல்களும் தான் உண்மையான உற்பத்தியைப் பெருக்கும் மூலதனம் - உந்து சக்தி - செல்வம் படைக்கும் அரிய சக்தி - அவர்கள் படைத்ததில் உரிய பங்கைப் பெறுகிற நிலை வருவது தான் மனிதகுலத்தின் லட்சியமாகவும், அரசுகளின் கடமை யாகவும் இருக்க வேண்டும் என, அதே சிகாகோ நகரில் தொழிலாளர்கள் உழைப்பதற்கான நேரத்தை எட்டுமணி அளவு என வரம்பு கட்டக் கோரி போராட்டம் நடத்தி சுடப்பட்டு, வழக்கில் சிக்கவைத்து தலை வர்கள் தூக்கிலிடப்பட்டனரே, அதற்குச் சில மாதங்களுக்கு முன்னர், லிங்கன் பேசினார். ஆனால் இந்த மந்திர வாசகம் மறைக்கப்பட்டு, மாயையை உருவாக்கும், மக்களுக்காக, மக்களால் என்பதை மட்டும், கூட்டத்தோடு கோவிந்தா போடுவது மாதிரிப் பேசி வருகிறார்கள்.

இதன்படி - மக்களாட்சி எங்காவது அமைந்துள்ளதா? அது ஒருபுறம் இருக்க இங்கிலாந்தில் எட்மண்ட் பர்க், செரிடன், சர்ச்சில் என்றும் நாம் எல்லோரும் மேற்கு நாடுகளை நோக்கியே வழிகாட்டி களைத் தேடுகிறோம்.

ஆனால், நாம் பிறந்த நம் தமிழ்நாட்டில் ஈராயிரம் ஆண்டுகட்கு முன்பே, முப்பாலுக்குள், முக்கால ஞானத்தையும், 1330 அருங்குறட் பாக்களுக்குள் குறுகத் தரித்து எழுதிவைத்த ஞானத் தந்தை திருவள்ளுவரை மறந்து விடுகிறோம். மனித வாழ்க்கையைச் செம்மைப் படுத்துவதற்கான சீரிய புத்திமதிகள், நெறிசார்ந்த வழிகாட்டுதலைத் தந்துள்ளார். அது என்றும் வற்றாத அறிவுக்கடல். காலத்தை வென்று ஒளி வீசிக்கொண்டே இருக்கிறது.

“இதன்பால் எல்லாம் உள. இல்லாதன இல்லையாதலால்” என மற்றொரு அறிஞர் கூறியுள்ளார். அணுவைத் துளைத்து எழுகடலைப் புகட்டி குறுகத் தரித்த திருக்குறள் என்கிறார் மற்றுமொரு தமிழறிஞர்.

மொழி, பேச்சு என்பவை பற்றித் திருவள்ளுவர் கூறியிருக்கிறாரா என்பதைப் பார்ப்போம்.

திருவள்ளுவரை வணங்கி, அவரது ஞானக் கடலில் நம் சக்திக் கேற்ப கையளவு எடுத்துக்கொண்டு, ஆய்வுப் பயணத்தை மேற்கொள்வது தான் நற்பயனைத் தரும். வீட்டில் வெண்ணெய் இருக்க நெய் வாங்க கடைதேடிப் போவானேன்?

வள்ளுவர் காலத்தில் மத நம்பிக்கை பரவியிருந்தது. மதக் கருத்துக் களை விளக்குவதற்கான சாத்திரங்கள், இதிகாசங்கள், பக்திப்பாடல்கள் எனப் பல எழுதப்பட்ட காலம். வள்ளுவரே, “கற்க, கசடற, கற்பவை கற்றபின், நிற்க அதற்குத் தக” என்று கூறுவதிலிருந்தே, கற்பதற்கு நிறைய இருந்தது என்பது தெளிவாகிறது. கொல்லாமை என்ற அதிகாரத்தில், “பகுத்துண்டு பல்லுயிர் ஓம்புதல் நூலோர் தொகுத்த வற்றுள் எல்லாம் தலை” என்கிறார். எனவே திருவள்ளுவருக்கு முன்னரே, பல தமிழ்நாட்டுப் பேரறிஞர்கள் பல நூல்களை எழுதி யிருந்தனர் என்பதும் உறுதியாகிறது.

சான்றோர்களும், அறிஞர்களும், நற்பண்போடு வாழ்ந்த பல துறையினரும் நிறைந்திருந்த சமுதாயத்தில் திருவள்ளுவர் வாழ்ந்திருக்க வேண்டும்.

இருப்பினும், செங்கோன்மை பற்றிக் கூறுகிற அதே நேரத்தில் கொடுங்கோன்மை பற்றியும் எச்சரிக்காமல் விடவில்லை. பெண்மை,

கற்பு பற்றிய மாண்பைக் கூறும்போதே வரைவின் மகளிர் பற்றியும் எச்சரிக்காமல் விடவில்லை.

"பயன்மரம் உள்ளூர் பழுத்தற்றால் செல்வம்
நயனுடையான் கண் படின்"

என்றும்

"மருந்தாகித் தப்பா மரத்தற்றால் செல்வம்
பெருந்தகையான் கண் படின்"

என்றும் கூறியவர்,

நன்றியல் செல்வம் என்ற அதிகாரத்தில்

"நச்சப் படாதவன் செல்வம் நடுவூருள்
நச்சு மரம் பழுத்தற்று"

என்றும் எச்சரிக்கிறார் திருவள்ளுவர். பயிர் வளர, நீர் விடவும், உரம் இடவும் கூறும்போதே பயன்தராத களைகளை களைந்தெறியவும் கூறியவர். "கொலையிற் கொடியாரை வேந்தொறுத்தல் பைங்கூழ்களை கட்டதனோடு நேர்" என்றார்.

தனிமனித வாழ்க்கையிலும், சமூகத்திலும், நன்மையும், தீமையும் கலந்தே இருக்கும். இன்பமும், துன்பமும் வந்து போகவே செய்யும் - இவற்றுள் எதை நாம் கைக் கொள்ளுகிறோம் - எவற்றைக் கை விடுகிறோம் என்பதைப் பொறுத்தே மனிதனும், மனித சமுதாயமும் மதிப்பிடப்படும்.

மனிதர்களுக்கு இயற்கை கொடுத்த அருட்கொடை அறிவு. அதனால் பிறந்தது மொழி. அதற்கு இரு சக்கரங்கள் உண்டு.

ஒன்று ஒலிவடிவம்

மற்றொன்று வரிவடிவம்.

இவற்றைச் சேமிக்க, செயலுக்குப் பயன்படுத்த விஞ்ஞானம் பல நுட்பக் கருவிகளைச் செய்து பயன்படுத்த உதவி வருகிறது.

கங்கை ஆனாலும் காவிரியாயினும் அவை ஊற்றெடுக்கும் முதலிடத்தை மரியாதையுடன் குறிப்பிடுவார்கள். மக்கள் தொழவும் செய்கிறார்கள்.

கங்கோத்திரி என்ற இமயமலைச் சரிவில் ஊற்றெடுக்கிறது கங்கை. பின்னர் சிற்றாறுகள் பலகூடி, பேராறாக ஓடக் காண்கிறோம். அதே போன்றுதான் குடகில் ஊற்றெடுத்து வரும் வழியில் பெருக்கெடுத்து

பேராறாக ஓடுகிறது காவிரி. அதே போன்று, மொழி, இலக்கியம், மேடைக்கலை, இசை என எதுவானாலும், அவற்றிற்கு தோற்றுவாய் மண்டை மூளையில் உள்ள சுரப்பிகள்தான் மூலம் ஆகும்.

மனிதர்களின் அனைத்துச் செயல்களையும் இயக்குவது மண்டைக்குள் இருக்கும் பல லட்சம் அணுக்களைக் கொண்டதாகவும் நாளங்கள் வழியே ரத்தம் பாய்வதாகவும், சுரப்பி எனும் திரவ வடிவில் ஊறுவதே சிந்திக்க உதவுவதாகவும் விஞ்ஞானிகள் ஆய்வுசெய்து எழுதியுள்ளனர். உடலுறுப்புக்கள் பலவற்றினைப் பற்றியும் நன்கறிந்து விட்ட நிலை வந்த பிறகும் மூளை உறுப்புகளின் இயங்குமுறைகள் பற்றி மட்டும், கண்டறிந்ததுபோக, கண்டறியப்பட வேண்டியதே அதிகமாக இருக்கிறது. மர்மங்கள் நீடிக்கின்றன.

ஒன்று மட்டும் தெளிவாகி விட்டது. அது செயல் இழந்தால், மனிதன் மரணம் அடைவான் என்பது உறுதியாகி விட்டது.

மனிதனை சீர்படுத்துவதும், சிறுமைப்படுத்துவதும் மூளை எனப்படும் மூலசக்தியே ஆகும். இதனால் தான் வள்ளுவர்,

**“வெள்ளத் தனைய மலர்நீட்டம் மாந்தர்தம்**
**உள்ளத் தனையது உயர்வு”**

என்றார்.

தடாகங்களில் நாம் காணும் தாமரை இலைகளும், மலர்களும், குளத்தின் நீர் மட்டம் குறையும் போது இறங்குவதும், நீர் மட்டம் நீர் வரத்தால் பெருகி உயரும்போது தாமரையும் உயருவது போலவே, “உள்ளுவதெல்லாம் உயர்வுள்ளல்” என நல்லன நாடும் போது, சிறியன சிந்தியாத போது மனிதனின் எண்ணங்களும் உயர்ந்தவையாக இருக்கும்.

உயரிய எண்ணங்களை வெளியிட உயரிய சொற்களே பயன்படும். சீற்றம், பொறாமை, புறங்கூறிப் பொய்த்துயிர் வாழ முற்படல், நீராடி உடலைக் கழுவி சுத்தப்படுத்திய தோற்றத்தில் கபட வேடத்தில் காட்சியளிப்பவரும், புறத்தூய்மை பெற்றதுபோல், அகத்தூய்மை எய்தாமல் அழுக்காறு கொண்ட மனத்தவனாய் இருந்தால் அழுகிய, நாற்றமடிக்கும், தீயன பயக்கும் தீய சொற்களே வெளிவரும்.

இதையே தான் இயேசுநாதரும் “Men live not by bread and bread alone” - மனிதன் ரொட்டியினால் மட்டுமே உயிர் வாழ்வது இல்லை. அவன் வாயிலிருந்து வெளிவரும் ஒவ்வொரு சொல்லும், செயலுமே அவனை வாழ வைக்கிறது என்றார்.

திருவள்ளுவர், இயேசுநாதருக்கு முன்பு பிறந்து வாழ்ந்தவர். இயேசு நாதருக்கு இருந்த சீடர்கள் அவரது போதனைகளை எழுதினார்கள். உலகெங்கும் பரவிப் பரப்பினார்கள். தங்களது குருநாதரைப் போலவே அவர்களும் பல கொடிய முறைகளில் கொல்லப்பட்டார்கள்.

மனிதர்கள் மடிந்தார்கள். கொள்கை, லட்சியம், மக்களைப் பற்றிக் கொண்டது.

திருவள்ளுவருக்கு பொழிப்புரை போடும் புலவர்கள் கிடைத் தார்கள். நடைமுறைப்படுத்த- ஆட்சியாளர்கள் வரவில்லை.

கார்ல் மார்க்சுக்கு அவர் கோடிட்டுக் காட்டிய புரட்சி வழியே லெனின் எனும் போராளி நடத்தி வெற்றிகண்டார். புதியதோர் உலகம் கண்டார். கெட்ட போரிடும் உலகினை வேருடன் சாய்ப்போம் என்றார்.

எனவே தான் பாரதியார், லெனினை, தமிழ்நாட்டு மக்களுக்கு அறிமுகப்படுத்தும் போது, “கற்றறிந்த ஞானி, கடவுளையே நேராவான்” எனப் புகழ்ந்து வருணித்து வாழ்த்தினார்.

சொல்வன்மை என்ற அதிகாரத்தில் “நாநலம் என்னும் நலனு டைமை அந்நலம் யாநலத்து உள்ளதூம் நன்று” என்கிறார். நாவன்மை என்பது ஒருவருக்கு சிறந்த பேறு. பிற பேறுகள் எவற்றையும் விட பெருமை வாய்ந்ததும் ஆகும் என்கிறார்.

“ஆக்கமும் கேடும் அதனால் வருதலான் காத்தோம்பல் சொல்லின் கண் சோர்வு” என்கிறார். அதாவது, நன்மையும், தீமையும் நாவால் பேசும் பேச்சால் வரும். ஆதலின், சொல்லில் பிழை நேராது காப்பது நல்லது என்று ஆசிரியராக, மருத்துவராக இருந்து வழிகாட்டுகிறார்.

எல்லோருமே பேசத்தான் செய்கிறார்கள். ஆனால் சிலர் மட்டுமே சிறப்பைப் பெறுகிறார்கள். அதே போன்று பேசுபவர்கள், ‘கேட்டார்ப் பிணிக்கும் தகையவாய் கேளாரும் வேட்ப மொழிவதாம் சொல்’ என்று நயம்பட எடுத்துரைத்தார்.

எது சிறந்த சொல்? கேட்பவர்களைத் தன் வயமாக்கி கட்டிப் போடும் ஆற்றல் மிக்கதாய், கேட்பதற்கு மனம் விருப்பம் இல்லாதோர் கூட, அவரது பேச்சு முறையால், தன்மையால் அத்தகையோரையும் கேட்கத்தூண்டுவதாக இருக்க வேண்டும் என்கிறார்.

சிலர் பேச எழுந்து பேசத் தொடங்கியவுடனே கலைகிற கூட்டத் தைக் காணலாம். சிலர் பேசுகிறபோது போனவர்களும் திரும்பி வந்து அமர்ந்து கேட்பதையும் கண்டுள்ளோம்.

மேடைகள் ஏன் அமைக்கப்படுகிறது? எதற்காக ஒருவர் அல்லது சிலர் மேடை மீதேறி, முன்னர் அமர்ந்துள்ள பலரிடம் எதற்காகப் பேசுகிறார்கள்? எதற்காக மக்கள் வேலைகளை ஒதுக்கிவிட்டு, வந்து உட்கார்ந்து கேட்கிறார்கள்?

முதற்கட்டத்தில் மதக் கருத்துக்களை வேத - சாத்திரங்களை விளக்கிக் கூற, மேடை அமைத்து, விளக்கம் தந்து பேசிவந்தனர். பாடியும் வந்தனர்.

சான்றோர்கள் பலர் நன்னெறிகளை எடுத்துக் கூறிடவும் மேடை களைப் பயன்படுத்தினர். சாக்ரடீஸ் பகுத்தறிவைப் பரப்ப தெருமூலைக் கூட்டங்களையே பயன்படுத்தினார். அவருக்குப் பரிசாக - ‘அறிஞர்கள்’ - நஞ்சு கொடுத்துக் கொன்றனர்.

மதப் பிரச்சாரம் பரவத் தொடங்கியபோதும், புதிய கருத்தை ஏற்க முடியாது பழமையில் மூழ்கிக் கிடந்த மூடமூட நிர்மூடக் கும்பல் கொன்றழித்தே வந்தது. மேடைக்கலையும் கூட ரத்த பலி கொடுக்கும் பலி மேடையாகவும் பல்லாண்டுகள் இருந்தது.

பூமாரி பொழிந்தார்கள். மலர் மாலைகளைச் சூடினார்கள். பொன்னும் பொருளும் கொடுத்து வாழ்த்தினார்கள் என்று கருதி விடாதீர்கள்.

கழுவிலேற்றிய கொடூரக் கொலைகள், நெருப்பில் சுட்டெரித்தது, சுண்ணாம்புக் காளவாயில் போட்டு எரித்தது, கல்லைக் கட்டி ஆற்றுக்குள் கடலுக்குள் எறிந்தது, வெட்டிக் கொன்றது, தமிழ்நாட்டில் கண்ட வரலாற்று நிகழ்ச்சிகள் தான். இஸ்ரேல் போன்ற நாடுகளில் சிலுவையில் அறைந்து கட்டித் தொங்கவிட்டுச் சாகடித்து வந்தனர். வாளால் வெட்டிக் கொல்வதும், கல்லால் எறிந்துகொல்வதும் நடந்தது. சீன நாட்டினர் குற்றத்திற்குத் தண்டனையாகக் கழுத்தில் மரக்கட்டை யால் சக்கரம் செய்து பூட்டுப் போட்டனர்.

சமண மதகுருக்களை வேட்டையாடிய போதுதான், மலைக் குகைக்குள்ளே மறைந்து தலைமறைவு வாழ்க்கை நடத்த நேரிட்டது. சைவ - வைணவர்கள், நடத்திய தாக்குதல்கள், நம் தமிழகத்தில், கொல் லாமை பற்றி திருவள்ளுவர் எழுதிய பிறகு, கொல்லாமையை அடிப் படையாகக் கொண்ட, பௌத்த மதமும், சமண மதமும் மூர்க்கத் தனமாக சங்கரபக்தர்களால் சங்கரிக்கப்பட்டது அழித்தொழிக்கப் பட்டது நடந்தது.

அரேபியாவில் முகமது நபி அவர்களை ஊரில் குடியிருக்கவிடாமல் துரத்தி மலையில் உணவு தண்ணீர் இன்றிச் சாகட்டும் எனச் சழக்கர்கள்

அனுப்பிய வரலாறும் உண்டல்லவா? குற்றவாளி மீது கல் எறிந்து கொல்வது, சிரச்சேதம் செய்வது நடந்தது.

**"சிரசறுத்தல் மன்னர்கட்கு பொழுதுபோக்கு**
**நமக்கோ உயிரின் வாதை"**

என்றார் பாரதிதாசன்.

ஆக, பொதுவாக ரத்தம் சிந்தாமல், தியாகம் செய்யாமல் மனித சமுதாயம் ஓரடி முன்னோக்கி அடி வைத்தது இல்லை... இதுதான் அடுத்த கட்டமான அரசியல் அரங்கிலும் நர்த்தனமாடிற்று.

தற்போது கத்தியின்றி, ரத்தம் இன்றி, புதியன புகவிடாமல், பாசி படிந்த பழைய பாழ்பட்ட சிந்தனை நளினமான, நவீனமுறையில் தடுத்தும், கெடுத்தும் வருகிறது.

இன்றைய சந்ததி, நாவைக் கூர்மைப் படுத்துவதற்கு முன்னதாக மூளையைச் செம்மைப்படுத்திக்கொள்ள வேண்டியது அவசியம். காட்டுமிராண்டித்தனமாக யானையை விட்டு காலால் மனிதன் தலையில் மிதிப்பது, சிரச்சேதம், கழுமரம்... மூலதனம் என்ற சர்வசக்தி படைத்த புதிய பூதம் மகா மாயசக்தி படைத்தது. அதை எதிர்க்கவே மூலதனமாக மூளை வேண்டும். ஆகவே தான் எக்காலத்திற்கும் பொருந்தக் கூடிய உண்மைகளை வலியுறுத்துகிறார் வள்ளுவர்.

தான் உணர்த்த விரும்புகிற பொருளை உரிய சொற்களால், இடம், காலம் அறிந்து பயன்படுத்தத் தெரிய வேண்டும், சொற்கள் நன்மையும், தீமையும் பயக்கவல்லன. ஆதலால், அவையடக்கம் நாவடக்கம் அவசியத் தேவை என்கிறார்.

கேட்போருக்கும் வழிகாட்டத் தவறவில்லை, திருவள்ளுவர்.

எப்பொருள் யார், யார்வாய்க் கேட்பினும் அப்பொருள் மெய்ப் பொருள் காண்பது அறிவு என்றவர், மெய்யுணர்தல் என்ற அதிகாரத்தில்,

எப்பொருள் எத்தன்மைத் தாயினும் அப்பொருள் மெய்த்தன்மை காண்பது அறிவு என்கிறார்.

இரு குறட்பாக்களும் ஒரே கருத்தைக் கூறுவது போலத் தோன்றலாம்.

உரைத்ததை மீண்டும் உரைக்கும் குறையை வள்ளுவரிடம் காணமுடியுமா?

இருகுறட்பாக்களும் விஞ்ஞானச் சிந்தனையின் விளைவாக எழுந் துள்ளன.

ஒரு பொருளைக் கண்டு அதைப் புரிந்து கொள்வது, விவரங்களை அறியும் வழியாகும். இதைத்தான் கிரேக்க நாட்டினர், Education என்று சொன்னார்கள்.

வாழ்க்கையில் பலருக்கும் கிடைத்த அனுபவங்களைத் தொகுத்துப் பகிர்ந்துகொள்கிற முறையாகத்தான் கல்வி கருதப்பட்டது. இது பொருளறிவு என்றும் கூறுவர். பெரியவரா, சிறியவரா கூறுபவர் எதிரியா? நண்பரா? எனப் பார்த்துப் பொருள் கொள்ளக்கூடாது. உருவுகண்டு எள்ளாமை வேண்டும் எனக் கூறியுள்ளார் அல்லவா? எனவே, எவர் வாயிலிருந்து வந்தாலும், அது நம் மூளையின் பகுப்பாய்வுக்கு ஒத்துவருகிறதா எனப் பார்த்துப் பொருள் தேடுக என்கிறார்.

எப்பொருள் பற்றிப் பேசப்பட்டாலும் அதன் மெய்த்தன்மை காண்பதே அறிவாகும். பாம்பு என்றால், ஊரும் பிராணி என்பது தெரியும். அதற்கு நஞ்சுள்ள பல்லுண்டு என்ற குணம் பற்றியும் தெரிந்திருத்தல் அவசியம். அதாவது எந்தப் பொருள் எந்தத்தன்மை அல்லது பண்பு கொண்டதாய் இருந்தாலும் அதன் உண்மை இயல்பைக் காண்பதே அறிவு என்கிறார்.

வேடம் கண்டு மயங்காதே - உருவு கண்டு ஏளனம் செய்யாதே. அறிவுக்கண் கொண்டு புரிந்துகொள்ள முயலுதல் அவசியம் என்பதே பாடம். உய்த்துணர்தல், கற்றுத்தேர்தல் அளவை, தருக்கநூல் கற்பதும் அவசியம் என்கிறார்.

சொல்வன்மையின் சக்தி பற்றி வள்ளுவர் நன்கு விளக்கியுள்ளார்.

"சொலல்வல்லன் சோர்விலன் அஞ்சான் அவனை இகல்வெல்லல் யார்க்கும் அரிது" என்கிறார். வலிமையுள்ள சொல்லை மனத்தளர்ச்சியோ அச்சமும் இன்றிச் சொல்பவனை எவராலுமே வெல்ல முடியாது என்று அடித்துச் சொல்லுகிறார். நாவன்மையால் நாட்டு மக்களின் ஆதரவைப் பெற்று நாடாள வந்தோரை பட்டியல் போட்டுக் கொள்க.

பேசுகிறவர்கட்கே நிறைய புத்திமதி கூறுகிறார். சொல்வன்மை அதிகாரத்தில் "வேட்பத்தாஞ் சொல்லி பிறர் சொல் பயன்கோடல் மாட்சியின் மாசற்றார் கோள்" என்கிறார்.

அதாவது எவரும் விரும்புமாறு இனிதாகப் பேசுவதும், எப்படிப் பிறர் பேசினாலும் அதன் சாரத்தை மட்டும் எடுத்துக் கொள்வதும் நல்லறிஞர் செயலாகும் என்கிறார்.

முடிக்க முடியாமல் இழுத்தடித்துக் கொண்டே இருக்கும் பெரும் பேச்சாளர்கள் (பேச ஆசைப்படுவோர்) பலர் உண்டு. எப்பொழுது

முடித்து நமக்கு விடுதலை கொடுப்பார் என ஏங்குவர் மக்கள். அவர் பேசியபோது கைதட்டாத மக்கள், கடைசியாக இடைவிடாது கைதட்டி உட்காரவைக்கிற காட்சிகளையும் கண்டுள்ளோம் - வள்ளுவரும் சந்தித்திருக்கிறார் போலத் தெரிகிறது.

“பலசொல்லக் காமுறுவர் மன்றமா சற்ற சிலசொல்லத் தேற்றா தவர்.” என்கிறார்.

அதாவது, சுருங்கச் சொல்லத் தெரியாதவனே விரிவாக வீண் பேச்சுப் பேச ஆசைப்படுவான் என்கிறார்.

இத்தகைய பல பெரியவர்களைக் கண்டுள்ளோம்!

சரி! எப்படித்தான் பேச வேண்டும் என்பதற்கும் வழிகாட்ட வேண்டாமா?

“திறனறிந்து சொல்லுக சொல்லை அறனும் பொருளும் அதனின் ஊஉங்கு இல்” - என்கிறார்.

சொல்லின் ஆற்றல் தெரிந்து கையாளுக. அதனை விட சிறந்தது, எதுவும் இல்லை - பொருளும் இல்லை என்கிறார்.

முற்போக்குச் சிந்தனையாளர்கள், இடதுசாரிகள், குறிப்பாக பொதுவுடைமைவாதிகள் பலர், தங்களது கருத்தை, எளிமையாக, புரிந்துகொள்ள வைக்கிற வகையில் கூறச் சிரமப்படுவதையும், கேட்போரைச் சிரமப்படுத்துவதையும் காண்கிறோம். வடமொழியில் திருமணமேடைகளில், ஓதுகிறவனும் புரியாததையே புலம்புவான், கேட்பவனும், தாலிகட்ட நேரம் வராதா? என ஏங்குவான். அதே போன்று பொதுவுடைமைவாதிகள் நிறைய நூல்களைக் கற்று இருப்பார்கள். தத்துவத்தையும் புரிந்தவர்களாகவும் இருப்பார்கள். நூலறிவும் அதிகம். வரலாறு, பொருளியல், புள்ளி விவரம், விஞ்ஞானக் கண்டுபிடிப்பின் விளைவு என்ன என்பதை நன்கு தெரிந்தவர்களாகவும் இருப்பார்கள்.

அவர்களுடன் உரையாடும் போது அறிவுச் சுரங்கம் இருப்பது தெரியும். ஆனால் மேடையில் எழுந்து பேசினால், கேட்போர் (பக்தியினால்) உட்கார்ந்திருப்போர் தவிர பிறர் அவசர வேலை கருதிப் போய் விடுவார்கள். இதை என் நண்பர் ஒருவர் தடியடிப் பிரயோகம், கண்ணீர்ப்புகைப் பிரயோகம் என்று பெயர் வைத்து சிரிக்க வைப்பார்.

பாமரர்களின், உழைக்கும் மக்களின் முழு விடுதலைக்காக எழுதிய வர்கள் தானே மார்க்சும், ஏங்கல்சும். அதை லெனின் மிக மிகப் பின்தங்கிய மக்களைப் புரிந்துகொள்ள வைத்தார். முடுக்கி விட்டார். வென்று முடித்தார். எவர்க்கும் புரிகிறாற் போல எழுதவும் செய்தார்.

ஆனால், ஜெர்மனியிலேயே இவர்கட்குப் பின் வந்தவர்கள், நாஜிகள் நளினமாக, பொய்யை மெய் போலப் பேசி மயக்கிய அதே காலத்தில் சூத்திரங்களை உச்சரிக்கும் பண்டித மணிகள் மாதிரிப் பேசி மக்களைக் குழப்பினர் என்று, சர்வதேசக் கம்யூனிஸ்டுகளுக்கு ஒருங்கிணைப்பாளராக இருந்து புகழ்பெற்ற டிமிட்ராவ் விமர்சித்தார். பேசக் கற்றுக் கொள்ளுங்கள், எளிமைப்படுத்தி எழுதுங்கள் என்றார் டிமிட்ராவ்.

இதையே நான் ஜீவாவிடம் 1960ஆம் ஆண்டு கேட்டேன்.

மக்களால் விரும்பப்படுகிற சொற்பொழிவாளர்களாக இருப்பவர்கள், மற்ற தோழர்களுக்கு இந்த புத்திமதியைக் கூறக்கூடாது. ஏனென்றால், எல்லோரையும் தன்னைப் பின்பற்றச் சொல்லுகிறார் என்றே நினைப்பார்கள்- சற்றுத் தள்ளிப் போய் கடுமையாகத் திட்டுவார்கள். ஆகவே, நான் இதுபற்றிக் கூற அஞ்சுகிறேன் என்றார். கட்சிக்குள் உட்கட்சி ஜனநாயகம் பட்டபாடு.

அதை விட, மக்களால் விரும்பிப் பாராட்டப்படுகிற பேச்சாளர்கள் எளிமைப்படுத்தி, தமிழ் இலக்கிய மேற்கோள்களுடன், நகைச்சுவையுடனும், அதே சமயம் புள்ளி விவரக் கணக்குப் பட்டியலை ஒப்பிக்காமல் விலைவாசி உயர்வால் மக்கள் படும் பாட்டைக் கூறுவதை முறையாகக் கொண்டிருந்தனர்.

தெளிவாகப் பேசினால், நற்றமிழில் பேசினால், அத்தகையோருக்கு மார்க்சீயத் தத்துவப் பயிற்சி இல்லாத புலவர்கள் என்று பட்டம் சூட்டுகிற வழக்கம் கொண்டிருந்தனர். புள்ளி விவரங்களைப் புட்டுப் புட்டு வைப்பதாகக்கூறி 3.50 புள்ளியாக இருந்தது 3.90 ஆகி விட்டது என்பார். அவரைப் போராளி என்பர்- இன்னொருவர், விலை ஏற்றத்தால் ஊறுகாயைத் தொட்டுச் சாப்பிட முடியாமல், பார்த்துக் கொண்டே எச்சியூற சப்புக் கொட்ட வேண்டி வருகிறது என்பார். கைதட்டல் வரும் என்பதோடு, அந்த நகைச்சுவைச் செய்தியைக் கேட்டவர், பத்துப் பேரிடமாவது சொல்ல மறக்கமாட்டார். ஆனால், கட்சிக்குள் பாராட்டு கிட்டாது.

ஜீவா, சொன்னார்! பசு மாடுகளை வளர்க்கிறோம். அதற்கு உணவாகப் புல், பருத்தி விதை, வைக்கோல் எனப் பலவகைத் தீவனங்களைக் கொடுக்கிறோம். அதுவும் அனைத்தையும் உண்டு விழுங்கி விட்டு அசை போடுகிறது. மறுநாள் அவற்றைச் சீரணித்து விட்ட பசு, நமக்கு சுவை மிக்க பாலாகத் தருகிறது. ஒரு கைப்பிடி வைக்கோலை இரண்டு கைப்பிடி வைக்கோலாகத் தருவது இல்லை; பாலாக ஆக்குகிறது. குழந்தை முதல் முதியவர் வரை பயன்படுத்துகிறார்கள்.

அதே போன்று நாமும் பல நூல்களை, மார்க்சீயம் உட்பட, கற்றாலும் அவற்றைச் சீரணித்து உள்வாங்கிக் கொண்டு படிக்கும் வாய்ப்பு இல்லாத மக்களுக்கு பாலாகக் கொடுக்க வேண்டும் என்றார். - அதை ஏன் சொல்லவில்லை! ஆழ்ந்து சிந்தித்து விட்டு, கவலையோடு அதைச் சொல்லும் திறனை இழந்துவிட்டேன். வற்புறுத்தினால் பழிக்கப்படலாம். எனவே நம்மால் முடிந்ததைச் செய்வோம் என்றார். யானை வாங்கிப்பழகும் திறனுடையோர், அங்குசம் வாங்கத் தவறியது "தூங்கிக் கெடுத்தவர்கள், நாட்டைக் கெடுத்ததோடு, தானும் கெட்டார்" என்ற பட்டுக்கோட்டை அதனால்தான், "நீ தாங்கிய உடையும், சிறைக்கதவும், சக்தி இருந்தால் உனைக்கண்டு சிரிக்கும்" என்றார்.

இதையே வள்ளுவப் பெருந்தகை எவ்வாறு இடித்துக் கூறி யுள்ளார் என்பதைப் பார்க்கலாம்.

**"இணரூழ்த்தும் நாறா மலரனையர் கற்றது**
**உணர விரித்துரை யாதார்"**

என்கிறார்

படித்துத் தெரிந்த செய்தியை, பக்குவமாய் பிறர் கேட்கும் வண்ணம் எடுத்துச் சொல்ல இயலாதவன் கொத்துக் கொத்தாகப் பூத்துக் குலுங்கியபோதும் கொஞ்சமும், நறுமணம், வாசனை தராத மலரைப் போன்றோர் ஆவர் என்கிறார்.

வண்ணம் இருந்தும், நறுமணம் இல்லாத மலரை விரும்புவதில் லையே!

கற்றதை, அறிந்ததை, உணர்ந்ததை உணர்ந்தவாறு, மற்றவர்க்கு உணரவைக்கும் வகையில் பேசுவதுதான் பயனுடைய சொல்லாக இருக்கும்.

அதே போன்று அவையில் பேசும் போது நம்மிலும் அதிகம் கற்றுத் தேர்ந்த அறிஞர்களும் இருக்கக்கூடும். எனவே, நன்கறிந்த கருத்தை மட்டுமே கூற வேண்டும் செவிவழிச் செய்திகளை மிகைப் படுத்திப் பேசிவிடக்கூடாது. அதேசமயம் நாம் கற்றுள்ள அளவிற்கு கற்கும் வாய்ப்பை இழந்த மக்கள் பலரும் வந்திருக்கக்கூடும். வந்த வர்கள், கூட்டம் கேட்டுவிட்டுத் திரும்பும்போது, ஓரிரு புதிய விவரங் களையாவது கேட்டுத் திரும்ப வேண்டும். மக்களுக்கு தன்னம்பிக்கை, அறிவு ஊட்ட சிறிதளவாவது பதிக்கப்பட வேண்டும்.

மேடைகளில் பேசக்கூடிய சில பேச்சாளர்களுக்கு மட்டுமல்லாது பேசும் வாய்ப்புள்ள மனிதர்கள் அனைவருக்குமான சில புத்திமதி களையும் வள்ளுவர் கூறியுள்ளார்.

அவை அஞ்சாமை என்ற அதிகாரத்தில் "வகையறிந்து வல்லவை வாய் சோரார் சொல்லின் தொகையறிந்த தூய்மை யவர்" என்கிறார்.

அதாவது சொற்களின் களஞ்சியமாக விளங்கும் நல்லறிஞர்கள் சிறந்தோர் அவையில் எதனை, எப்படிச் சொல்ல வேண்டும், என்னும் முறைமை உணர்ந்து பேசுவர். வாய் தவறி தீமை விளைப்பனவற்றைக் கூறமாட்டார்கள் - என்கிறார்.

தேர்ந்தெடுக்கப்படும் நமது உள்ளாட்சிப் பிரதிநிதிகள், சட்டப் பேரவைகளின் உறுப்பினர்கள் டில்லியிலுள்ள மக்களவை, மாநிலங் களவை உறுப்பினர்கள் இந்த ஒரு குறட்பாவைக் கற்று, கற்றபின் அதற்குத் தக நிற்கவேண்டும். நடந்தால் நாட்டுக்கு நன்மை கிடைக்கும்.

"கற்றாருள் கற்றார் எனப்படுபவர் கற்றார்முன் கற்ற செலச் சொல்லு வார்" என்றும் கூறினார்.

கல்வி நலம் சான்றவர்முன் தாம் நுட்பமாய் எடுத்துரைக்க வல்லவரே கற்றவர்களில் தலை சிறந்தவர் ஆவர் என வழி காட்டி யுள்ளார்.

இதைவிட, அவை அச்சம், கூச்சம் இருக்கிறதே அதையும் வள்ளுவர் கண்டிருக்கிறார்.

"பகையகத்துச் சாவார் எளியர் அரியர்
அவையகத்து அஞ்சா தவர்"

என்கிறார்.

பகைவருடன் அஞ்சாது போரிட்டுச் சாகவும் துணிகிறவர் பலருண்டு. ஆனால், அவைக் களத்தில் அஞ்சாது கருத்துரைக்கத் துணிபவர் மிகமிகச் சிலரே உண்டு என்கிறார்.

எனவே, மேடைக் கலையைக் கற்றுத் தேற குறட்பாக்கள் வகுத்துள்ள நெறிமுறைகளைக் கடைப்பிடிப்பது நல்லது.

அத்துடன் பேசுபவர் எல்லோருமே தங்கள் கருத்தை தெளிவுபடக் கூறும் கலையில் தேற வேண்டும். ஏனெனில், உரையாடல்கள் தான் அதிகம். எனவே, அப்போதும் எங்கும் பயனுடைய சொற்களை மட்டுமே பயன்படுத்த வேண்டும். சேக்ஸ்பியர் மேக்பெத் என்ற நாடகத்தில், நொந்துபோன... பாத்திரம் சொல்வதாக சில வரிகள் வரும்...

"Life is nothing but a Tale told
by an idiot, full of sound and
fury, Signifying nothing"

என்று எழுதியுள்ளார்.

வாழ்க்கையே ஒரு முட்டாள் உளறிய கதைபோன்றதே. அது வெறும் இரைச்சலும், வெறிக் கூச்சலுமாக இருந்ததேயன்றி, பொருளேதும் இல்லை என்றார்.

பயனில பேசாமை நன்று. அதற்கும் மேலாக, நமது உடல் உறுப்புக் களிலேயே உருண்டு சுழலக்கூடிய வகையில் எலும்பும், நரம்பும் இல்லாதது கண்ணும், நாக்கும்தான்.

கண்ணுக்கு பிறன்மனை நோக்காமை என்ற எல்லைக் கோட் டையும், நாக்குக்கு,

**யாகாவா ராயினும் நாகாக்க காவாக்கால்**
**சோகாப்பர் சொல் இழுக்குப்பட்டு**

என்றும் எல்லைக் கோடும் போட்டார். நாவடக்கம் மிகமிக முக்கியம். பொய்யுரைத்தல், அவதூறு பொழிதல் இழி செயல்.

அதேபோல்,

**தீயினாற் சுட்டபுண் உள்ஆறும், ஆறாதே**
**நாவினாற் சுட்ட வடு என்பதில் ஆறாதே**

என்ற ஏகாரத்தின் பொருளுணர்க.

பல மாநில, அனைத்திந்திய ஆளும் கட்சிகளில் அவைக்கு அல்லாது ஒரு தலைக்கு அஞ்சி அத்துடன் தன் வாழ்க்கைச் சுகம் கருதி, நாவடக்கி உள்ளனர். இவர்களை,

"**உளரெனினும் இல்லாரொடு ஒப்பர், களன்அஞ்சி**
**கற்ற செலச் சொல்லாதவர்**"

என்கிறார்.

அதாவது, தக்கார் அவைக் களத்தில் துணிவோடு தாம் கற்றதை எடுத்துரைக்க மாட்டாதார், வாழ்ந்தாலும் **செத்தாருக்குச் சமம்** என்கிறார். இத்தகையோர் உயிரோடு நடமாடும் பிணங்களாகவே வள்ளுவர் கண்ணுக்குப்படுகின்றார்.

எப்படி இருக்க வேண்டும்? பேச வேண்டும் என்றால்,

"ஆற்றின் அளவறிந்து கற்க அவையஞ்சா மாற்றம் கொடுத்தற் பொருட்டு" என்கிறார்.

அதாவது அவைக்களத்தில், (அல்லது கட்சியின் மாவட்ட, மாநில, தேசிய அளவிலான தலைமைக் குழுக்களில் அங்கம் வகிப்போர்) அச்சம் சிறிதுமின்றி மறுமொழி தருவதற்கு அளவை நூல் என்னும் தருக்க நூலை முறையோடு கற்றல் வேண்டும் என்கிறார் வள்ளுவர்.

கவிஞர் சிற்பி பாலசுப்பிரமணியம் உரைநடையில் திருக்குறட் பாக்களுக்குப் பொருள் கூறியிருப்பதை கையில் எப்போதும் எடுத்துச் செல்க. மனத்தில் பதித்துக் கொள்க. இல்லையேல்,

பகையகத்துப் பேடிகை ஒள்வாள் அவையகத்து அஞ்சுமவன் கற்ற நூல் என்றாகி விடும். ஒளிவிடும் கூரியவாள் போர்க்களத்தில் பேடியின் கையில் இருந்தால் என்ன பயனோ, அதுதான் அஞ்சுபவன் கற்ற நூலின் பயனும் ஆகும்.

வள்ளுவரிடம் தேறியதாகச் சான்றிதழ் பெற்ற பின் மேடை ஏறுதல் நலம். ஏறிய பிறகும் தேர்ச்சி பெற முயற்சிக்கலாம்.

## 6. என் முதல் மேடை அனுபவம்

**தொ**டக்கப் பள்ளிப் படிப்பான, ஒன்று முதல் ஐந்தாம் வகுப்பு வரை, என் அப்பா, அம்மா ஆசிரியர்களாக இருந்த அரசுப் பள்ளியில் தான், நானும், என் மூத்த அண்ணனும், தங்கையும் படித்தோம். சீர் மரபினர் என இப்போது அரசினால் பெயர் சூட்டப்பட்டுள்ள, பிரமலைக் கள்ளர் எனும் சாதியினர்க்கு, வெள்ளையர்கள் 'அன்போடு' குற்றப்பரம்பரை எனப் பெயர் சூட்டினர். அது ஒரு கொடுமையான அடக்குமுறைச் சட்டம். நீர்வளம், நிலவளம் இல்லாத மழை மறைவுப் பகுதியில் வறண்ட புஞ்சைக் காடுகளை நம்பி வாழ்ந்தவர்கள். இவர் களது இயற்கைக் குணமே பிறர் பொருளைத் திருடுவது, கொள்ளை யடிப்பது, கலகம் செய்வது தான் என்று காவல்துறையின் உயர் அதிகாரிகளாக இருந்த வெள்ளை அதிகாரிகள் தந்த அறிக்கை அடிப் படையில் அச்சட்டம் அப்பகுதி மக்களை அடக்கப் போடப்பட்டது.

இந்தியா முழுவதிலும் 60க்கும் மேற்பட்ட பிற்படுத்தப்பட்ட சாதியினர் மீதும் இச்சட்டம் பல பகுதிகளில் பிரகடனம் செய்யப் பட்டது.

இதை எதிர்த்து ஆந்திரா - தமிழகத்தில் மக்கள் எதிர்த்துப் போராடிய வீர வரலாறு உள்ளது. இச்சட்டத்தை எதிர்த்த பெருங்காம நல்லூர் ஆண்மக்கள் 20 பேர் சுட்டுக் கொல்லப்பட்டனர்.

அவர்களுக்கு உதவப்போன ஒரு தாயும் சுட்டுக் கொல்லப் பட்டார். காவல்துறையினர், இச்சாதியினரை, நீதிமன்றம் கொண்டு செல்லாமல், தண்டிக்க அதிகாரம் தரப்பட்டிருந்தது. ஆண்கள் அனைவரும் கருப்பு மையால் கட்டை விரல் ரேகையைப் கட்டாயம் பதிய வேண்டும். ஊர் விட்டு ஊர் போக அனுமதிச் சீட்டுப் பெற வேண்டும்.

இதனால், ஏற்கெனவே ஏழ்மைக் கொதிகலனில் துடித்து வந்த மக்கள், மேலும் கீழே குழிக்குள் தள்ளப்பட்டது நடந்தது. இருந்ததும் பறிக்கப்பட்டது.

சில கிறித்துவப் பாதிரியார்கள், இம் மக்களைப் படிக்க வைத்து முன்னேற்றலாம் எனக் கருதி, பள்ளிக்கூட அடையாளமே இல்லாத கிராமங்களில் பள்ளிக்கூடங்களைக் கட்டி, அக்காலத்தில் பத்தாம் வகுப்பு வரை படித்துத் தேறியோரை, பயிற்சி கொடுத்து ஆசிரியர்களாக நியமித்தனர். அவ்வாறு வெள்ளை மலைப்பட்டி என்ற கிராமத்தில் ஆசிரியர்களாகப் பணியாற்ற நியமிக்கப்பட்ட என் பெற்றோர் அங்குப் போனபோது பள்ளிக்கூடமே இல்லை. ஜமீன்தார்கள் ஆளுகையில் அப்பகுதி இருந்தது. அவரிடம் பேசி, பள்ளிக்கூடம் கட்ட இடம் பெற்று ஊர் மக்கள் உதவியுடன் பள்ளிக்கூடம் கட்டி, கட்டும்போதே எழுதப்படிக்கக் கற்றுத்தந்த பணியைச் செய்து மக்களின் நிரந்தர அன்பைப் பெற்றனர் என் தாய் தந்தையர்.

என் தந்தைக்கு, முதல் மாதம் வழங்கப்பட்ட மாத ஊதியம், அன்றைய ராசாத் தலை போட்ட ஒன்பதே ஒன்பது ரூபாயாம். (இன்று தேநீர், வாங்க முடியாத தொகை) என் அம்மாவுக்கு மாதம் எட்டு ரூபாய் எண்ணித் தரப்பட்டதாம் - இருப்பினும் உறுதி செய்யப்பட்ட மாத ஊதியம் பெற்றதால், சட்டையே அணியாத மக்கள் மத்தியில் சட்டை போட்டு நடக்க முடிந்ததாம்! அந்த இந்தியாவில் தான் நாம் பிறந்திருக்கிறோம்.

இவர்கட்கு நான்காவது மகனாக 1932இல் பிறந்தவன் நான் - 1921 முதல் 1928 வரை, கிறித்துவப் பாதிரியார்கள் நடத்தி வந்த பள்ளிக் கூடங்களை, வெள்ளை அரசு தானே ஏற்று நடத்த முடிவு செய்தது. அதற்காக கள்ளர் சீர்திருத்த இலாகா என்ற ஒன்றைத் தொடங்கி, அதன் மேலாண்மையை காவல் துறையிடம் ஒப்படைத்தது.

அக்காலத்தில் ஐந்தாம் வகுப்புவரை படித்து எழுத, படிக்கத் தெரிந்தவர்கள் காவல்துறையில் பணிக்கு எடுத்துக் கொள்ளப்பட்டனர். அத்தகையவர்கள் பள்ளிக்கூடங்களையும் பார்வையிட அதிகாரம் பெற்றிருந்தனர். அவர்கள் பார்வையிடும் போது, ஆசிரியர் இருந்தாரா? மாணவ மாணவியர் எத்தனை பேர் இருந்தனர் என்பதை பேரேட்டில் பதிவு செய்யவேண்டும்.

கிறித்துவப் பாதிரியார்கள் நடத்திய பள்ளிக்கூடத்தில் என் அப்பா, அம்மா படித்துச் சான்றிதழ் பெற்று ஆசிரியர்கள் ஆனவர்கள். தமிழிலும் புலமை. ஆங்கிலத்தில் சரளமாகப் பேசுவார்- எழுதுவார் என் அப்பா!

இத்தகையோர் நடத்தும் பள்ளிக்கூடத்தைப் பார்வையிட, ஐந்தாம் வகுப்பு வரை மட்டுமே படித்துவிட்டு, காக்கிச் சட்டை போட்ட தடிபிடித்த மனிதன் பள்ளிக்கு வந்தது குறித்து பேரேட்டில் எழுதும்போது, எழுத்துப் பிழை இருப்பதை எழுதி, பிரதி எடுத்து மேல் அதிகாரிகட்கு அனுப்பிய என் தந்தை மீது காவல்துறையினர், தங்கள் அதிகாரத்தைக் காட்ட விளைந்தனர்.

கல்வித்துறையை அரசு மேற்கொண்டு விட்டதால், ஆசிரியர்களை அரசு ஊழியர்களாக அக்காலத்தில் அறிவித்தனர். ஆசிரியர்களை கௌரவிக்க, ஊதிய உயர்வு கொடுக்க எடுக்கப்பட்ட நடவடிக்கை அல்ல - இதன் மூலம் ஆசிரியர்களை ஊர்விட்டு, ஊர் மாற்றம் செய்யலாம். கணவன் - மனைவியரை ஒரே பள்ளிக்கூடத்தில் பணிபுரிய விடாமல் வெகுதூர இடைவெளியுள்ள வெவ்வேறு ஊர்களில் பணிபுரிய, தண்டனையாக இடமாற்றம் செய்யலாம் என்பதற்காக அதைச் செய்தனர்.

கணவன்- மனைவியரைப் பிரித்து வெவ்வேறு பள்ளிகளில் நியமிப்பதால், இரு குடும்பங்களாகச் செலவிட நேரிடுகிறது. குழந்தைகள் வளர்ப்பும், படிப்பும் சங்கடத்திற்கு உள்ளாகிறது என வெள்ளைக்கார மாவட்ட ஆட்சியரிடம் முறையிட்டார் என் அப்பா.

வெள்ளைக்கார ஆட்சியர், கணவன், மனைவி ஒரே இடத்தில் பணிபுரிவதைப் பிரிக்கவே கூடாது என உத்தரவு போட்டார். அதை ஏற்ற காவல்துறை, என் அப்பா, அம்மா இருவரையும் சேர்த்து கொடைக்கானல் மலை அடிவாரத்தில் உள்ள காமக்காட்டி என்ற ஊருக்கு மாற்றினர். அங்குதான் நான் ஐந்தாம் வகுப்பு வரை படித்தேன். மலையோரம் இருந்த கிராமம் ஆதலால் இயற்கைத் தாய் அப்பகுதி மக்கட்கு, பலவகை செல்வங்களை வழங்கி வந்தது. அழகிய இயற்கைச் சூழல், வண்ண வண்ணப் பறவைகளை அங்கே காணமுடியும். மான், காட்டுப் பூனை, மலைப்பாம்பு, நரி, கழுதைப்புலி போன்றவை ஊருக்குள் வந்து போனது உண்டு. அன்று அவற்றைத் துரத்தி விளையாட அடிக்கடி வாய்ப்பு கிடைத்தது.

இதற்குப் பிறகுதான் உசிலம்பட்டி போர்டு உயர்நிலைப் பள்ளியில் சேர்க்கப்பட்டேன். என் அக்காள், அண்ணனும் அங்கே தான் படித்து விட்டு, என் அண்ணன் மதுரை அமெரிக்கன் கல்லூரியில் சேர்ந்து படிக்கப் போய்விட்டார், என் அக்காள் மதுரையில் ஆசிரியர் பயிற்சிப் பள்ளியில் சேர்ந்து விட்டார்.

நான் உசிலம்பட்டி உயர்நிலைப் பள்ளியில் படித்துக் கொண்டிருக்கும் போது அதையும் அரசுப் பள்ளியாக ஆக்கிவிட்டனர்.

உயர்நிலைப் பள்ளி ஆசிரியர்களில் பெரும்பான்மையினர் நாட்டிற்கான சுதந்திரம் பெற வேண்டும் என்ற தேசிய உணர்வுள்ளவர் களாக இருந்தனர். ஒவ்வொரு வகுப்பு ஆசிரியரும், பேச்சுப்போட்டி, கட்டுரைப் போட்டி, விளையாட்டுப் போட்டி, நாடகப் போட்டி ஆகியவற்றில் தன் வகுப்பு மாணவர்தான் வெற்றி பெற வேண்டும் என்று விரும்புவார்கள், எங்களை அதற்குத் தயார்படுத்தவும், ஊக்கம் கொடுக்கவும் செய்வார்கள்.

அப்போது உயர்நிலைப் பள்ளிகளில் முதலாவது பாரம் முதல் ஆறாவது பாரம் (Form) வரை இருக்கும். S.S.L.C என்றால் Secondary School Leaving Certificate என்பது பத்தாம் வகுப்பு தேறியதற்கான சான்றிதழ். இதற்குப் பிறகு கல்லூரிகளில், இன்டர் மீடியேட், பட்டப் படிப்பு நீடிக்கும்.

நான் மூன்றாம் படிவத்தில் இருந்தபோது என் வகுப்பாசிரியர் என்னை, பேச்சுப் போட்டியில் பங்கேற்கச் சொன்னார். என்ன பேசுவது? எப்படிப் பேசுவது? பெரிய பெரிய ஆசிரியர்கள் உட்கார்ந் திருப்பார்களே, அவர்கள் முன்னால் அரைக்கால் சட்டை காலர் பனியன் போட்ட நான் பேச முடியுமா? என்றேன்.

பேசுவதற்கு கோட்டும், சூட்டும் வேண்டுமா? மூளையும், நாக்கும் இருந்தால் போதும், உன் அப்பாவிடம் போய், நான் பேசச் சொன்னேன் என்று சொல். உன் அண்ணனின் பேச்சை எழுதித்தரச் சொல்லி படித்துவிட்டு வா! யாரையும் பார்க்காமல் நாளை மறுநாள் நடக்கப் போகும் கூட்டத்தில் என்னைப் பார்த்துக் கொண்டே பேசு! நீ கட்டாயம் முதல் பரிசு பெறுவாய். நான் வீட்டில் நெய்யால் தயாரித்த ஜாங்கிரி தருவேன் என்றார்.

என் அப்பாவிடம் நான் இந்தச் செய்தியைச் சொன்னவுடன், அவர் அதை மகிழ்ச்சியுடன் வரவேற்காது ஒழுங்காகப் படி. பேச்சு, பாட்டு, எல்லாம் அப்புறம் பார்க்கலாம். படிக்கிற காலத்தில் பேச ஆசைப் பட்டு மேடை ஏறிய யாருமே உருப்பட்டது இல்லை. தேர்விலும் வெற்றி பெற்றது இல்லை என்றார்.

பேசுவதால் நீ என்ன பயனை அடையப் போகிறாய்? கேட்பவர்கள் என்ன பலனைப் பெறப் போகிறார்கள்? போய் புத்தகத்தை எடுத்துப் படி என்றார்.

நல்ல வேளையாக அன்றைக்குக் கல்லூரியிலிருந்து என் மூத்த அண்ணன், (பின்னர் பேராசிரியராகி, எனக்கும் பொருளியல் கற்றுத் தந்த பேராசிரியராக இருந்த தா.செல்லப்பா அவர்கள், பயப்படாதே. எது பற்றிப் பேசச் சொன்னார்கள்? என்று கேட்டார். எனக்குப் பிடித்த

கவிஞர் என்ற தலைப்பில் பேச வேண்டும் என ஆசிரியர் சொன்னார் என்றேன். உடனே அவர் காகிதத்தை எடுத்து எழுதத் தொடங்கி விட்டார்.

அவர் எழுத்து குண்டு குண்டாக அச்சு எழுத்து மாதிரி இருக்கும். என் அம்மா எழுத்தும் அச்சு வடிவில் அழகாக இருக்கும். என் அப்பா வேகவேகமாக எழுதுவார். ஒரே கிறுக்கல் போலத் தெரியும்.

என் அண்ணன் அம்மா எழுத்துக்கு வாரிசு. அப்பா மாதிரியே கோடு கிழிக்கிற முறையில் எழுதத் தொடங்கிய நான், இன்றும் எழுத்தைத் திருத்த முடியவில்லை.

நான் எழுதுவதைப் படிக்கும் போதெல்லாம், என் அம்மா "கோழி கால்களால் கிண்டியது மாதிரி எழுதியிருக்கிறாய். நீ சரியாக விடை எழுதினாலும், உன் கிறுக்கிய எழுத்துக்களைப் படிக்க முடியாத ஆசிரியர் முட்டை போடப் போகிறார்" என்பார்கள். சித்திரமும் கைப்பழக்கம், செந்தமிழும் நாப்பழக்கம் என்கிறார்கள். நாப்பழக்கம் என்னிடம் இருந்ததாக நினைக்கிறேன். கைப்பழக்கம் கையை விட்டுப் போய்விட்டது. இன்றுவரை கோடுகள்தான்.

என் அண்ணன் தேசிய விடுதலைக்காகப் பாட்டெழுதிய பாரதி யாரைப் பற்றி, அவரது பல பாடல்களுடன், ஐந்து பக்கங்களில் எழுதிக் கொடுத்து, சத்தமாக வாசிக்கும்படி சொன்னார். மிக வேகமாக படுவேகத்தில் கடகடவென்று வாசித்தேன்.

நிறுத்து! நிறுத்து! - என்று தடுத்தவர், குரலை உயர்த்தக்கூடாது. இயற்கையாகப் பேச்சு இருக்க வேண்டும். சொல்லுக்குச் சொல் இடைவெளி விட்டு, கேட்போருக்கு விளங்குகிறார்போல் நிறுத்திப் பேச வேண்டும். வாழிய செந்தமிழ் - வாழிய நற்றமிழர் மேனி செழித்த தமிழ்நாடு என்ற சொற்கள் வருகிற இடங்களில், சொற்களை நிறுத்தி, நிதானமாக "மகரம்", அழகாக, அழுத்தமாகக் குறிப்பிட வேண்டும் என்று சொன்னவர், ழ - என்ற எழுத்துத்தான் தமிழுக்கு அழகு ஊட்டுவது. அதைச் சரிவர உச்சரிக்கவில்லை என்றால் பேச்சின் அழகே கெட்டுவிடும் என்றார்.

சொல்லில் உயர்வு தமிழ்ச் சொல்லே. அதைத் தமிழில், தமிழனாகப் பேசுக என்பதே அவர் கற்றுத்தந்த முதல் பாடம்.

மூன்றாவது படிவம் என்பதை எட்டாம் வகுப்பு என்றும் சொல்வார்கள். அன்றைய பேச்சுப் போட்டிக்கு, நான்கு, ஐந்து, ஆறாம் வகுப்பு மாணவர்களும் வந்திருந்தனர். அவர்கள் என்னைவிட வயதில்

மூத்தவர்கள். விளையாட்டு மைதானத்தில் பெரிய ஆட்களைப் போல விளையாடுவார்கள். அவர்களைப் பார்க்க சற்று பயமாக இருந்தது.

என் அகத்தில் முளைத்த பயத்தை முகம் காட்டி விட்டது போலத் தெரிகிறது. என் வகுப்பாசிரியர் என்னைத் தனியே அழைத்து, 'நீ ஒன்றும் மல்யுத்தம் நடத்தப் போகவில்லை. அவர்கள் உயரமாக, பெருத்த உடலுடன் இருந்தால் என்ன? நீ கலந்து கொள்ளப் போவது பேச்சுப் போட்டி. அதற்கு மண்டைக்குள் மூளையும், வாயில் நாக்கும் இருந்தால் போதும். அவர்கள் பெருத்த உடலுடன் நடுங்கப் போகிறார் கள். நீயோ எதையும் பாராது, என்னைப் பார்த்துக் கொண்டு பேசு என்றார். அவர் சொன்ன வேடிக்கைதான் நடந்தது. எனக்கு முன்ன தாகப் பேச அழைக்கப்பட்ட பெரிய அண்ணன்மார், எழுந்து வந்தவர்கள், தலைவர் அவர்களே! ஆசிரியர்களே மாணவ சகோதரர்களே, சகோதரி களே எனத் தொடங்கும் போதே தடுமாறத் தொடங்கியதைக் கேட்டேன்.

நான் பேச எடுத்துக் கொண்ட பொருள் என்னவென்றால், அதாவது, மகாகவி பாரதியாரைப் பற்றியதாகும். அவர், --------- எட்டையபுரத்தில் பிறந்தார் அவர்....., என்றவர்கள், தலையைச் சொரிந்தவாறு, ஏதேதோ கூறிவிட்டு உட்கார்ந்தனர். சரியாகப் பேசி முடிக்கவே இல்லை.

அதைப் பார்க்கவே எனக்கு ஏளனமாக இருந்தது. என்ன உணர்வோ, தைரியம் பிறந்துவிட்டது.

என்னை அழைத்தவுடன் நேராக மேடையில் ஏறியவுடன், வணக்கம் தெரிவித்து விட்டு, "பாருக்குள்ளே நல்ல நாடு பாரத நாடு - அந்த நாட்டை அந்நியர்கள் அடிமைப்படுத்தி ஆண்டதை எதிர்த்து, வாள் எடுத்து போராடி மடிந்தார்கள் பூலித்தேவனும், கட்டபொம்மனும். அதே மண்ணில் தமிழ்நாட்டில் பிறந்த புரட்சிக் கவிஞன் பாரதியார், வாளினும் கூறான கவிதை படைத்து வெள்ளையர் படைகளை உடைக்க, எட்டையபுரத்திலே பிறந்தார்" என்றதுமே, மாணவ மாணவியர் கைத்தட்டி விட்டனர்.

ஆசிரியர்கள் புன்முறுவலோடு என்னைப் பார்த்தது ஊக்கத்தைத் தந்தது. பாரதி பாடல்களில் வீரம் கொழிக்கும் பல வரிகளை அடுத் தடுத்து அடுக்கியதைக் கேட்ட மாணவர்கள் உற்சாகமாகக் கைத்தட்டிய வண்ணமே இருந்தனர்... முடிக்கப் போகும் போது அந்த மகா கவிஞனை, தாய் நாட்டையும், தாய் மொழியையும் மறந்து கிடந்த தமிழர்கள், அவர் கூறியபடி எழுந்திருந்தால், முப்பது கோடிப் பேரும், அறுபது கோடி தடக்கைகளால் சட்டி பெட்டி விற்க வந்த

வெள்ளையரை சட்டினி ஆக்கியிருக்கலாம் என்ற போது ஆசிரியப் பெருமக்கள் எழுந்து கைதட்டினர்.

பாரதி பாடல்களைப் படிப்போம். அந்நிய ஆட்சியை இடித்துத் தகர்ப்போம்- தாயின் மணிக்கொடியைப் பறக்க விடுவோம் - எழுங்கள் என்று கூறி முடித்தபோது, அரைகுறையாகப் பேசிவிட்டு உட்கார்ந்த அண்ணன்மார் வந்து என்னைத் தூக்கி வாழ்த்தினார்கள்.

உயர்நிலைப் படிப்பை முடித்த பின், அழகப்பா கல்லூரியில் ஆங்கிலத் துறையில் உதவி ஆசிரியராகப் பணியாற்றிய என் அண்ணன் என்னை அங்கே படிக்க அழைத்துச் சென்றார்.

நான் கல்லூரியில் இடைநிலைப் படிப்புக்காக [INTERMEDIATE] சேர்ந்த போது Commerce and Accountancy வணிகம், பாடம் எடுக்க விருப்பம் தெரிவித்தேன்.

ஆறாம் படிவத்தில் இரண்டாம் தடவை எழுதி, அப்போதும் குறைந்த மதிப்பெண்ணுடன் வந்துள்ள என் சான்றிதழைப் பார்த்த கல்லூரி முதல்வர், என் அண்ணனிடம் உன் தம்பியை பொறியியல் கல்லூரியில் சேர்த்து விடலாமே என்று கூறியபோது, என் அண்ணன், "பொறியியற் கல்லூரியில் இடம் கிடைப்பது அரிது. முதல்வர் நம் மீது அன்பு கொண்டு டாக்டர் அழகப்பாவிடம் கூறி பொறியியல் கல்லூரியில் சேர உதவுகிறேன் என்கிறார். முயற்சி செய்து படிப்பேன் என்று நீ கூறினால், அங்கு சேர்த்து விடுகிறேன்" என்றார்,

"இல்லையேல் கலைக் கல்லூரியில் சமூக இயல் பட்டப்படிப்புக்குப் போ- ஆனால், ஒன்றை நினைவில் வைத்துக் கொள்- கலைக் கல்லூரியில் பெறும் பட்டம், பறக்க விடத்தான் உதவும். வேலை தேடி பிழைப்புக் காக அலையவேண்டி வரும். தொழிற்கல்வி படித்து முடித்தால் நல்ல வருவாயுள்ள வேலை கிடைக்கும். நன்றாக யோசித்துச் சொல்" என்றார்.

மறுநாள் காலை, ஆறாம் படிவத் தேர்வில் பட்ட பாட்டை நினைத்து பொறியியற் கல்லூரி வேண்டாம் என்று உறுதிபடக் கூறிவிட்டேன். ஆகவேதான் கலைக்கல்லூரியில் மாணவன் ஆனேன்.

உயர்நிலைப் பள்ளிப்படிப்பின் போதே விஞ்ஞானம், கணிதம் கற்க தந்தை சொன்னபடி, கருத்தூன்றிப் படிக்கத் தவறிய பிறகுதான், "தந்தை சொல் மிக்கதோர் மந்திரம் இல்லை" எனும் தாரக மந்திரத்தின் உண்மைப் பொருளை உணர்ந்தேன். காலம் கடந்த ஞானம் - காதறுந்த ஊசி தானே!

நான் காரைக்குடி அழகப்பா கல்லூரியில், கலைக் கல்லூரியில் சேர்ந்து பட்டப்படிப்புக்கு பயிலப் போனவனை, கணிதம் விருப்பப்

பாடமாக இருந்ததால், பொறியியல் கல்லூரியில் இடம் தரச் செய்கிறேன் என்று ஏ.என். தம்பி என்ற முதல்வர் சொன்னார். தற்போது பெரிய பேர் பெற்ற பொறியியற் கல்லூரிகளில் சேர மாணவர்கள் படும் பாட்டையும், கட்டும் கப்பத் தொகை பற்றியும் கேள்விப்படுகிற போது, தானாக பழுத்து விழுந்ததை உதறிவிட்ட என் முடிவு ஒரு அவசரப் பட்ட தவறான முடிவுபோலத் தெரிகிறது. அது மட்டுமல்ல நல்ல மனிதர்கள், நல்ல கல்வி கற்பித்து, நம் நாட்டை நல்ல நாடாக்க முயன்ற மறைந்து போன காலம் போலவும் தெரிகிறது.

அது போலவே நான், சில ஆண்டுகள் அழகப்பா கல்லூரியில் துணை ஆசிரியனாக இருந்து பணியாற்றி விட்டு, தமிழ்நாடு கலை இலக்கியப் பெருமன்றத்தின் செயலாளராகத் தேர்ந்து எடுக்கப் பட்டதையொட்டி, சென்னைக்கு வந்துவிட ஜீவா அழைத்ததால், இருந்த வேலையையும் விட்டு, கிடைத்து வந்த ஊதியத்தையும் இழந்து, சென்னை வந்து சேர்ந்தேன். கட்சித் தலைவர்களில் சிலர் "கலை இலக்கியம், அரசியல் என்று ஈடுபட்டு விட்டாய். இதற்கு உதவக்கூடிய முறையில் சட்டக் கல்லூரியில் படித்து ஒரு பட்டத்தையும் வாங்கி வைத்துக் கொள்வது நல்லதல்லவா?" என யோசனை கூறினர்.

முன்பின் யோசிக்காமல் சென்னை சட்டக்கல்லூரியை நோக்கி நடந்தேன். அப்போது சட்டக் கல்லூரியின் இயக்குநராக ஓய்வு பெற்ற நீதிபதி ஏ.எஸ்.பி. அய்யர் பொறுப்பு ஏற்று இருந்தார். அவருக்கு கௌரவ இயக்குநர் என்று அவரது பதவிக்குப் பெயர் வைக்கப்பட்டிருந்தது. அதாவது Honorary Director for Legal Studies எனப் பெயர் சூட்டப்பட்டிருந்தது. நான் அவரை நேரில் சென்று சந்தித்தவுடன், எதற்காக என்னைப் பார்க்க வந்தாய்? என்று கேட்டார். சட்டம் பயின்று அதற்கான பட்டம் பெற வந்துள்ளேன் என்றேன். எங்கிருந்து வருகிறாய்? என்ன படித்திருக்கிறாய் எனக் கேட்டவுடன் நான் அழகப்பா கல்லூரியில் படித்துவிட்டு, அங்கேயே துணை ஆசிரியனாகப் பணிபுரிந்ததையும் சொன்னேன். அப்போது அவர் அங்குப் பேசிய போது எல்லோரையும் சிரிக்க வைத்த நிகழ்ச்சியைக் கூறியவுடன் நான் யார்? என்று கேட்டார். "Honorary Director for Legal Studies" என்பதை "Legal Director for Honorary Studies" என்று வார்த்தைகளை மாற்றிப் போட்டுச்சொன்னேன். ஆகா, என்னையே சிரிக்க வைத்து விட்டாயே. ஆனால், அதில் ஒரு உண்மை இருக்கிறது. நான் சொல்லட்டுமா? நீ ஒரு அரசியல்வாதி தானே! நீ சட்டம் படிப்பது நீதிமன்றத்தில் வழக்குரைஞர் ஆகவா? பொதுக் கூட்ட மேடைகளில் பேசவா ? சரி. உன் இஷ்டம். நீ நேராகப் போய் கட்டணத்தைக் கட்டிவிட்டு சேர்ந்துகொள் என்றவர், Admit என ஒரு துண்டுச் சீட்டில்

எழுதி அலுவலகத்திற்கு அனுப்பி விட்டார். நான் பதினைந்து நாட்கள் அவகாசம் கேட்டு வாங்கி, அப்பா, அண்ணனிடம் பணம் பெற்று கட்டணம் கட்டிச் சேர்ந்தேன். மிகச் சிறிய தொகை தான் வசூலிக்கப் பட்டது. லஞ்சம், லட்சங்கள் என்ற பேச்சே இருக்கவில்லை - அது அந்தக்காலம்!

அப்படியும் ஒரு காலம் தமிழ்நாட்டில் இருக்கத்தான் செய்தது. சட்டக் கல்லூரியில் சேர்ந்து படித்தேனா? அது ஒரு சுவைமிக்க - காலம். சென்னை சட்டக் கல்லூரியில் ஒவ்வொரு வகுப்பிலும் நூற்றுக்கும் மேற்பட்ட மாணவர்கள் பயின்று வந்தார்கள். மாணவிகளும் பயின்று வந்தனர். சட்டக் கல்லூரியில் நான் சட்டம் பயிலச் சேர்ந்த அதே ஆண்டில் காங்கிரஸ் கட்சியைச் சேர்ந்த எஸ்.ஆர். பாலசுப்பிரமணியன், திமுகவைச் சேர்ந்த கவிஞர் வேழவேந்தன், ஆலடி அருணா ஆகியோரும் படித்தனர். ஆசிரியர்களாகப் பணியாற்றிய கோவை.பழனிசாமி, நீதிபதியாவதற்கு முன்பு எங்களுக்கு ஆசிரியராக இருந்தவர் திரு. மோகன் போன்றோருடன் நல்ல ஆசிரியர்கள் பலர் இருந்தனர்.

வகுப்பு தொடங்கியவுடன், மாணவர்கள் வருகையைச் சரிபார்க்கும் அழைப்பு தொடங்கும். ஆசிரியர்கள் நுற்றுக்கும் மேற்பட்டோரின் பெயரை வாசிப்பதில் வெறுப்படைந்திருப்பார்கள் - யார் முகத்தையும் பாராது மிக வேகமாக பெயர்களை வாசிப்பார்கள் - சில வாரங் களுக்குள் நாங்கள் சில நண்பர்களைத் தயார் செய்து, என் பெயரை அழைக்கும் போது, இருக்கிறேன் எனக் கூறும்படி கூறிவிட்டுப் போய் விடுவதை நான் மட்டும் அல்ல - பலரும் வழக்கமாகக் கொண்டிருந் தனர்.

இந்தியக் கம்யூனிஸ்டுக் கட்சியைச் சேர்ந்த இருபது பேர் இருந்தோம். அவர்களுள் ஆந்திர, கேரள மாணவர்கள் அதிகமாக இருந்தனர்.

என்னுடன் கரூர் குப்புசாமி, பிற்காலத் தோழர் ஏ.எம்.கோதண்ட ராமன் ஆகியோரும் படித்தனர். நக்சல்பாரி இயக்கத்தோடு கலந்த பக்தவத்சலம், வேலூர் தோழர் குசேலர் ஓராண்டுக்குப் பின்னர் வந்து சேர்ந்தார்.

நான் வகுப்புக்களில் உட்கார்ந்து ஆசிரியர் கற்றுத் தந்தபோது கேட்டுப் பயிலவில்லை என்றாலும், சட்டப் புத்தகங்களை ஓய்வு நேரத்தில் படித்துக்கொண்டே இருந்தேன். தேர்வு நாளைக்கு இருபது நாட்களுக்கு முன்பு முழுகவனம் செலுத்திப் படிப்பேன். அதனால் எப்-எல்- பி.எல் ஆகிய இருவகுப்புகளிலும் தேர்வு பெற்றேன். மூத்த வழக்கறிஞர் ஒருவரிடம் ஓராண்டு பயிற்சி பெற வேண்டும். கட்சியின் முக்கிய தலைவர்களில் ஒருவராகவும், புகழ்பெற்ற வழக்குரைஞராகவும்

இருந்த மோகன் குமாரமங்கலத்திடமே பயிற்சிக்குச் சேர்ந்து, அவரது அலுவலகத்திலேயே தொழில், (அதாவது வழக்குரைஞனாக) பிறர் வழக்குகளை நடத்துவது என்று தொடங்கினேன். முதல் மாதத்திலேயே சில வழக்குகள் வந்தன. சென்னையில், உயர்நீதிமன்றம் மட்டுமல்லாது, எழும்பூரிலும், சென்னை துறைமுகம் தொகுதியிலுள்ள ஜார்ஜ் நகரம் ஆகிய இடங்களிலும் முதல் முறையீடு தொடங்கி, மேல் முறையீடு வரைக்கான நீதிமன்றங்கள் பலவுண்டு. வீடுகளில் வாடகைக்குக் குடியிருப்போர், வீட்டு உரிமையாளர் ஆகியோர் தொடரும் வழக்கு களும், சொத்து பற்றிய வழக்குகள், அடிதடி, காயம், கொலை வரை பலவகை வழக்குகளும் வரத்தொடங்கின. பெயர் பெற்ற வழக்குரைஞரின் அலுவலகத்தைச் சேர்ந்ததனால், எப்பொழுதும் கூட்டம் குறையவே இல்லை. அதற்கும் மேலாக, அந்த அலுவலகத்தில் அனுபவத்தில் மூத்த வழக்கறிஞர்களாக இருந்த திரு.கே.வி.சங்கரன், தொழிலாளர்கட் கான வழக்குகளில் சிறந்து விளங்கிய எஸ். ராமசாமி, ஆர்.கணேசன், தேசப்பன் ஆகியோருடன் தற்போதும் அகில இந்திய அளவில் டில்லி, மும்பை உட்பட, குறிப்பாக நடிகவேள் எம்.ஆர். இராதா - எம்ஜியாரை கொலை செய்ய முயன்ற துப்பாக்கிச் சூட்டில் எம்.ஆர். ராதாவுக்காக வாதாடிய திரு.என்.டி.வானமாமலையுடன், சேர்ந்து வழக்கை நடத்திய நடராசன், - (பின்னர் மும்பை வெடிகுண்டு வழக்கில், அரசினால் நியமிக்கப்பட்ட சிறப்பு அரசுதரப்பு வழக்குரைஞராக வாதாடிய எம். நடராசன்) ஆகியோருடன் மேலும் சிலர் இருந்தனர். நான் தான் (அப்போது) அவர்களுடன் கடைசியில் சேர்ந்தவன். அவர்கள் அனைவரும் வழக்குகளை நடத்துவதற்கு தயாரிப்பது, வாதிடுவது, மனுக்கள் எழுதுவதில் மிக கவனமாக இருப்பார்கள். தொடக்கத்தி லிருந்தே அதில் ஈடுபாடு இல்லாமல் போய் வந்து கொண்டிருந்தேன். ஏற்கெனவே மேடைகளில் கூச்சமின்றிப் பேசுவது என்று தொடங்கிய பேச்சு, அனுபவம், நீதிபதிகளைக்கண்டும் கூச்சம், அச்சம் - ஏதுமின்றிப் பேச உதவியது.

நான் கல்லூரி மாணவனாக இருந்த போதே கம்யூனிஸ்டு கட்சி உறுப்பினர் ஆகியிருந்தேன். அக்கட்சியில் சேர்ந்த நாள் முதலே, கட்சி அமைப்புக் கூட்டங்களில், நான் மட்டுமல்லாது, அனைவரும், விவாதிப்பவர்களாகவே இருந்தார்கள். கட்சிக்குள்ளேயே காரசார விவாதம்-

என்ன பயன் என்று கூற இயலவில்லை. ஆனால் வாதிடும் பயிற்சிக் கூடமாக இருந்தது. இதனால் தானோ என்னவோ, இக்கட்சியைச் சேர்ந்த வழக்கறிஞர்கள் உலக அளவிலும், இந்திய, தமிழக அளவிலும், எங்கு இருந்தாலும் புகழ்பெற்றவர்களாகத் திகழ்கிறார்கள்.

இந்தியா சுதந்திரம் பெறப் போராடிக் கொண்டிருந்த காலத்தில் இந்திய மக்களுக்கு, தேசியத் தலைவர்கள் பலருக்காக வாதாடியவர் லண்டனில் வாழ்ந்த, இங்கிலாந்து சாம்ராஜ்ய நாடுகள் அனைத்திலும், வாதிட்டு வந்த சட்ட வல்லுநர் டி.என். பிரிட் உலகப் புகழ்பெற்றவர்.

இங்கிலாந்தில் பிறந்த வெள்ளையனாக இருந்தும், விடுதலைக் காகப் போராடிய ஆப்பிரிக்க நாட்டு மக்கள், அமெரிக்காவில் வாழ்ந்த பிற இன, நிற மக்கள் என்று, எங்கும் சென்று நீதிமன்றங்களில், அரசியல், சமூக, பொருளாதார நீதிக்காக வாதாடிப் பெயர் பெற்றவர்.

நெல்சன் மண்டேலாவுக்காக வாதாடியவர், இங்கிலாந்து நாட்டின் நிதியமைச்சக தலைமைச் செயலாளரின் மகன் என்பதை நன்றியுடன், My long walk to freedom என்ற நூலில் பதிவு செய்துள்ள மண்டேலா, அவர் ஆப்பிரிக்காவுக்கு வந்த போதெல்லாம் தன்னுடன் உணவு உண்டதோடு தன்னோடு கட்சி அலுவலகத்தில் படுத்திருந்த அனுபவம் பற்றியும் எழுதியுள்ளார்.

உச்சநீதிமன்றத்தில் ஏ.எஸ்.ஆர். சாரி, ஆர்.கே.கர்க் போன்றோர் வழக்குரைஞர்களாக மட்டுமல்லாது, சமூக நீதிகளுக்காகப் போராடும் போராளிகளாகவும், திகழ்ந்தார்கள்- அத்தகைய வரலாறு எனக்கு ஊக்கம் தந்தது.

வழக்காட வேண்டியவர்களும் என்னை நாடி வந்தார்கள். தொடக்கப் பருவத்திலேயே பெற்ற மாத வருவாயை அறிந்த மோகன் குமார மங்கலம் மகிழ்ச்சியுடன் வாழ்த்தினார்.

ஆனால், என்.டி. வானமாமலை மட்டும், "நீ வழக்குரைஞராக நீடிப்பாய் என்று நான் நம்பவில்லை. உனக்குச் சரளமாக ஆங்கிலத்தில் கருத்தை விளக்க முடிகிறது. உன் குரலும் உனக்கு ஆயுதமாகத் தான் வாய்த்திருக்கிறது. ஆனால், நீ இத்தொழிலில் நீடிக்க மாட்டாய். தூக்கி எறிந்துவிட்டு ஊர் ஊராக அரசியல்வாதியாகச் சுற்றப் போகிறாய்... நீ இங்கு நம் அலுவலகத்தில் உட்கார்ந்து ஜனசக்திக்குக் கட்டுரை எழுதிக் கொண்டிருப்பதைத்தான் பார்க்கிறேன். தோழர்கள் பலரும் வந்து உன்னை வெளியில் அழைத்துச் சென்று அரசியல் விவாதமே நடத்துகின்றனர். கூட்டங்களுக்கு அழைக்கின்றனர்- அதற்கும் மேலாக கூட்டத்தினர் கைதட்டுவது கேட்டு நீ மகிழ்கிறாய், மயங்குகிறாய் என நினைக்கிறேன். உனக்கு கைத்தட்டல் கிடைக்கும். எந்த வருவாயும் கிடைக்காது. உன் மனைவி குழந்தைகட்காக வருந்துகிறேன்" என்றார்-

அவர் வரும் பொருள் எவ்வாறு உரைத்தார் என்பதை அன்று அறியமுடியவில்லை. அவர் நடக்கப் போவதாகக் கூறிய ஏழாவது மாதம், என்னைக் கட்சித் தலைவர்கள், கட்சியின் பணிக்காக வழக்குரைஞர்

பணியை விட்டுவிட்டு வரச் சொன்னார்கள்- அப்போது கட்சியில் கடும் மோதல் நிகழ்ந்து கொண்டு இருந்தது. இக்கட்டான சூழலில் கட்சி இருந்தது மறுக்க முடியாத சூழல். மறுப்பது சுயநலம், கோழைத் தனமாகத் தோன்றக்கூடும். நீதிமன்றங்களில் வாய்தா கேட்கலாம் - வாழ்க்கையில், அரசியலில் அவ்வப்போது முடிவெடுத்தாக வேண்டும், தள்ளிப் போட இயலாது.

Plunge into the Rubicon- முடிவை எடுத்தேன். எனது உடைகள், சட்டப் புத்தகங்களை வளர்ந்து வந்த வழக்குரைஞர்களிடம் வழங் கினேன். ஆணை சிரமேற் கொண்டேன். விடையும் பெற்றேன் - அது தாழிரும் சடைகள் தாங்கி தவமேற்கொண்டு, பூழி வெங்கானத்திற்குள் நுழையவா? விடுதலைப் போரில் விழுப்புண் பெறக் கிடைத்த வாய்ப்பா? முன் கூட்டி முடிவு தெரிந்து கொள்ள வாய்ப்பில்லை - எனவே, குதித்து விட்டேன். அந்த அனுபவங்களில் பெற்ற மேடை அனுபவங்கள் மறக்க முடியாதவை.

கோவையில் ஜீவா முயற்சியால் நடந்தேறிய தமிழ்நாடு கலை இலக்கியப் பெருமன்ற மாநில மாநாட்டில், ஜீவா தலைவராகவும், தொ.மு.சி. இரகுநாதன் (சிற்றம்பலக் கவிராயர்) துணைத் தலைவரா கவும் தேர்ந்து எடுக்கப்பட்டதோடு, என்னையும் பொதுச் செயலாள ராகத் தேர்ந்தெடுத்த செய்தியை முன்னரே குறிப்பிட்டேன்.

அதன் விளைவாக, மனைவி குழந்தைகளை காரைக்குடியில், இருக்கச் செய்துவிட்டு, நான் சென்னைக்கு வந்து விட்டேன். சட்டக் கல்லூரியிலும் சேர்ந்து விட்டேன். அந்த நேரத்தில் தான், குடும்பச் செலவுக்கு, பராமரிப்புக்கு என்ன செய்வது என்ற சிந்தனையே எழுந்தது.

கட்சியிலிருந்தோ, தமிழ்நாடு கலை இலக்கியப் பெருமன்றத்தி லிருந்தோ எவ்வித உதவியையும் எதிர்பார்க்க முடியாது - வராது என்பதை அறிந்தேன். என் மனைவி அழகப்பா கல்லூரி வளாகத்தில் இருந்த தொடக்கப்பள்ளி ஆசிரியை ஆகி தொடர்ந்து இருந்ததால், ஆறுதல் செய்தி, அஞ்சாதே அபயம் தந்தேன் என என் துணைவியார் கூறியது போல இருந்தது. என் குடும்பத்தாரும் அஞ்சாதே என்றார்கள். சட்டக் கல்லூரிப் படிப்பையாவது ஒழுங்காகச் செய் என்றார் என் தந்தை. அவர் ஆசிரியராக இருந்து ஓய்வுபெற்ற பிறகும், ஆசிரியராக கற்பித்துக் கொண்டுதான் இருந்தார்.

கலை இலக்கியப் பெருமன்றம் தமிழ்நாட்டில் பெரும் ஈர்ப்பைப் பெற்றது. மாநிலம் முழுவதிலுமிருந்து இலக்கியக் கூட்டங்களுக்கான அழைப்புக்கள் வந்து குவிந்தன. அவர்களது ஆர்வம் குறையக் கூடாது,

இயலாது என்ற பதிலே எழுதக் கூடாது என முடிவெடுத்து நானும் மத்தியக் குழுவில் அங்கம் பெற்றிருந்து நாடறிந்த, மக்கள் மதித்தவர்களாக இருந்த அனைவரும் ஊர் ஊராகச் சென்றோம். மக்களின் வரவேற்பு ஊக்கம் தந்தது - எங்களுக்குப் பேராதரவாக தவத்திரு குன்றக்குடி அடிகளார், அழைத்த கூட்டங்களுக்கெல்லாம் வந்தார். அவரே பல பட்டிமன்றங்களுக்கும் ஏற்பாடு செய்தார். இவற்றோடு, கல்லூரி, உயர்நிலைப் பள்ளி நிகழ்ச்சிகள் பலவற்றிலும் பங்கேற்போம். பயணம், சொற்பொழிவு, பயணம் என்பது இடைவிடாது தொடர்ந்தது.

1960 முதல் 1962 வரை, தமிழகத்தில் கலை இலக்கியப் பெருமன்றம், மக்களால் விரும்பப்பட்ட இயக்கமாக வளர்ந்து வந்தது. இவற்றோடு, பல கழகங்கள் நடத்தி வந்த கம்பன் விழா, இளங்கோ விழா, திருக்குறள் விழா, பாரதி, வள்ளலார், பாரதிதாசன் - விழாக்களிலும் பங்கேற்று வந்தோம்.

1960 முதல் 1962 வரை, எட்டையபுரத்தில் நடந்த பாரதியார் விழாக்களை, அப்போது கோவில்பட்டி சட்டமன்ற உறுப்பினராக இருந்த தோழர் அழகிரிசாமி, எட்டையபுரம், கோவில்பட்டி வட்டாரத் தோழர்களைத் திரட்டி, மக்களின் பேராதரவுடன் மூன்று நாட்களுக்கு விழா நடத்தி வந்தார்.

விளம்பரம், ஓவியக் கண்காட்சி, மேடை ஏற்பாடு போன்றவற்றை ஓவியர்- எழுத்தாளர் வாழப்பாடி சந்திரனும், புகைப்படக் கலைஞர் கடலூர் பாலனும், பல நாட்கள் தங்கி செய்வார்கள்- எட்டையபுரம் பாரதி விழாக்களில், கருத்தரங்கம், கவியரங்கம், பட்டிமன்றம் சிறப்பாக அமைவது வழக்கம். இவற்றோடு வில்லிசை வேந்தர் டாக்டர் பிச்சைக்குட்டி வில்லுப்பாட்டு நிகழ்ச்சியும் நடக்கும். இரவு 11 மணிக்கு வில்லிசை தொடங்கும். ஐந்து நிமிடங்களுக்கு ஒரு தடவை கைத்தட்டல், ஏழாவது நிமிடத்தில் சிரிப்பு - எனக் கலகலப்புடன் இன்னிசை கதைப் பாடல்களைக் கேட்டோம். இடையிடையே நாகரிகமான சிலேடை அரசியல் தாக்குதல் நடக்கும். ஆண்களும், பெண்களுமாக ஆயிரக் கணக்கானோர், வண்டிகளில் வந்து குழுமி இருப்பார்கள். எல்லோரும் உணவுப் பொட்டலங்களுடன் வந்திருப்பார்கள். மூன்று நாட்களும் திருவிழாக் கோலமாக இருக்கும்.

வில்லிசை வேந்தர் பிச்சைக்குட்டி தன் இசைக் கச்சேரியை இரவு 11 மணிக்குத் தொடங்கி, அதிகாலை 5.30 அல்லது 6 மணிக்கு முடித்து மக்களை வழியனுப்பி வைப்பார். கூட்டம் கலைந்ததையோ, குறைந்ததையோ கண்டதில்லை.

அதே மேடையில் கவியரங்கம் சிறப்பாக நடக்கும். கவிஞர் கே.சி.எஸ். அருணாசலம், இசையோடு பாடுவார். அவர் பாடிய பாடல்களில் ‘இடதுபக்கம் படகை விடு’ எனப் பாடிய பாடல் மக்களால், மீண்டும் மீண்டும் பாடும்படி கோரிக்கையாக வந்தது.

அது வங்கிகள் அரசுடமை ஆக்கப்பட்ட பின்னர், மன்னர் மானியம் ஒழிக்கப்பட்டதை வரவேற்று வாழ்த்தி எழுதப்பட்ட பாடல்.

அத்தகைய முற்போக்கு நடவடிக்கைகள் வருமா? அவை வந்தால் தானே? அதற்காக வாழ்த்துக் கவிதைகள் பிறக்கும்? ஏக்கம் தான் மிஞ்சுகிறது.

தமிழ்நாடு கலை இலக்கியப் பெருமன்றத்தை அமைப்பது, அவை நடத்தும் விழாக்களில் பங்கெடுப்பது என்பதில் முழு கவனம் செலுத்தி னோம்.

1960 முதல், 1963 ஜனவரி 18 அன்று ஜீவா மறைகிற வரை, எங்களுக்கு ஓய்வு கிட்டாத, பிரச்சாரத்தில் ஈடுபட்ட காலம். அச்சமயத்தில் தான் ஜீவாவிடம் கம்பன், பாரதி பற்றி நீங்கள் பேசுகிற அளவுக்கு பாரதி தாசன், திருவள்ளுவர் பற்றிப் பேசவில்லையே என நாங்கள் சுட்டிக் காட்டியவுடன், பரமக்குடியில் என் தலைமையில் நடந்த கூட்டத்தில் ஜீவா மூன்று மணிநேரம் பேசினார். அங்கே எங்களது மத்தியக் குழுக் கூட்டமும் கூடியிருந்ததால், ஆய்வுப் பேராசிரியர் நா.வானமாமலை, எழுத்தாளர் தொ.மு.சி. ரகுநாதன், முகவை. ராஜமாணிக்கம், சிவகாம சுந்தரி, கு. சின்னப்ப பாரதி, பாவலர். வரதராஜன், (இளையராஜாவின் அண்ணன்) இசையமைப்பாளர் எம்.பி. சீனிவாசன், நடிகர். டி.கே. பாலச்சந்திரன், சிதம்பர பாரதி, வாழப்பாடி சந்திரன், சடாச்சரம், கே.பி.எஸ். கோன், மதுரை காமராஜ், கோவை செந்தமிழ் மாரியப்பன் போன்றோரும் வந்திருந்தனர். விமர்சகர் தோழர் தி.க. சிவசங்கரனும் அன்று அந்தக் கூட்டத்திற்கு வந்திருந்தார். அன்று தான் ஜீவா பேசு வதைக் குறைத்து, எழுதுவதை முதன்மைப்படுத்த வேண்டும் என்றார். ஜீவா அக்கருத்தை வரவேற்றார். ஆனால், அது நிறைவேறாது போனது நமக்குப் பேரிழப்பு ஆகிவிட்டது.

1962இல் இந்திய- சீன எல்லையில் படைகளுக்கிடையில் சண்டை மூண்டது. சீனப் படை அசாமுக்குள் நுழைந்து விட்டதாகச் செய்திகள் பரப்பப்பட்டது.

மன்மோகன் வகுத்த எல்லைக்கோட்டை சீனா தாண்டி, தாக்குதல் நடத்துவதாக இந்தியத் தரப்பில் கூறப்பட்டது. இந்தியா - திபெத், விவகாரத்தில் தலையிட்டதோடு, எல்லை தாண்டி நுழைந்து இந்தியா திபெத்துக்குள் சீன அரசு எதிர்ப்பாளர்கட்கு உதவுவதாகக் குற்றம் சாட்டியது.

ரஷ்ய- சீன நட்பு காரணமாக இந்தியப் பாதுகாப்பை பிரதமர் நேரு பலவீனப்படுத்திவிட்டார் என்ற குற்றச்சாட்டும் வந்தது. சீன எதிர்ப்பு வெறி மூட்டிவிடப்பட்டது. இது தலாய்-லாமா, திபெத்தை விட்டு இந்தியாவிற்குத் தப்பியோடி வந்த நாளிலிருந்து தொடங்கிய பகைமைக்குக் காரணம்.

நாட்டு மக்களிடம், குறிப்பாக தமிழ் ஆர்வலர்களிடம் ஆதரவைப் பெற்று வந்த கலை இலக்கியப் பெருமன்றம், தனக்கு எவ்வித சம்பந்தமும் இல்லாத - பலநூறு காத தூரத்துக்கு அப்பால், இருநாட்டுப் படைவீரர்கள் மோதிக் கொண்டதில், வீரர்கள் பலர் மடியவில்லை. குண்டுகள் கூட வெடிக்கவில்லை. இந்தியா முழுவதிலும் சீன எதிர்ப்பு தீ மூட்டப்பட்டது.

கலை இலக்கியவாதிகளும், ஏதாவதொரு கட்சி சார்புடையவர்கள் தான்! எனவே தமிழ்நாடு கலை இலக்கியப் பெருமன்றத்திலும் பெரும் பிளவு ஏற்பட்டது. இந்திய கம்யூனிஸ்டுக் கட்சிக்குள் நடந்த தத்துவப் போர், "வர்க்கப் போர் அல்ல, அப்பட்டமான அக்கப்போர்" தொடங் கியது. மக்களிடம் பேசி வந்த நாங்கள் அரங்குகளுக்குள் விவாதிப்பவர் களாக மாறிவிட்டோம்.

நான் கம்யூனிஸ்டுக் கட்சிக் கூட்டங்கள் பேரவைகளில் கலந்து கொள்ள வேண்டியதாயிற்று. கலை இலக்கியப் பணி தொய்வடைந்தது. சிலர் திரை உலகில் மூழ்கி நீந்தத் தொடங்கி, பின்னர் பெரும் புகழ் பெற்றனர்.

எதிர்பாராத வகையில் 1963, ஜனவரி 18ஆம் நாளன்று ஜீவா மாரடைப்பால் காலமானார். அவரது நீண்டகால மேடை முழக் கங்கள் முடிவடைந்து விட்டது.

இந்திய கம்யூனிஸ்டுக்கட்சி இரண்டாகப் பிளவுபடவில்லை என்றாலும் ஒரு பிரிவு அதிகாரபூர்வமாகவும், மற்றொன்று தனித்தும் இயங்கி வந்தது. தோழர் பாலதண்டாயுதம், எம்.கல்யாணசுந்தரம், கே.டி. ராஜு மதனகோபால், எஸ்.ஏ.முருகானந்தம் ஆகியோருடன் இளைஞர்களாயிருந்த பொன்னி வளவன் (என் தம்பி), க. சுப்பு, குற்றாலம் சிவகாமசுந்தரி ஆகியோருடன் கட்சிப் பிரச்சாரத்தில் ஈடுபட்டோம்.

இந்திய கம்யூனிஸ்டுக் கட்சியில் பிளவு ஏற்பட்டு, அதிகார பூர்வமாக இரண்டு கட்சிகளாக இயங்கத் தொடங்கியது 1964இல் தான். 1963 வரை ஜீவா நம்மோடு இருந்தார். பிளவுக்கான காரணங்கள், அதன் விளைவுகளை இங்கு விவரிக்க இயலாது.

இருக்கும் கட்சியை நியாயப்படுத்த போட்டிக் கட்சியாக வந்து விட்டதைக் குறை கண்டு தாக்கவே பிரச்சாரம் பயன்பட்டது.

பொது எதிரி மகிழ்ந்தான் - இன்றும் மகிழ்வோடு உள்ளான். அவன் செய்யவேண்டிய வேலை குறைந்து விட்டதல்லவா? அவர்களால் உடைக்க முடியாததை உள்ளிருந்தே உடைக்க முடிகிறதல்லவா?

இதற்குப்பிறகு ஜீவாவின் சிம்ம கர்ஜனை முதுமையடைந்த சிங்கத்தின் முனகல் போலாயிற்று. நெருப்பு அணைந்து சாம்பல் படர்ந்தது. சாவைத் துச்சமாக மதித்தவரால், பிளவை, பிரிவை, அவதூறை சகிக்க முடியவில்லை. மெழுகுவர்த்தி எரிந்து முடிந்தது!

இதன் விளைவாக எங்கள் அனைவரின் பேச்சிலும், முன்பிருந்த அனல் மங்கிற்று. ஆர்வம் குன்றியது. கொண்ட நம்பிக்கை காரணமாக பிடித்த கொடியோடு, மூச்சுப்பிடித்துப் பேசி வந்தோம்.

புரட்சியாளர்களும், போராளிகளும் மனிதர்கள்தான் என்பதை மறக்கலாகாது. காலச் சூழல் காரணமாக, செய்யும் பணியின் நேரம் அதிகமாயிற்று. படும் பாடுகளும் அதிகமாயிற்று. ஆனால், எண்ணெய் பூசிய கம்பத்தில் ஏற முயன்று சரிகிறவன் மாதிரி சரிவதை உணர்ந்தேன்.

சூழலில் இருந்து தனிமனிதன் தன்னை விடுவித்துக் கொள்ள லட்சியப் பயணத்தைத் தொடங்கியவன், எல்லையைத் தொடமுடியா விட்டாலும், உயரிய லட்சியத்தை விடாதே என்றார் வள்ளுவர்.

## 7. வளர்ந்த காலத்தில்

**உ**சிலம்பட்டி அரசினர் உயர்நிலைப் பள்ளியில், முதன் முதலாக எட்டாம் வகுப்புப் படிக்கிறபோது, நான் பேச்சுப் போட்டியில் கலந்துகொண்டு, முதல் பரிசுபெற்ற அனுபவத்தைப் பற்றி எழுதியிருந்தேன்.

ஒவ்வொரு ஆண்டும் தொடர்ந்து பரிசு, பாராட்டுக்களைப் பெற்று வந்தேன். பத்தாம் வகுப்பில் படிக்கிறபோது, உயர் கல்வி அதிகாரி திரு. சுந்தர வடிவேலு வருகிறார் என்றும், அவர் சிறந்த செந்தமிழ்ப் பேச்சாளர் என்றும் தலைமை ஆசிரியர் காலையில் நடக்கும் வணக்கப் பாடல் நிகழ்ச்சியின் போது அறிவித்தார்.

அன்றும் என் வகுப்பாசிரியர் கல்வி அதிகாரி பேசுவதற்கு முன்னதாக, நான், மாணவர்கள் தமிழ் இலக்கியங்களைப் படித்துப் போற்ற வேண்டும் என இருபது நொடிகள் பேசும்படி கூறினார். இந்தத் தடவையும் அண்ணன் எழுதித் தரவில்லை. அவர் பேசிக் காட்டிவிட்டு, இதில் உன் மனதில் பதிந்ததை மட்டும், உன் சொந்த பாணியில் பேசு. அவர் மாதிரி, இவர் மாதிரி, என்று எவர் மாதிரியும் பேசக்கூடாது. ஒருவர் மாதிரியே இன்னொருவர் பேச முயல்வது தற்கொலைக்கு ஒப்பானது என்றார். எழுதிக் கொடுத்து, அதைப் படித்து விட்டுப் பேசியது, தொடக்கத்துக்குச் சரி. இனி சொந்தமாகப் படிக்க வேண்டும். சிந்திக்க வேண்டும். சுயமாகப் பேச வேண்டும். இது கர்னாடக சங்கீதம் அல்ல, குரு கற்பித்த முறை தவறாமல் பாடுவதற்கு; பேசுவதில் உன் சொந்த மூளை வளர்ச்சி வெளிப்பட வேண்டும். அதாவது நீ தொடர்ந்து பல நூல்களையும் படிக்க வேண்டும். பத்து நாட்களில் 4 புத்தகங்களைப் படித்தால், அரை மணி நேரம் பேச உதவலாம். உன் வயது படிப்புக்கேற்ப திருக்குறள், பாரதியார், பாரதிதாசன் கவிதைகளைப் படி. அதில் எல்லாப் பொருள்களும் கிடைக்கும். எந்தத் தலைப்பில் பேசச் சொன்னாலும் திருக்குறளிலிருந்து அதற்கேற்ற

குறட்பாக்களைப் படித்துக்கொள்- அதற்கான பொருளையும் தெரிந்து கொள். நீ அரை மணிநேரம் பேசி விளக்குவதை ஒரு குறட்பா- குறுகத்தரித்துக் கூறிவிடும் என்றார்.

பாரதியாரும், பாரதிதாசனும் உன்னை மாதிரிப்பட்டவர்களுக்கு இரு விழிகள் போன்றவர்கள். உன் பேச்சுக்காக அல்ல - திருக்குறள், பாரதி பாடல், பாரதிதாசன் பாடல்களுக்காகப் பாராட்டு கிடைக்கும் என்றார்.

அந்த மூன்று ஆறுகளிலும் நேரம் வாய்க்கும் போதெல்லாம் குளிக்கிறேன். குடிக்கிறேன். நதியிலிருந்து கரை ஏறுவது போல, இவற்றைப் படிக்கும் போதும், நான் புதுப்புது வளர்ச்சியைப் பெறுவதை உணர்கிறேன்.

இந்த உணர்வோடு தான் அன்றைய கூட்டத்திற்குப் போனேன். சுந்தர வடிவேலு அவர்களின் துணைவியாரும் வந்திருந்தார்.

பேச அழைக்கப்பட்டேன். பேசினேன், பின்னர் சுந்தரவடிவேலு அவர்கள் மாணவர்கட்கு தமிழார்வத்தைத் தூண்டும் வகையில், மிக அழகிய செந்தமிழில் பேசினார். முடிப்பதற்கு முன்னதாக என்னை அழைத்து தனது இரு கைகளாலும் தூக்கி மாணவ மாணவியரிடமும் காட்டி இந்த மாணவன், வருங்காலத்தில் சிறப்பைப் பெறுவான். செந்தமிழ் அவனை வளர்க்கும். நீங்களும் அவனைப் போலவே வளர வேண்டும் என்று பேசி முடித்தார். உயர்நிலைப் பள்ளிப்படிவ காலம் பயிற்சிக்களம் போலக் கழிந்தது.

அதன் பிறகு அழகப்பா கல்லூரியில் சேர்ந்தேன். காரைக்குடியில் மிகச் சிறப்பாக நான்கு நாட்களுக்குக் கம்பன் விழா நடக்கும். திருக்குறள் விழா, சிலப்பதிகார விழா எனப் பல இலக்கிய விழாக்கள் சிறப்பாக நடந்து வந்தன. அங்குதான் முத்தமிழில் முறைபோகிய வித்தகர்கள் பலரைக் காணவும், அவர்களது உரைகளைக் கேட்கவும் வாய்ப்புக் கிடைத்தது. இலவசமாகப் பெற்ற அறிவு வரங்கள் எனக்குப் பேருதவி ஆயிற்று.

அங்குதான், தமிழ்க் கடல் ராய சொக்கலிங்கம், சொ.முருகப்பா, சாகணேசன், பேராசிரியர்கள். ஆமுத்து சிவன், முனைவர்.வசுபமாணிக்கம், ஆ. சீனிவாச ராகவன், அ.ச. ஞானசம்பந்தனார், அவரது தந்தை பெரும் புலவர். சரவண முதலியார், பாஸ்கர தொண்டைமான் நாமக்கல் ராமராஜன், தெ.பொ. மீனாட்சி சுந்தரனார் எனப் பலரைக் காணவும், அவர்களது உரைகளைக் கேட்கவும் முடிந்தது. அங்குதான் தமிழறிஞர் தனிநாயகம் அடிகளாரையும் கண்டேன். பேசுவதையும் கேட்டேன்.

சிலம்புச் செல்வர் ம.பொ. சிவஞான கிராமணியார், ஜீவா, எஸ்.இராமகிருஷ்ணன் ஆகியோரையும் காரைக்குடி இலக்கிய விழாக்களில் சந்தித்த போதுதான், பழகிட, பேச, அறிந்து கொள்ள வாய்ப்புக் கிட்டியது, அந்த அரிய உறவு தொடர்ந்து வளர்ந்தது. வளரவும் உதவியது.

இத்தோடு நில்லாது, கல்லூரியிலும் தமிழ் மன்றம், மாணவர் பேரவை சார்பிலும் கவியரங்கம், கருத்தரங்கம், பட்டிமன்றம் ஆகியவை நடைபெற்று வந்தன. அவற்றில் பேராசிரியர் ஆ.முத்துசிவன், முனைவர் வ.சுபமாணிக்கம், குழந்தை நாதன் ஆகியோருடன் நானும் பங்கெடுப்பது வழக்கம்.

அந்த ஆண்டுகளில் தான் குன்றக்குடி அடிகளாரையும் தெரிந்து பழகிக் கொண்டோம். எங்களை அவர் நடத்திய இலக்கிய கூட்டங்களுக்கு தன் காரில் அழைத்துக் கொண்டு போவார். எங்களுடன் சமமாக உட்கார்ந்து, ஆனால் அவருக்கான மடத்துச் சாப்பாட்டைச் சாப்பிடுவார்.

ஒரு நாள், அது என்ன உங்களுக்கென்று தனிச் சாப்பாடு, அது ஏதாவது மருந்து வகையா? என்று கேட்டேன்.

உடனே பரிமாறுகிறவரை அழைத்து அவர்கட்கும் கொஞ்சம் வை. பிடிக்கிறது என்றால், அவர்கள் கேட்கும் அளவு போடு என்றார்.

சாம்பார், சைவ சாதம்தான்- உப்பு, உரைப்பு, புளிப்பு எதையும் காணோம்!

நாங்கள் சுவைக்கவில்லை என்பதை உணர்ந்த அடிகளார், இந்த உணவு பாரம்பரிய முறையில் தயாரிக்கப்படுகிறது. உங்களுக்கு ஒத்துவராது என்றவர், எல்லோருக்கும் பால் கொண்டு வா என்றார்.

சுண்டக் காய்ச்சிய பசும்பால் பொன்னிறமாக (பிஸ்கட் மாதிரி) இருந்தது அதில் சர்க்கரையோ, வேறு எதுவும் போடப்பட்டிருக்க வில்லை. இடைவிடாமல் பால்காய்ச்சும் அடுப்பு மட்டும் எரிந்து கொண்டே இருக்குமாம். பால் சுண்டச் சுண்ட, புதிதாகக் கறக்கப் பட்ட பாலை மேலும் மேலும் ஊற்றிக் கொண்டே இருப்பார்களாம்!

குன்றக்குடி மடத்தில் அவர் பொறுப்பேற்றிருந்த தொடக்க காலத்தில் காதுகளில் தங்கத்தால் நீண்ட தொங்கட்டான்கள் அணிந்து இருப்பார். கழுத்தில் அணிந்திருந்த உத்திராட்ச மாலைகளிலும் தங்கம் தகதகத்தது. ஒருநாள் பெரியவர்கள் ராய. சொ உட்பட பலர், விழா தொடங்குவதற்கு முன்னர், அடிகளாரும் அங்கு வந்து சேர்ந்தார். இந்தத் தங்க அலங்கார ஆபரணங்கள் ஆண்களுக்குத் தேவையா? என தமிழ்க்கடல் ராய. சொவிடம் கேட்டேன்.

அடிகளாரிடமே கேள் என்றார். நான் சற்றும் தயக்கம் இல்லாது கேட்டு விட்டேன். அடிகளாரின் முகபாவம் மாறுவது தெரிந்தது. இது மடங்களிலுள்ள சம்பிரதாயம் என்றார். அதற்குமேல் விவாதம் வேண்டாம் என்பது போல ராய. சொ சைகை காட்டியதால், சரி, கூட்டத்திற்குப் போக நேரமாகி விட்டது என எழுந்து விட்டோம். அன்றைய கூட்டத்தில் பேசுவதற்கு திரு.சொ.முருகப்பா அவர்களும் அழைக்கப்பட்டிருந்தார். அவர் அடிகளார் தங்க ஆபரணங்கள் தரித்திருப்பதை நேரடியாகக் குறிப்பிடாமல், பெண்ணும், மண்ணும், பொன்னும் மனிதனை மயக்கிக் கெடுக்கும் என உபதேசிப்பவர்களே அதில் மயங்குவது வேடிக்கையாக இருக்கிறது எனப் பேசினார்.

கூட்டம் முடிந்து சிற்றுண்டி அருந்த அமர்ந்த போது, தமிழறிஞர். சொ. முருகப்பா, தொடக்ககாலத்தில் சுயமரியாதை இயக்கத்தை ஆதரித்தவர் என்றும், சாதி மறுப்புத்திருமணம் செய்துகொண்டவர் என்றும் என்னருகில் இருந்தவர் சொன்னவர், முருகப்பா அவர்களிடம் சென்று, என் பெயரைச் சொல்லி பொதுவுடைமைக் கட்சிக்காரர் என்று அறிமுகம் செய்தார். உடனே அவர் கம்யூனிஸ்டுகளும் இலக்கியக் கூட்டங்களுக்கு வரத்தொடங்கி விட்டீர்கள்! எனச் சிரித்துக் கொண்டே பேசியவர், விழாவை நடத்தியவரை அழைத்து, இவர் கம்யூனிஸ்டு என்பதால் இனி இவரைக் கூப்பிடக்கூடாது என முடிவு கட்டி விடாதே. மூடநம்பிக்கைகளுக்கே பூஜை பண்ணிக் கொண்டிருப்பதை விட்டு விட்டு, கொஞ்சம் அறிவை வளர்க்கவும் இடம் கொடுங்கள் என்றார்.

சமுதாய மாற்றங்களை முன்னேற்றப் பாதையில் கொண்டு செல்ல விரும்புகிறவர்கள், ஒரே ஒரு கட்சிக்குள் மட்டும் இருக்கிறார்கள் என நினைப்பதே ஒரு மூட நம்பிக்கையாகும். அதிலிருந்து கட்சி பக்தர்கள் விடுபட வேண்டும்..

அதற்கடுத்து மூன்று மாதங்கட்குப் பிறகு அடிகளாரால் ஏற்பாடு செய்யப்பட்ட ஒரு இலக்கியப் பட்டிமன்றத்திற்கு, ஆசிரியர்கள், குழந்தைநாதன், ப.நமசிவாயம், ராசகோபாலன் ஆகியோர் போனோம். அன்றைய கூட்டத்திற்கு அடிகளார் தான் தலைவர்.

மேடை ஏறியபோது, அவர் உடலில் எந்தத் தங்க ஆபரணமும் இல்லாதிருப்பதைக் கண்டேன், வியந்தேன். சமுதாய மாற்றம் வேண்டும் என்போர் பல வகையினராக இருக்கலாம். இவர்களுள் தீவிரம் பேசிவிட்டு சுபமுகூர்த்த பூஜை பண்ணுகிற புரட்சியாளர்களை விட, நம்புகிற மதநம்பிக்கைப்படி நேர்மையாக நடந்துகொள்வோர் மேம்பட்டவர்கள்.

அவர்களுடன் பழகும் வாய்ப்புக் கிட்டியபோது, அவர்கள் யாருமே, கம்யூனிஸ்டுகளை தீண்டத்தகாதவர்களாகவோ, அல்லது வேண்டா வெறுப்புடன் சகித்துக் கொண்டு பழகுவது போலவும் தெரியவில்லை.

காரைக்குடி கம்பன் விழாவில் பேச இடம் பெறுவது பெருமைக் குரிய ஒன்றாகக் கருதப்பட்டது. அது இங்கிலாந்தில், சேக்ஸ்பியருக்கு ஸ்டராட்போர்டு ஹவனில் நடத்தப்படும் இலக்கிய விழாவிற்கு ஈடாகக் கருதப்பட்டது.

அழகப்பா கல்லூரியில் துணை ஆசிரியனாகப் பணியாற்றிக் கொண்டிருக்கும் போது, பட்டிமன்றம் ஒன்றில், ராமனுக்கு உறுதுணை யாக இருந்து வெற்றி தேடித் தந்து புகழ் பெற்றவர்களில் யார் சிறந்தவர்? பரதனா? இலக்குவனா? அல்லது அனுமனா? என்ற மூன்று பாத்திரங் களை ஒப்பிட்டுப் பேசி, உயர்ந்தவர் யார்? என வாதிட வேண்டும்.

இத்தகைய விவாதத்தால் பெரும் பலன் ஏதும் கிடைக்கப்போவது இல்லை. ஆனால், பட்டிமன்றம் பாங்கறிந்து ஏறுமின் என்ற கட்டளைக் கிணங்க, அதில் பங்கேற்க ஒப்புக் கொள்ளுகிறவன், மூன்று கதாபாத் திரங்களையும் மதிப்பிட, அவர்கள் பற்றி முழுமையாகப் படித்தாக வேண்டும்- அதாவது கம்பராமாயணத்தை, இம்மூவரும் இல்லாது கதை நகருமா? எனவே இத்தகைய இலக்கிய சர்ச்சையில் ஈடுபடுவது, ஊன்றிப் படிக்கத் தூண்டிவிடுகிற நல்ல காரியம் நடக்கிறது.

அவ்வாறு தான் கம்பனின் கவிதைச் சோலைக்குள் நுழைந்தேன். மூழ்கி விடாது திரும்பி விட்டேன்-

கம்பன் விழா பட்டிமன்றத்துக்கு பேராசிரியர். அ. சீனிவாசராகவன் தலைமை தாங்கினார். நான் பரதனே சிறந்தவர் என நிலை நாட்டப் பேசும்போது, அனுமனை, வானர சேனையின் தளபதி, வலிமைமிக்க குரங்கு என்றுதான் மக்கள் பார்க்கிறார்கள். ஆனால் பரதனையோ, தேடிவந்த ஆட்சி அதிகாரத்தை அறவழி வரவில்லை என்பதால் தள்ளியவன் எனப் பேசத் தொடங்கினேன்.

தலைமை தாங்கிய பேராசிரியர் சீனிவாச ராகவன், பாண்டியரே! இது கம்பன் கழக மேடை - அனுமன் ஆழ்வார். அவரை குரங்கு, வானர சேனையின் தலைவன் என்று பேசாதீர்கள் என்றார்.

அவர் மணியடித்து குறுக்கிட்டுத் தடுத்துப்பேசியது கேட்டு, சற்றே தடுமாறினேன். ஆனால் பட்டிமன்றங்களில் ஏட்டிக்குப் போட்டியாக திருப்பி பதிலடி கொடுத்துப் பழகியிருந்ததால், சட்டென்று அவர் பக்கம் திரும்பி, கம்பனின் கவிதைக்குள் நின்றேதான் பேசுகிறேன்.

எல்லை தாண்ட மாட்டேன். "சுட்டது குரங்கு, எரிசூரையாடிட கெட்டது கொடி நகர், இளைஞரும் பட்டனர் பரிபவம் படர்ந்தது எங்கணும். இட்டனர் அரியவை, இருந்தது எம்முடல்" என இராவணன் சொன்னார். அதைத்தான் நான் மேற்கோளாகக் காட்டினேன் என்றேன்-

அவருடைய குறுக்கீட்டால் தடுமாறாது கம்பன் பாட்டைச் சொன்னதால், சரி, மேலே செல்லுங்கள் என்றார். மேடையை விட்டு இறங்கியவுடன் தொ.மு.சி. என் கையைப் பிடித்துக் குலுக்கினார்.

அழகப்பா கல்லூரியில் ஒருமுறை நடந்த பட்டிமன்றத்திற்கு தமிழ்க் கடல் ராயசொக்கலிங்கம் தலைமை தாங்கினார். தமிழ் இலக்கியத்தில் சிறப்பாகக் கூறப்பட்டிருப்பது, காதலா? வீரமா? என்பது தலைப்பு. பேச அழைக்கப்பட்டவர் வர இயலவில்லை எனத்தகவல் வந்ததால், மாணவர்கள், என்னை அவருக்குப் பதிலாக வீரம் பற்றிப் பேசுங்கள் என திடீர் அன்பு உத்தரவு போட்டனர். நான் தமிழ் இலக்கியத்தைப் படித்து புலமை பெற்றவன் அல்ல, ஆர்வத்தின் காரணமாக தாய்மொழி மீது பற்று கொண்டவன். அணியில் பேசு கிறவர்கள் தமிழ்ப் பேராசிரியர்கள். தலைமை வகிப்பவரோ தமிழ்க் கடல்.

பட்டிமன்றத்தில் பத்து அல்லது பதினைந்து நிமிடம் தானே பேசவேண்டி வரும். "கெடுக சிந்தை. கடிதிவள் துணிவே" என்ற புறநானூற்றுப் பாடல் ஒன்றை வைத்தே வண்டியை ஓட்டி விடலாம் என நானும் ஒப்புக் கொண்டேன்.

மகளிருக்கான கல்லூரி மாணவிகள் பேராசிரியைகளும் கூட்டங் களுக்கு வந்துவிடுவது வழக்கம். எனவே, மாணவரின் ஆட்டம் பாட்டமும் அதிகமாக இருக்கும். அவர்கள் காதல் அணிக்கு ஆதரவாகக் குரல் கொடுத்துக் கொண்டிருந்தார்கள்.

எதிர் அணிக்குழுவின் தலைவர் பேசும் போது,

"காற்றினில் ஏறி விண்ணையும் சாடுவர் காதலியர் கடைக்கண் காட்டிவிட்டால் என்று பாரதியே பாடியுள்ளார் - அதையே பாரதி தாசன், காதலி கண்ணசைத்தால், மண்ணில் குமரருக்கு மாமலையும் ஓர் கடுகாம்" என்று பாடினார்-

காதல் செய்வீர் ஜெகத்தீரே என்று தான் பாரதி கட்டளை யிட்டுள்ளார் - என்று அடுக்கியதை விட மாணவர்களின் கைதட்டல் அதிகமாக இருந்தது. ஆனால் முடிக்கும் போது, இன்றைய இளைஞர் களிடம் வீரம் எங்கே? மாணவர்கள் காளைகளை அணைவார்களா? அடக்குவார்களா? வீரத்திற்கு எங்கே போவது? ஆனால் மரத்தடி, பேருந்து நிலையம் பாருங்கள் - காதல் - காதல் என்று முடித்தார்.

நான் பேச எழுந்தவுடன், எதிரணித் தலைவருக்கு வணக்கம் கூறும் போதே "என் அணிக்காக வாதாடிய எதிரணித் தலைவர் அவர்களே" என்றவுடன், என் பக்கமும் கைதட்டல் எழுந்தது.

காதலியர் கடைக்கண்- காட்டி விட்டால் என்று பாரதி பாடிய வரிகளை ரசித்து ரசித்துச்சொன்னார். நம் மாணவர்கள் காளை மாட்டையே அடக்க முடியாத போது, மாமலையைக் கடப்பது எப்படி? காற்றிலே ஏறி விண்ணைச் சாடுவது? எப்போது என்றார்.

காலமாற்றத்தால் ஏற்பட்டுள்ள விளைவை அவர் புரிந்து கொள்ளவில்லை.

காதலியர் கடைக்கண் காட்டினால் தானே, காற்றிலே ஏறி விண்ணையும் சாட நேரிடும். தற்காலத்து இளம் பெண்கள் அழகுக்காக என நினைத்துக் கண்ணாடி அணிவதால், அவர்கள் கடைக்கண் காட்டுவது மாணவர்கட்கும், இளைஞர்கட்கும் தெரியவில்லை. எனவே மலைகளைத் தாண்டவில்லை. ஆனால் இளைஞர்கள் வீரத் தைக் காட்டவில்லையா? என்றவன், பாரதக் கதையில் வரும் அர்ச்சுனன், பலரை மணந்தவன். ஆனால், அவனது வீரம் வில்லில் விளைந்தது. காதலினால் அல்ல, வீரத்தினால் அர்ச்சுனன் புகழ்பெற்றான் என்று வாதாடியவன், வாளும், வேலும் கூறும் வரலாறுதானே புறநானூறு என்று கூறி முடித்தேன்.

தலைமை தாங்கிய தமிழ்க் கடல் மனித குலத்துக்கு மட்டுமல்ல, உயிரினங்கள், பலவற்றுக்கும் காதலே முக்கியமானது. அதனால் தான் போராடிக் கொண்டே இருந்த பாரதியார் "காதல் செய்வீர் ஜெகத்தீரே" என்று கூறி காதல் அணியே வென்றது என்றவர், பேச்சால் வீரம் வென்றது போலத் தெரிந்தாலும் நியாயத்தின் படி காதல்தான் வென்றது என்று கூறிமுடித்தார்.

### என்றும் மறக்க முடியாத மதுரை பட்டிமன்றம்

மக்களுக்குப் பயன்படக்கூடிய ஆழமான முக்கியமான பொருளைத் தலைப்பாகக் கொண்டு வாதிடும் பட்டிமன்றங்களுக்குத் தவிர, துணுக்குச் செய்திகள், வார ஏடுகளில் வந்த நகைப்பூட்டும் சில செய்திகள், கேலி, கிண்டல் பண்ணி சிரிக்க வைக்கிற பட்டிமன்றங ்களில் பங்கேற்பது இல்லை என்ற முடிவை மேற்கொண்டேன். அரசியல் கூட்டங்களில் அதிகமாகப் பங்கெடுத்து வந்தேன். அந்தச் சமயத்தில் மதுரை மாநகரில், கீழ் வாயில் பகுதியில் திருமலை நாயக்கர் மகாலைத் தாண்டி அரசமரம் பிள்ளையார் கோயில் உள்ளது. அங்கு ஆண்டுதோறும் பட்டிமன்றம் நடத்துவார்கள்.

கற்பில் சிறந்தவர் கண்ணகியா, மாதவியா, சீதையா?

நீதி காத்ததில் பெருமைக்குரியவர் மனுநீதிச் சோழனா? பாண்டியன் நெடுஞ்செழியனா?

குலப்பெருமையைக் காத்தவர்களில் சிறந்தவர் கும்பகர்ணனா? விபீடணனா?

கொடுமையில் கொடியவர் கூனியா? கைகேயியா? இராவணனா? என்பது போன்ற பல பட்டிமன்றங்களில் பங்கேற்றுள்ளேன்.

குன்றக்குடி அடிகளார் அழைத்தார். ஒரு பெரிய பட்டிமன்றம் - எது பற்றித் தெரியுமா? என்றார்

இன்றைய நம் வாழ்க்கையின் பிரச்சினைகளைத் தீர்க்கச் சிறந்த வழி வள்ளுவமா? காந்தியமா? மார்க்சியமா? என்றார். மார்க்சியம் என்ற அணிக்கு நான் தலைமை தாங்கினேன். புலவர் கீரன், பேராசிரியர் பாலுசாமி, சாலமோன் பாப்பையா, ஆகியோருடன் மூன்றணிக்கும் மூவர் வீதம் ஒன்பது பேர். பட்டிமன்றத்தைத் தொடக்கி வைத்து உரை ஆற்றியவர் என்.சங்கரையா. வாழ்த்து கூறிப் பேசியவர் மாவட்ட தலைமைக் காவல்துறை அதிகாரியாகவிருந்த திரு. பால்.

மேடை நெடுஞ்சாலையின் இடது பக்கத்தில் போடப்பட்டிருந்தது. நெடுஞ்சாலை நெடுகிலும், வலது இடது பக்கங்களில் உட்கார்ந்து கேட்க வசதியாக இருக்கும்.

கண்ணுக்கெட்டிய தூரம் வரையில் மக்கள் கூட்டம். தலைப்பு காரணமாக, அரசியல் களமான மதுரை மாநகர மக்கள் திரண்டு விட்டனர். இரவு பத்து மணிக்குத் தொடங்கிய பட்டிமன்றத் தீர்ப்பை அடிகளார் வழங்கி முடிக்கும் போது, தாய்மார் கோலம் போட வேண்டிய ஆதவனின் வெளிச்சம் வந்து விட்டது. ஒரு இலக்கியப் பட்டிமன்றக் கூட்டத்திற்கு லட்சத்திற்கும் அதிகமான மக்கள் கூடிய அதிசயத்தை அன்று தான் கண்டேன். அதற்கு முன்பும் கண்டதில்லை. அதற்குப் பின்பு நாற்பதாண்டு காலம் ஓடிவிட்டது. அன்றைய கூட்டத்தை மிஞ்சிய கூட்டத்தைக் காணமுடியவில்லை.

நான் பேசும் பொழுது வள்ளுவத்தைக் குறை கூறாமல், இயற்றலும், ஈட்டலும், காத்தலும் - காத்த வகுத்தலும் வல்லது அரசு என்றார் வள்ளுவர்.

பகுத்துண்டு பல்லுயிர் ஓம்புதல் நூலோர் தொகுத்தவற்றுள் எல்லாம் தலை - என்றும் போதித்தார் வள்ளுவர் - அதைத்தான் கற்பவை கற்றபின் நிற்க அதற்குத்தக என்கிறார் மார்க்ஸ்.

வள்ளுவர் காலத்திலிருந்து இதுவரை அவரது அறநெறிகளை ஏற்று, அவர் விரும்பிய முறையில் ஆட்சியும் அமையவில்லை. மனிதர்களும் செந்தண்மை பூண்டொழுகக் காணோம்.

காந்தியடிகள் சிறியன சிந்திக்காத மகாத்மா. அறவழியில் அரசியல் போராட்டங்களை நடத்தியவர்.

நாம் வாழும் சமுதாயத்தில் அநியாயங்களையும், அதர்மங்களையும் பார்க்கிறோம். சிலரிடமே செல்வம் குவிகிறது. பலரிடம் வறுமையே காணப்படுகிறது. இதனால் தான் கொலை, கொள்ளை, திருட்டு, கற்பழிப்பு, கடத்தல், கலப்படம் எனப் பல சமூகச் சீரழிவுகளைக் காண்கிறோம். புதியதோர் உலகம் செய்வோம்; பொதுவுடமைக் கொள்கை திசையெட்டும் சேர்ப்போம்; கெட்ட போரிடும் உலகினை, வேருடன் சாய்ப்போம். புனிதமோடதை எமது உயிரென்று காப்போம் என்று பாரதிதாசன் பாடியுள்ளார். முப்பது கோடி ஜனங்களின் சங்கம், முழுமைக்கும் பொதுவுடமை என்றுதான் பாரதியும் கூறியுள்ளதால் மார்க்சீய வழியே சிறந்தது என்று வேறு பல பொருளாதார புள்ளி விவரங்களையும் விளக்கி முடித்தேன்.

எதிர் அணியில் வாதிட்டோரும் சிறப்பாக வாதங்களை முன் வைத்தனர்.

இறுதியாகத் தீர்ப்பளித்த அடிகளார், முப்பெரும் அறிஞர்களும் வெவ்வேறு காலத்தில் வெவ்வேறு நாடுகளில் பிறந்தவர்கள். மனித குலத்தை சீர்படுத்தி திருத்தியமைத்து வாழவைக்கப் பாடுபட்டவர்கள். அவர்களுள் சிறந்தவர் யார் எனத் தீர்ப்பளிக்கும் அளவிற்கு நாம் உயர்ந்தவர்கள் அல்ல. அவர்கள் காட்டிய வழிகளில் எந்த வழியைப் பின்பற்றினால் நாம் நம் குறைகளிலிருந்து விடுதலை பெற முடியும் என்பதே வாதம்.

எனவே விவாதம் நம்மைப் பற்றியது, அந்த மகான்களைப் பற்றியது அல்ல. அதில் எந்த வழியையும் பின்பற்றாமல் மனிதர்களை மிருக உணர்வுள்ளவர்களாக ஆக்கிக் கொண்டிருக்கிறோம். எனவே, மூவரையும் முறையாகக் கற்க வேண்டும், பின்பற்ற வேண்டும் என்ற முறையில், தன் இனிய செந்தமிழில் மூன்றிலும் காணப்படும் சிறப்புக்களை பாமரரும் புரிந்து ரசிக்கும்படி விளக்கினார். தீர்ப்பு என்ற முறையில் வள்ளுவர் வகுத்த வாழ்க்கைக்கான அறநெறிகளை, மாமருந்தாகத் தந்துள்ளார். அது நம்நாட்டு மருந்து. மேற்கத்திய நாட்டில் பிறந்த காரல் மார்க்ஸ் பிறந்து வளர்ந்த காலம்தான், நவீனகால தொழில் வளர்ச்சி கண்ட காலம். அதனால், பொருட் செல்வம் பெருகியும் மனிதர்களுக்குத் தேவைப்படும் மனிதநேயம் மங்கி, எங்கும் ஒழுக்கக்கேடும், இயற்கை

அழிப்பும் நடக்கிறது. போர்களில் முடிகிறது, எனவே இதை மாற்றி யமைக்க வேண்டும் என்றார்.

காந்தியடிகளோ, மனிதர்களிடையே வேறுபாடும், வெறுப்பும், வெறியும் கூடாது. சமத்துவம் வேண்டும் சமாதானமும் வேண்டும். அனைத்தும் அகிம்சை வழியில் அமைய வேண்டும் என்றவர், மார்க்சுக்கு அவர் காட்டிய வழியில் செய்து முடித்துக்காட்ட ஒரு லெனின் கிடைத் தார் என்றபோது மதுரையில் சித்திரைத் திருவிழா வேட்டு கேட்டது போல கைத்தட்டு. வள்ளுவர் விரும்பிய, குடி தழீஇக் கோலோச்சும் ஆட்சியை தேடிக் கொண்டே இருக்கிறோம் - அது எழுதப்பட்ட வாசக மாகவே சுவற்றில் தொடங்குகிறது.

காந்தியடிகளுக்கு நேரு தக்க வாரிசாக இருந்தார். பின்னர் நடந்து கொண்டிருப்பதை நான் விவரிக்க மாட்டேன் என்றவர், ஆகவே, மூன்று தரப்பினரின் வாதங்களையும் கேட்ட பிறகு வள்ளுவர் வகுத்தருளிய மாமருந்தை, மார்க்சீயத்தில் நம்பிக்கையுள்ள வைத்தியர்கள், காந்தீயம் என்ற தேன் கலந்து தந்தால், நம் சமுதாயத்தைப் பிடித்த நோய்கள் தீரும் என்றார்.

பொழுது புலர்ந்தது. புல்லினம் ஆர்த்தன. ஆதவனும் எழுந்து விட்டான். நாங்களும், தூங்காத இரவை நினைக்காமல், ஈடுபாட்டோடு கேட்ட மக்களின் ஆர்வத்தை எண்ணி மகிழ்ந்தோம்.

இந்த நிகழ்ச்சியின் வெற்றி பற்றிக் கேள்விப்பட்ட நண்பர்கள் கோவை, திருப்பூர் ஆகிய இடங்களில் அதே தலைப்பில், பேசும் மனிதர்களில் மட்டும் சில மாறுபாடுகளுடன் ஏற்பாடு செய்தனர். அவ்விரு இடங்களிலும் மதுரை கூட்டத்தோடு போட்டியிட்டு கூட்டப்பெருக்கு இருந்தது. வாதங்கள் மாறியிருந்தன. தீர்ப்பு மேல் முறையீட்டுக்கு இடம் தராத வகையில் அமைந்திருந்தது.

அதற்குப் பிறகும் அதே தலைப்பில் பல பட்டிமன்றங்கள் நடந்தன. மதுரை மேலமாசி வீதியிலும் அடிகளார் தலைமையில் பல பட்டி மன்றங்கள் நடந்தேறின. இருப்பினும் பட்டிமன்றங்களில் மக்களை மகிழ்விப்பதற்காக சிரிப்பு மூட்டும் சில்லரைச் செய்திகள் சில சமயம் தரம் தாழ்ந்து இருபொருள்படும் பாலியல் உணர்வுகளைத் தெரிவிப்ப தாக இருந்தது. பயனற்ற காலாவதியான அரைத்த மாவையே அரைப்பது மாதிரி, செக்குமாடு மாதிரி ஒரே தடத்தில் ஆயுள் பூராவும் நடந்த வண்ணம் உள்ள மாடு மாதிரி- எனவே, பட்டிமன்றங்களைத் தவிர்க்கத் தொடங்கி விட்டேன்.

அதற்குப் பதிலாக இலக்கியக் கூட்டங்களில் விருப்பத்தோடு பங்கெடுத்து வந்தேன். அவற்றுள் அருட்செல்வர் பொள்ளாச்சி

மகாலிங்கம் அவர்கள் சென்னையில் ஆண்டுதோறும் அவரது அறக் கட்டளை மூலம் அக்டோபர் மாதம் இரண்டாம் நாளன்று காந்தி யடிகள் விழாவாகத் தொடங்கி, அடுத்த இரு நாட்களும் வள்ளலார் தினமாகக் கொண்டாடி வந்தார்.

அக்கூட்டங்கள் பலவற்றில் என்னையும் பங்கேற்று, காந்தியடிகள் பற்றிப் பேச வைத்தார். ஊரண் அடிகளும் தவறாது கலந்து கொள்வார். பேரறிஞர்கள் பலர் கலந்து கொள்ளும் விழாவாக அமைந்திருந்தது. மறக்க முடியாத, மனதிற்கு மகிழ்ச்சியும் தந்த சூழல். கேட்ட செய்தி களும் வாடும் பயிரையும் துளிர்விடச் செய்யும் மாரியாக இருந்தது. நல்லன நாடுவோர் பல துறைகளில் உள்ளதை அறிந்து மனம் மகிழ்ந் தேன்.

அரசியல் கட்சி ஒன்றில், சில பொறுப்புக்களிலும் இருப்பதால் அரசியல் மேடைப் பேச்சு, என் வாழ்க்கையின் பெரும்பகுதியை விழுங்கி விட்டது. 1957இல் தேர்தல் பிரச்சாரக் கூட்டங்கள் சிலவற்றில் பேசினேன்.

தேவகோட்டையில் தோழர். ஆர்.எச். நாதனை ஆதரித்து தேர்தல் கூட்டத்தில் கல்லூரியில் ஆசிரியனாக இருக்கும்போது புனைபெயரில் பேசினேன். பத்திரிகை நிருபராக இருந்தவர் கட்சியைச் சேர்ந்த இ.எம்.எஸ் என்ற பெயர் கொண்ட தோழர். தினமணிப் பத்திரிகைக்கு அனுப்பிய செய்தியில் என் பெயரைப் போட்டு அனுப்பி விட்டார். தினமணியும் ஒரு பத்தி பிரசுரித்து விட்டது.

இதுபற்றி கல்லூரி முதல்வருக்கு புகார் அனுப்பி விட்டார் ஒரு மாமணி. அவர் என்னை அழைத்து விசாரித்து வேலையைவிட்டு விலகுவதாக எழுதி வரச் சொன்னார்.

அதற்குள் டாக்டர் அழகப்பச் செட்டியாரிடமிருந்து அழைப்பு வந்துவிட்டது. அவர் பவநகர் ஸ்டேடியத்தில், அமைந்திருந்த ஓய்வறையில் இருந்தார்.

வேலைக்கு சீட்டுக் கிழியப் போகிறது என்று நினைத்தேன். மாறாக சிரித்தவாறு என்னை நாற்காலியில் உட்காரச் சொன்னார்.

என்ன இருந்தாலும் பெரிய முதலாளி! அகப்பட்ட கம்யூனிஸ்டை விடுவாரா? என்று நினைத்தவாறு அவர் வாயிலிருந்து பிறக்கப் போகும் உத்தரவை எதிர்பார்த்து இருந்தேன்.

கம்யூனிஸ்டுகள் மிகவும் சாமர்த்தியசாலிகளாக இருப்பார்கள். காவல் துறைக்கே பிடிபடாமல் தப்பி, தலைமறைவாக இருந்து அரசியல் நடத்துவார்கள் நீ இப்படி சிக்கியிருக்கிறாயே! கவனம்

வேண்டாமா? சரி! நீ எத்தனை வருடமாகக் கட்சியில் இருக்கிறாய் என்று கேட்டவுடன், எதையும் மறைக்காமல் 1953 முதல் கட்சி உறுப்பினர். அதற்கு முன் ஆதரவாளன் என்றேன்.

படித்துவிட்டு கம்யூனிஸ்டு ஆனாயா? இனிமேல் தான் படிக்கப் போகிறாயா? என்று கேட்டு விட்டு அமைதியாக இருந்தார். அவருடைய தனிச் செயலாளர் டி.வி.எஸ். மணியன் அவர்களிடம் என்ன சைகை காட்டினாரோ தெரியவில்லை. மூன்று புத்தகங்களோடு அவர் வந்தார். அதை ஒரு நல்ல மனிதன், கல்லூரி விதி- கட்டுப்பாட்டை மீறி கட்சிக் கூட்டத்தில், தேர்தல் பிரச்சாரத்தில் பேசி விட்டான் என்று புகார் கடிதம் எழுதி கல்லூரி முதல்வருக்கு அனுப்பியவன், டாக்டர். அழகப்பா விற்கும் ஒரு பிரதி எடுத்து அனுப்பி விட்டான். இச்செய்தி என்னிடம் தெரிவிக்கப்பட்டது. நீக்கப்படுவோம் என்ற எதிர்பார்ப்புடன் கல்லூரிக்குப் போனேன். முதல்வரிடமிருந்து அழைப்பு வந்தது. ஆங்கில மொழித்துறைத்தலைவர் முனைவர். கருணாகர மேனன். அவரும் அங்கு இருந்தார்.

நம் கல்லூரிப் பணியில் இவரிடம் எந்தக் குறையும் நான் காண வில்லை. கல்லூரி முடிந்து ஓய்வு நேரத்தில் அவர் விரும்பிய கருத்தைக் கூற அரசியல் சட்டம் இடம் தந்துள்ளது என்று கூறி, நடவடிக்கை தேவை இல்லை என்றார். அவர் யார் தெரியுமா?

சுத்தமான கதர்ச் சட்டையில் கால் சட்டை, மேல் கோட்டு போட்டு வந்த முழுக் காங்கிரஸ்காரர். கேரள மாநிலத்தின் காங்கிரஸ் கட்சி சார்பில் முதல்வராக வந்த கே.பி. கருணாகர மேனனுக்கு ஒன்றுவிட்ட சகோதரர். அந்தத் தேர்தலில்தான் காங்கிரஸ் கட்சியை, கேரளாவில் கம்யூனிஸ்டு கட்சி தோற்கடித்துக் கொண்டு இருந்தது. அந்தச் சூழலில், எனக்காக அவர் வாதாடியது காந்தியவழியின் நற்பண்பைக் காட்டியது.

என்னை அழைத்துப் பேசிய டாக்டர் அழகப்பா "இவை மார்க்ஸ் எழுதிய புத்தகங்கள் - நான் லண்டனில் படித்துக் கொண்டிருந்த போது இந்திய - வெள்ளைக்கார மாணவர்கள் மத்தியில் இது பற்றித் தான் காரசார விவாதம் நடக்கும். சில சமயம் அடிதடிகளில் கூட முடியும். அதற்காக நானும் வாங்கிப் படித்தேன். அதில் எனக்கு ஏற்பட்ட சந்தேகங்களையும் பக்கத்தில் எழுதியிருக்கிறேன். உடன்பட்ட கருத்துக்கு சரி என்ற குறியும் போட்டுள்ளேன். எடுத்துக் கொண்டு போய்ப்படி. படித்து விட்டு அரசியல் பணியில் ஈடுபடு! வெறும் உணர்ச்சிவசத்தால், தலைவர்கள் மீது ஏற்படும் பக்தியால் கட்சியில் சேராதே! அது நல்லதல்ல. நீ போகலாம்" என்றார்.

புகார் பற்றி ஒன்றுமே கூறவில்லையே, நாமாக விளக்கம் கொடுக்கலாமா என முயன்றேன். புரிந்துகொண்ட அவர் சிரித்துக் கொண்டே, "அதை விட்டு விடு, ஒருவர் பேசுவதால் நம் கல்லூரிக் கட்டடம் இடிந்து விடாது. கல்லூரியில் வேலையைக் கவனி. வெளியில் நீ இந்தியக் குடிமகன் என்றவர், நான் புத்தகங்களை ஏன் கொடுத்தேன் தெரியுமா?- நீ கருத்தூன்றிப் படிக்க வேண்டும். அலங்காரமாக அடுக்கி வைக்காதே. நீ மாணவர் பேரவைக்குப் போட்டியிட்ட போது உனக்கு என்ன சொன்னேன் நினைவிருக்கிறதா" என்றார் - நினைத்துப் பார்த்துக் கொண்டிருந்தேன்.

"நம் கல்லூரி 1947இல் தொடங்கப்பட்டது. அப்போது நகராட்சிக்குச் சொந்தமான கட்டடத்தில், வாடகைக்கு எடுத்து கல்லூரி வகுப்பை, துணைவேந்தர், லட்சுமணசாமி முதலியார் தொடக்கிவைத்தார் அந்த வருடமே மாணவர் பேரவையை அமைக்க அனுமதி வழங்கினோம். 1947 முதல் 1953 வரை மாணவர் பேரவைக்குப் போட்டியிட்டு வென்ற எந்த மாணவத் தலைவரும், பட்டத் தேர்வில், முதல் தடவையே தேர்ச்சி பெற்றது இல்லை. நீ அதே பரம்பரையா? அல்லது பாடப் படிப்பிலும் வெற்றி பெற்றுக் காட்டுவாயா? என நான் கேட்டது நினைவில் இருக்கிறதா" என்றார்.

அந்த நிகழ்ச்சியும், ஒவ்வொரு சொல்லும் படக்காட்சி போல என் மனதில் ஓடியது. வரிசையாகத் தேர்தலில் வென்றவர்கள், பாடத் தேர்வில் தோற்றே வந்தனர். அந்தப் போக்கை மாற்றி, முதன் முறையாக பாடத் தேர்விலும் வெற்றி பெற்று பட்டம் பெற்றுவிட்டாயல்லவா? அதற்காகத்தான் இந்தப் பரிசு என்றார். அவர் படித்த புத்தகங்களில் கோடு போட்டது - கேள்விக் குறி போட்டது - பக்கத்தில் தன் கருத்தை எழுதியதாக இருந்தது - யான் பெற்ற பரிசுகளில் தலைசிறந்த பரிசு அவைதான். படிக்கும்போது பல பரிசுகள் பெற்று வந்தேன். நாடக நடிப்பிலும் ஒருமுறை பரிசு பெற்றேன்.

கல்லூரியில் நான்காம் ஆண்டு general Proficiency- என்ற தலைப்பில் ஒரு பரிசையும் வழங்கினார்கள்.

காரைக்குடியில் கல்லூரிக்குச் செல்லும் வழியில் சாலையின் திருப்பத்தில் செக்காலை இருக்கிறது. அங்கு தான் வரிசையாகக் கட்டப்பட்டிருந்த ஒரு வீட்டில் என் அண்ணன், காரைக்குடியில் குடியிருந்த வரை குடியிருந்தார். மாத வாடகை பன்னிரண்டு ரூபாய் தான். வீட்டுக்குச் சொந்தக்காரரான செட்டியார், இந்தோனேஷியாவில் இருந்தார். அவர் உள்ளூர் செட்டியாரிடம் வாடகை வசூலித்து அனுப்பும் பொறுப்பைக் கொடுத்திருந்தார். மூன்றாண்டுகளுக்குப்

பின், அவர் ஊரில் நடக்கும் கோயில் திருவிழாவிற்கு வந்த செட்டியார் மூன்று வருடங்களாக வாடகையே கட்டக் காணோமே என்றார். அவரை அப்போது தான் பார்க்கிறோம். அவரது வளாகத்துக்குள் 8 வீடுகள் இருந்தன. எட்டிலும் அழகப்பா கல்லூரி ஆசிரியர்களே இருந்தனர். அவரால் நியமிக்கப்பட்ட செட்டியார் வசூலித்த வாடகைப் பணத்தை அவருக்கு அனுப்பவே இல்லை. அவர் நீக்கப்பட்டார். பிறகு வங்கி மூலம் வாடகையை அனுப்பி வந்தோம்.

தமிழ்த்துறையைச் சேர்ந்த புலவர் சாரங்கபாணி வடமொழி ஆசிரியர் சாஸ்திரி, ரசாயனத்துறை, சேஷாத்திரி என்று கல்லூரியைச் சேர்ந்தவர்களே இருந்தனர். நான் அழகப்பா கல்லூரியிலேயே வேலை தேடி ஆங்கில மொழித்துறையில் துணை ஆசிரியனாகச் சேர்ந்தேன். திருமணமும், நடந்தது - என் மனைவி என் அம்மாவின் பெரியம்மாளின் மகனின் நான்காவது மகளாகப் பிறந்தவள் - அவருக்கு ஐந்தாவது மகளும் பிறந்த ஆறாவது மாதம், ஐந்து பெண்களைப் பெற்றால் அரசனும் ஆண்டி ஆவான் என்ற பழமொழியைக் கேட்டறிந்ததாலோ என்னவோ, இப்பூவுலகை விட்டுப்போய் விட்டார். என் மனைவியின் தாயார் ஐந்து பெண் குழந்தைகளை வளர்க்க வேண்டிய தண்டனைக்கு ஆளானார். அவரது உடன் பிறந்த மூத்த அக்காள், போதகர் ஒருவரை மணந்திருந்ததால் அவர்களது உதவி பெருமளவு, பட்டினி கிடந்து சாகவிடாமல் காத்தது. அந்தப் போதகரின் இரு மகள்களையும், என்னுடன் பிறந்த மூத்த அண்ணன்மார் மணந்து கொண்டனர். ஆகவே, ஒரே குடும்பத்துக்குள் பரிவர்த்தனை நடந்தது போல திருமணங்கள் நடந்தன.

என் தந்தையும், என் அம்மாவும், (ஹோமியோபதி டாக்டராக இருந்தவர் என் மனைவியின் அப்பா) அவர் விட்டுச் சென்ற சொத்து ஐந்து மகள்கள் தான். எனவே என் அத்தை பாதிரியார்களின் பரிந்துரையில், மதுரை கிறித்துவ மருத்துவமனையில் ஒரு வேலை போட்டு, குறைந்த வாடகையில் குடியிருக்க வீடும் கொடுத்துக் காப்பாற்றி, படிக்க வைக்க உதவினர்.

நான் பி.ஏ. பட்டம் பெற்று முடித்தவுடன், தன் நண்பரும், என் மாமனாரும், என் மனைவியின் தந்தையுமான டாக்டர் அன்பையாவிடம், மரணப் படுக்கையில் இருக்கும்போது உன் மகள்களைப் பற்றி அதிகம் கவலைப்படாதே. என் மகன்களுக்குத் திருமணம் செய்துவைப்பேன், இது என் வாக்குறுதி. கவலைப்படாதே என்றாராம். அப்போது என் மனைவிக்கு வயது இரண்டே இரண்டு. நல்ல வேளையாக ஐந்து மகள்களும் முறையாகப் படித்து ஆசிரியைகள் ஆகிவிட்டனர் - எனவே, மரண இருளின் பள்ளத்தாக்கையும் கடந்து வெளியில் வந்து விட்டார்கள்.

எனவே பட்டப்படிப்புத்தேர்வில் வெற்றி என்ற செய்தி வந்தவுடன் என்னை அழைத்து, "பெரிய பட்டம் பெற்று விட்டதாக நினைக்காதே அதை எவனும் மதிக்கமாட்டான். இந்த வருடமே, எந்த வேலையாக இருந்தாலும், அதில் சேர வேண்டும்" அதற்கு முன், உனக்கும், உன் அண்ணனுக்கும் ஒரே நாளில் திருமணம் செய்துவைக்கப் போகிறேன். நீங்கள் சுற்றுவதை, சவடால் அடிப்பதைப் பார்த்தால், ஏதாவது வெள்ளைத் தோலுள்ள பிள்ளை எவளாவது தென்பட்டால், பின்னாலே போய் குழியில் விழுந்து விடுவீர்கள் போல இருக்கிறது. ஆகவே நான் என் ஆருயிர் நண்பனுக்கு உன் மகள்கள் திருமணத்தை என் மகன் களுக்கு ஏற்பாடு செய்வேன் என்று உறுதி கொடுத்தேன். அதை நீ நிறைவேற்ற வேண்டும்" என்றார்.

அது ஆலோசனை அல்ல கட்டளை. அம்மாவும் ஆணையிட்டார். அவ்வாறு நடந்தேறியது தான் என் திருமணம்.

இளம் வயதிலேயே தந்தையை இழந்து, பருவநிலை எய்துகிற போது தாயையும் இழந்து, எங்கும் எந்த வடிவத்திலான சொத்தும் இல்லாத சூழலில், பாதிரியார்கள் காட்டிய கருணை, படித்து முடிக்கச் செய்த உதவி ஆகியவையும், போதகராய் இருந்த பெரியய்யா குடும்பத் தாரின் அரவணைப்பும் தான் அவர்கள் இருள்கவ்விய சுரங்க வழி களைக் கடந்து, வெளிச்சத்தைக் காண உதவியது.

சுருங்கச்சொன்னால், அனாதைக் குழந்தையாக வளர்க்கப்பட்டவள் என் மனைவி. எனவே தன்னைக் காப்பாற்றிக் கரையேற்றிய கிறித்துவ மதத்தின் மீது அளவற்ற பற்றும், பாசமும் இருந்தது. மதத்தில் நம்பிக்கை கொண்ட பெண், ஒரு கம்யூனிஸ்டை மணந்தாள்!

என் மனைவியின் மதநம்பிக்கை உணர்வுகளைக் களைய, குறைக்க, சிந்திக்க வைக்கப் பேசுவேன், கட்டாயப்படுத்த மாட்டேன். தொழுகை யைத் தடுக்கவும் மாட்டேன்.

ஆசிரியையாகப் பொறுப்பேற்றுப் பணியாற்றிய பள்ளிக் கூடத்தில் நல்ல பெயர் யாருடனும் நாகரிகமாகப் பழகும், பேசும் தன்மை. குழந்தைகளை முழுப்பொறுப்பேற்று வளர்த்த, தாய், ஆசிரியை, காப்பாளர் - எல்லாமாகி நின்ற என் மனைவி ஆசிரியை ஆகி மாத ஊதியம் பெற்று இறுதி வரை அங்கும் பணியாற்றி, வீட்டையும் காத்திருக்காவிட்டால், என் கதை 50 ஆண்டுகட்கு முன்பே அனுதாபத் தீர்மானம் கூட இல்லாது புதையுண்டு போயிருக்கலாம். நான் இடை விடாமல் கூட்டம், கூட்டம் பயணம் என்று போய் வந்துகொண்டிருந்த தால், என் மனைவிக்கு தனிமையின் கொடுமையை நான் இழைக்க நேரிட்டது. நான் தந்த பரிசு கண்ணீரும், தனிமைத் துன்பங்களும்தான்.

இருந்தும் ஒரு போதும் என் வேலைகளைச் செய்ய அவர் தடையாக இருந்ததே இல்லை.

தற்காத்து, தற்கொண்டான் பேணி தகை சான்ற சொற்காத்துச் சோர்விலாள் பெண் என வாழ்ந்து காட்டியவர் என் துணைவியார்.

2012ஆம் ஆண்டில் என் துணைவியார் பட்டது போதும், என இந்த மண்ணை விட்டுப் போய் விட்டார்.

இழந்த பிறகுதான் எதை இழந்தேன் என்பதை உணர்ந்து என் உள்ளம் வடிக்கிறது உதிரம்!

என் வாழ்க்கையின் சில கூறுகளைப் பற்றிக் கூறுவதற்கு ஒரே ஒரு காரணம் தான். ஊருக்கு உபதேசம் செய்ய முற்படுகிற யாராக இருப்பினும், அவர்கள் இல்லறத்தை நல்லறமாக நடத்திக் காட்ட வேண்டும். என் மனைவியை தாழ்வாக நடத்தியது இல்லை. உரிமை வழங்கினேன். ஆனால், ஒரு பெண்ணின் எதிர்பார்ப்புக்களை உணர வில்லை. அவரது துன்பத்தில் பங்குகொள்ளவில்லை.

பாரம் முழுவதையும் மூச்சுப் பேச்சின்றி சுமந்த, ஒரு உயிருள்ள பெண்ணின் உணர்வுகளைக் கூடப் புரிந்து, அதற்குரிய நேரத்தையும் ஒதுக்கி, துன்பங்களில் பங்கு ஏற்காது போன குற்றவாளி போல நினைத்து வருந்துகிறேன்-

அது போல, நீங்களும் நடந்துகொள்ளாதீர்கள். ஏனெனில், இயற்கை மனிதர்களை ஒரே ஒரு முறைதான் வாழ வாய்ப்புக் கொடுக்கிறது.

கரும்பலகையில் எழுதிய எழுத்தை அழித்துவிட்டு, மீண்டும் எழுதலாம். வாழ்க்கையில் செய்யத் தவறிய கடமைகளை, செய்து முடித்த தவறுகளைச் சரிசெய்து மீண்டும் வாழ்ந்து காட்டமுடியுமா?

ஆக பொதுவாழ்க்கையில் ஈடுபட விரும்புவோர், அக வாழ்க்கையைச் செம்மைப்படுத்திக் கொள்ளுதல் நல்லது. வள்ளுவப் பேராசான் இதை நன்குணர்ந்து தான், வாழ்க்கைத் துணை நலம் என்ற அதிகாரத்தில், "மனைமாட்சி இல்லாள்கண் இல்லாயின் வாழ்க்கை எனை மாட்சித் தாயினும் இல்" என்றவர், "இல்லதென் இல்லவள் மாண்பானால் உள்ளதென் இல்லவள் மானாக்கடை" என்கிறார். பத்துக் குறட்பாக் களையும் படியுங்கள். பெற்ற தாயை, கைப்பிடித்த மனைவியை, பெற்றெடுத்த மகளிரைப் போற்றுங்கள்.

பொதுவாக பொது வாழ்க்கையில் தொண்டு புரிய ஈடுபடுகிறவர் களின் வாழ்க்கையில் இல்லற வாழ்க்கையில், கொண்ட மனைவியால் நிம்மதியிழந்த பல செய்திகள் உண்டு. நாடு போற்றும் தலைவர்கள் கூட வீட்டில் பட்டபாடுகளை வெளியில் கூற முடியாது தவித்துள்ளனர்.

நான் அத்தகைய சூழலில் சிக்காது தப்பினேன். அனாதை போல பிறர் அன்பு, கருணை, உதவியினால் வளர்ந்த பெண் என்பதால், தேவைகளைக் கூடப் பெற முடியாது தவித்த நாட்களிலும், தானும் சோர்வடையாது, என்னையும் துவளவிடாது பார்த்த ஓருயிர் எனக்காக வாழ்ந்து மறைந்து விட்டது.

உயிரோடிருந்த காலத்தில் அதுவும் திருமணமான இளமைக் காலத்தில் கூட நான் பூ வாங்கித் தந்தது இல்லை. ஒரே ஒருமுறை மலிவான விலை என்று கருதி வெண்ணிறப் பூவை, மல்லிகை என நினைத்து வாங்கி வந்தேன். அன்றும் சிரித்துக் கொண்டே இது விளக்குக்கு, சாமி சிலைகளுக்குப்போடும் பூ! மல்லிகை அல்ல எனச் சொல்லிச் சிரித்தாரேயன்றி, சினம் கொள்ளவில்லை. எனவே, தற்போது கிடைக்கும் போதெல்லாம் படத்துக்கு பூ சூட்டி, கடனைத் தீர்த்து வருகிறேன்.

தற்போது முதுமையில் துணை இன்றி, உடல் நலமும் குன்றிய நிலையில், நெஞ்சில் நிற்பதை எழுதுகிறேன்!

## 8. ஜீவ முழக்கம்

*1952*ஆம் ஆண்டில் இந்தியாவில் பிறந்த, 21வயது நிரம்பிய அனைவருக்கும் வாக்குரிமை வழங்கப்பட்டது. அதனடிப்படையில் நடைபெற்ற முதல் பொதுத்தேர்தலில் மக்கள் அதிக ஆர்வம் காட்டினர். ஏனெனில் அதற்குமுன்பு நடைபெற்ற தேர்தல்களில் சொத்துடைமை, படித்துப் பட்டம் பெற்ற சான்றிதழ், வரிகட்டிய ரசீது ஆகியவை வாக்காளராக ஆவதற்கு தேவைப்பட்டது. 1950இல் நிறைவேற்றப் பட்ட இந்திய அரசியல் சட்டம், **இந்திய நாட்டில் பிறந்த குடிமக்கள் அனைவருக்கும் வாக்குரிமை வழங்கிவிட்டது. இந்திய மக்கள் போராடிப் பெற்ற உரிமை அல்ல அது. நேருவும், டாக்டர் அம்பேத்கரும் அரசியல் சட்டம் இயற்றும் போது இலவசமாக வழங்கிய உரிமை அது.** எனவே அதன் அருமை, பெருமை, உண்மைப் பொருளறியாதோரிடம் விற்பனைச் சரக்காகிவிட்டது.

1948இல் சட்ட விரோதமாக்கப்பட்ட இந்திய கம்யூனிஸ்ட் கட்சியை 1950 இறுதியில் தடைசெய்யப்பட்ட சட்டம் செல்லாது என உச்ச நீதிமன்றம் அறிவித்ததால் மீண்டும் பகிரங்கமாக இயங்கத் தொடங்கியது. அதனடிப்படையில் 1952 முதல் பொதுத் தேர்தலில் கம்யூனிஸ்டுகளும் போட்டியிட்டனர். அதில் மதுரை மாநகரில் அப்போது கைது செய்யப்பட்டு மதுரை சிறையில் அடைக்கப்பட்டிருந்த தோழர் P. ராமமூர்த்தி சென்னை மாநில சட்டமன்றத்திற்குப் போட்டி யிட்டார்.

இப்போது நடைபெறும் தேர்தல் காலங்களில் தேர்தல் விதிகளின் படி தேர்தல் பிரசாரம், வாக்குப்பதிவிற்கு ஒருநாள் முன்னதாக நிறுத்தப்படவேண்டும். பிரச்சாரம் ஓய்ந்த பிறகு வாக்குப்பதிவு நடக்கும்வரை ஒருநாள் இடைவெளி - ஓய்வு இருக்கவேண்டும். இது இப்போது கடைப்பிடிக்கப்பட்டு வரும் நடைமுறைவிதி. ஆனால்

1952இல் தேர்தல் பிரச்சாரம் இரவு 12 மணிக்குப் பிறகும் நீடிக்கலாம். காலை 7 மணிக்கு வாக்குப்பதிவு தொடங்கிவிடும். இடைவெளி, ஓய்வு கிடையாது.

இந்த முறையில் மதுரையில் நடைபெற்ற தேர்தலின் போது, வேட்பாளர் தோழர் P.ராமமூர்த்தியை ஆதரித்து வடசென்னையில் வேட்பாளராகப் போட்டியிட்ட தோழர் ப.ஜீவானந்தம் பேசுவதாக அறிவிக்கப்பட்டிருந்தது. பெரும் சுவரொட்டிகளோ, படங்களோ, குழல்விளக்குகளோ, அலங்கார மேடையோ எதுவும் இல்லை. மேடை மீது சில பெட்ரோமாக்ஸ் விளக்குகள் எரிந்துகொண்டிருந்தன. ஆனால் மக்கள் திரளோ தெருக்களையும் அடைத்து, கூரைகளிலும் மரங்களிலும் ஏறி நின்றது.

அப்பொழுது நான் கல்லூரி மாணவன். பல்லாயிரக்கணக்கில் கூடியிருந்த மக்கள் மத்தியில் சில நண்பர்களோடு உட்கார்ந்திருந்தேன். ஜீவா பேசுவார் என அறிவித்தவுடன் மக்கள் மத்தியிலிருந்து எழுந்த முழக்கங்கள் கனல் பறக்கும் சூழ்நிலையை உருவாக்கிவிட்டது. எங்களால் ஒரு உருவம் நிற்பதைக் காணமுடிந்தது; ஆனால் குரல் மட்டும் எங்களை மண்ணிலிருந்து சில அடி உயரத்திற்குத் தூக்கி விட்டது. இயற்கை அவருக்குத் தந்த வரம் அது. அரசியல் மேடை களில் அதுபோன்ற சிம்மக்குரலை இன்றுவரை நான் கேட்கவில்லை.

கம்யூனிஸ்ட் கட்சி சட்டவிரோதமாக்கப்பட்டதால், காவல்துறை கட்டவிழ்த்து விடப்பட்டு காட்டேரியாக வேட்டையாடியதால் பட்ட துன்பங்கள், சுட்டுக் கொல்லப்பட்ட தோழர்கள், சிறைச் சாலைக் குள்ளேயே கண்ணற்றவர்கள் சுட்டதால் வழிந்த ரத்தம் என அவர் வருணித்த முறையும், தந்த விவரங்களும் மக்களை போர்க்குணம் கொள்ள வைத்துவிட்டது. பேசிக் கொண்டே வந்தவர் பேச்சை நிறுத்திவிட்டு, நம்முடைய வேட்பாளர் தோழர் ராமமூர்த்தி எந்தச் சிறையிலிருக்கிறார்? என்று கேட்டார். அவர் இருக்கும் இடம் எவ்வளவுதூரம் இருக்கும்? என்று கேட்டார். மக்கள் ஒரு மைல், இரண்டு மைல், இரண்டு மைல் என்று கத்தினார்கள். "இப்பொழுது ராமமூர்த்திக்கே வாக்களிப்போம் என்று நான் முழங்கியவுடன் நீங்கள் பதிலுக்கு முழங்குவது சிறையிலிருக்கும் தோழனுக்கு கேட்கவேண்டும்" என்றார். ஏகமாக அனைவரும் முழங்கினார்கள். ஜீவா மக்களைப் பார்த்து, "நீங்கள் முழங்கியது எனக்கே கேட்கவில்லை; சிறைச் சுவரைத் தாண்டி அடைபட்டுக்கிடக்கும் நம் தோழனுக்கு எப்படிக் கேட்கும்? எனவே ஓங்கி முழங்குங்கள்" என்றார். அது மக்களையே தட்டி எழுப்பி யிருக்கவேண்டும். ஆனால் ஜீவா அத்துடன் விடவில்லை. தாய்மார் முழங்கினால்தான் நீதி கிடைக்கும். எனவே தாய்மார் முழங்குங்கள்,

ஆண்கள் வேண்டாம் என்றார். அதைக்கேட்டவுடன் தாய்மாரின் முழக்கம் கேட்ட பிறகு, சிறைச்சாலையின் பூட்டு கூட இப்பொழுது வாய்திறந்து அழும் என்றார். இதையடுத்து, இப்போது தோழர்கள் மட்டுமே முழங்குங்கள் என்றார். முழங்கி முடித்தவுடன், இது சிறைச்சாலையிலுள்ள நம் தோழருக்குக் கேட்டிருக்கும்; ஆனால் இதைக்கேட்க வேண்டிய முதலமைச்சர் சென்னையில் இருக்கிறார். எனவே அவர் காதுக்கு எட்டுகிறார்போல் "ராமமூர்த்தியை விடுதலை செய்" என்று முழங்குங்கள் என்றார். இவ்வாறு பலமுறை முழங்க வைத்த பிறகு, இப்பொழுது நீங்கள் யாரும் வீட்டுக்குப் போக வேண்டாம்; வைகையில் முகத்தைக் கழுவிவிட்டு நேராக வாக்குச் சாவடிக்குப் போங்கள். ராமமூர்த்திக்கு விழும் முதல் வாக்கு உங்கள் வாக்காக இருக்க வேண்டும். இவ்வாறு சொல்லி மக்கள் எழும்புவதற்கு முன்னால் அவர்களை அமரச்சொல்லிவிட்டு, மதுரையிலுள்ள மீனாட்சியம்மன், சொக்கநாதர் ஆகிய தெய்வங்களின் பெயரைக் குறிப்பிட்டு "நாங்கள் கொலைகாரர்களா? நீங்களே வந்து தீர்ப்பளியுங்கள்; கள்வன் அல்லாத கோவலனைக் கொன்று பழியேற்ற மதுரை மாநகரத்தார் அன்று கண்ணகிக்குத்தான் நீதி வழங்கவில்லை, இப்போது எங்களுக்காவது நீதி வழங்குங்கள்" என்று முழங்கினார்.

இந்தக் கூட்டத்தில் உட்கார்ந்து கேட்டவன் என்ற முறையில், என் வாழ்நாளில் ஒரு மேடைப்பேச்சாளன் தன் நாவன்மையால், ஜீவ முழக்கத்தால், பேசியதோடு மட்டுமல்ல, கேட்ட மக்களையும் பேச வைத்தார் என்பதைக் கண்டேன்.

பல பேச்சாளர்கள், கைத்தட்ட வைப்பதுண்டு; சிரிக்க வைப்பதுண்டு; சிந்திக்க வைப்பதுண்டு. ஆனால், இங்கே ஒரு மனிதர் மந்திரவாதி மாதிரி பல்லாயிரம் மக்களை, அவர் சொல்லுகிறபடியெல்லாம் முழங்க வைத்தபின் நேராக வாக்குச் சாவடிக்குப் போ எனக் கட்டளையிட்ட ஆளுமையைக் கண்டும் வியந்தேன்.

நாங்கள் திரும்பிச் செல்ல வேண்டிய வழி, மதுரை செல்லூர் கரிமேடு வழியாகப் போகவேண்டும். அதுதான் தோழர் ராமமூர்த்தி போட்டியிட்ட தொகுதியுமாகும். நாங்கள் திரும்பிச் செல்லும் வழியில், வாக்குச் சாவடிகளுக்கு முன்னால் (அது திறக்கப்படுவதற்கு முன்பாகவே), பத்திரிகைக் காகிதத் துண்டுகளை விரித்து அதன்மீது உட்கார்ந்து ஆண்களும் பெண்களும் சுறுசுறுப்புடன் பேசிக்கொண்டிருக்கிற காட்சியைக் கண்டோம். முடிவு என்ன? தோழர் P. ராமமூர்த்தி வெற்றி பெற்றார்.

அரசியல் மேடையில் ஜீவா ஆற்றிய இந்த உரையும், பின்னர் ஒருமுறை காரைக்குடி கம்பன் விழாவில் அவர் ஆற்றிய உரையின் சிறப்பையும் கட்டாயம் குறிப்பிட்டாக வேண்டும்.

காரைக்குடி அழகப்பா கல்லூரியில் நான் பயின்று கொண்டிருந்த காலத்தில், காந்தியவாதி சா.கணேசன் அவர்கள் கம்பன் கழகத்தை அமைத்து, கம்பன் விழாவை ஆண்டுதோறும் நடத்திவந்தார். மூன்று நாட்கள் காரைக்குடியிலும், நான்காவது நாள் கம்பர் இறந்து புதைக்கப்பட்டதாகக் கூறப்படும் நாட்டரசன் கோட்டையில் நிறைவு விழாவாகவும் நடைபெறும். முத்தமிழில் முறைபோகிய வித்தகர்கள், புலவர் பெருமக்கள், கவிஞர்கள், எழுத்தாளர்கள் என அறியப்பட்டிருந்த தமிழ்ப் பெரியார்கள் அனைவரும் கம்பன் விழாவில் பங்கெடுப்பது பெருமைக்குரிய வழக்கமாக இருந்து வந்தது. செட்டிநாட்டவர்கள் வணிகம் செய்து பொருட்செல்வம் தேடியவர்களும் ஆவார்கள். அத்துடன், தமிழை வளர்க்கும் ஆர்வலர்களாக புரவலர்களாக பலரும் இருந்தனர். தமிழ்க்கடல் ராய சொக்கலிங்கனார், தமிழறிஞர் சோ.முருகப்பா, பண்டிதமணி கதிரேசன் செட்டியார் போன்றோரும், தமிழ் இலக்கியத் தொண்டில் ஆர்வம் காட்டியவர்கள்.

மிகச் சிறப்போடு, கட்டுப்பாட்டோடு, கம்பன் விழா நடைபெற்று வந்த அதே காலத்தில், கம்பராமாயணத்தை தீயிட்டுப் பொசுக்க வேண்டும் என்ற ஒரு பிரச்சார இயக்கமும் வெகுவேகமாகப் பரவியிருந்தது. கம்பராமாயணத்தை விமர்சித்து, கடுமையாகத் தாக்கி பல சிறு பிரசுரங்கள் வெளியாயின. எனவே, தவிர்க்க முடியாத வகையில் முற்போக்கு? பிற்போக்கு விவாதம் காரசாரமாக நடந்தது. இந்தச் சூழலில், காரைக்குடி கம்பன் விழாவில் ஜீவாவை அழைத்துப் பேச வைக்க வேண்டும் எனச் சிலர் முயன்றுள்ளனர். அதற்கு கம்பன் கழகத்தில் கடும் எதிர்ப்புக் கிளம்பியிருக்கிறது. வெண்கல கடைக்குள் யானையை வரவழைப்பது மாதிரி இருக்கிறது என்று ஓங்கிச் சொன்னதோடு, கன்னித்தமிழ்மேடையை அரசியல்கட்சி மேடையாக்கி கெடுக்கப் போகிறீர்கள் எனக்கூறி அந்தக் கழகத்தின் பொறுப்பிலிருந்து ஒருவர் விலகிக்கொண்டாராம். ஆனால், சுதந்திரப் போராட்ட காலத்தில் சிறையிலும், அதன் பின்னர் சிராவயலில் தாழ்த்தப்பட்ட குலத்து மாணவர்களுக்காகப் பள்ளிக் கூடம் நடத்திவந்த காலத்திலும் ஜீவாவை காந்தியடிகள் சிராவயலில் வந்து சந்தித்ததை நன்கு தெரிந்தவர்கள் என்ற முறையிலும் ராய சொக்கலிங்கனாரும், சா.கணேசனாரும் ஜீவாவை அழைப்பதென்று முடிவு செய்து விட்டார்கள்.

முன்னெச்சரிக்கையாக, ஜீவா பேசும் அரங்கத்திற்கு மதிக்கத்தக்க ஒரு தமிழ்ப்புலவரை தலைமை தாங்க வைப்பது என்று முடிவெடுத்து, பேராசிரியர் அ.ச.ஞானசம்பந்தனார் அவர்களின் தந்தை பெரும்புலவர் சரவண முதலியாரை தலைமை தாங்கச் செய்தார்கள். அந்த ஏற்பாட்டின் படி நடைபெற்ற கம்பன் கழக விழாவில் வழக்கத்திற்கு மாறாக மன்றமும் நிரம்பி, சாலைகளிலும் மக்கள் நிரம்பிக் குழுமினர்.

கம்பன் விழா மேடைகளில் தொடக்கக்காலம் முதலே, சில கண்டிப்பான நடைமுறை விதிகளைக் கடைப்பிடித்து வந்தனர். அவற்றுள் முதல் விதி, எந்தத் தலைப்பிலும் யாராயினும் நாற்பத்தைந்து நிமிடங்கள் மட்டும்தான் பேசவேண்டும். நாற்பத்து இரண்டாவது நிமிடத்தில் ஒரு மஞ்சள் விளக்கு எரியும். அதாவது காலவரம்பு முடிகிறது என்ற எச்சரிக்கை. அதன்பின் 43வது நிமிடத்தில் ஒரு சிவப்பு விளக்கு தெரியும். இனி இரண்டு நிமிடங்கள்தான் என்பது எச்சரிக்கை. அதற்குப் பிறகும் பேச்சை நீட்டினால் ஒலிபெருக்கி இணைப்பு துண்டிக்கப்படும்.

தோழர் ஜீவா கம்பனைப்பற்றி அந்த மேடையில் ஆற்றிய முதல் உரை அதுதான். ஜீவாவின் அனல் கக்கும் அரசியல், ஆவேச பேச்சுக் களையே கேட்டுவந்த மக்களுக்கு கம்பனின் கவிச் சோலைக்குள் நுழைந்து மென்மைத்தமிழில் தேன்குழைத்த சொற்களில் அவர் தானே ரசித்துப் பேசியதை மக்களும் ரசித்துக் கேட்டார்கள். விதிப்படியான காலவரம்பு நேரம் வந்து விட்டது. ஆனாலும், அந்த எல்லையையும் கால வரம்பையும் தாண்டி கம்பன் சோலைக்குள்ளேயே சுழன்று கொண்டி ருந்தார். எனவே, தலைமை வகிப்பவரோ அல்லது சா.கணேசனாரோ ஒலிபெருக்கியை வாயடைக்கச் செய்யப் போகிறார் என்று நினைத் தோம். ஆனால், விதிவிலக்காகி விலகி நின்றது. ஜீவாவோ பேசிக் கொண்டே இருந்தார். வழக்கம்போல் அவரது சட்டை வியர்வையால் முழுக்க நனைந்திருந்தது. ஜீவாவும் பேச்சை முடித்துக்கொண்டு உட்கார்ந்தார். மக்கள் அனைவரும் பெரும்புலவர் சரவண முதலியார் என்ன சொல்லப் போகிறார் என்பதை மிகுந்த ஆர்வத்தோடு எதிர் பார்த்தார்கள். தலைமை உரையாற்றிய சரவண முதலியார், குறிப்பிட்ட நேரம் வந்தபோது சிவப்பு விளக்குப் போட்டு பேச்சாளரை ஏன் எச்சரித்து நிறுத்தவில்லை என ஓரிருவர் கருதியிருக்கக்கூடும்; ஆனால், சிவப்பு விளக்கை ஏன் நான் ஏற்றவில்லை தெரியுமா? அந்த சிவப்பைப் பார்த்திருந்தால், இந்த சிவப்புத் தமிழன் மேலும் அரை மணிநேரம் பேசியிருப்பார். ஆனால் ஒலிபெருக்கியை நிறுத்தியிருக்கலாமே என்று நினைக்கீறீர்களா? அதையும் நாங்கள் செய்யவில்லை. கடமை தவறினோமா? விதியை மீறினோமா? இல்லை. ஜீவா பேசியிருந்தால் ஒலிபெருக்கியை அடக்கியிருப்பேன். **கம்பனே பேசிக்கொண்டிருந் தானே எப்படித் தடுப்பேன்?** என்று இதுவரை கேட்டிராத கைத்தட்ட லோடு பேச்சை முடித்தார். இது ஒரு மறக்க முடியாத ஜீவா உரைப் பெருமைக்குத் தரப்பட்ட சான்றிதழ் சம்பவம்.

எட்டயபுரத்தில் பாரதியாருக்கு மணிமண்டபம் கட்டப்பட வேண்டும் என்ற முயற்சி மேற்கொள்ளப்பட்டபோது, கல்கி கிருஷ்ண மூர்த்தி தலைமையில் நிதிவசூல் மற்றும் கட்டட வேலைகள் நடந்து

முடிந்தது. அந்தத் திறப்புவிழாவிற்கு அப்போது மேற்கு வங்க ஆளுநராக இருந்த ராஜாஜி தலைமை தாங்கினார். பாரதியாரின் பாடல்களை M.S.சுப்புலட்சுமி, தண்டபாணி தேசிகர் போன்ற பல இசைக் கலைஞர்கள் பாடி மக்களை மகிழ்வித்தார்கள். தமிழறிஞர்கள் பலரும் பேச அழைக்கப்பட்டிருந்தார்கள். ஆனால், அழைக்கப்பட்டோர் பெயர்ப்பட்டியலில் ஜீவா பெயர் இல்லை.

ஆனால் பாரதியின் கருத்துக்களை பரப்பிவந்த ஜீவா அந்த கூட்டத்திற்குள்ளே போய் உட்கார்ந்திருந்தார். பலர் திரண்டு மேடைக்குப் போய் ஜீவாவையும் பேச அனுமதிக்கவேண்டும் எனக் கேட்டார்களாம். தலைமை தாங்கிய ராஜாஜி நிகழ்ச்சி நிரலில் இல்லாத ஒருவரை பேச அனுமதிக்க முடியாது என்று கூறிவிட்டார். ஆனால் கல்கி கிருஷ்ணமூர்த்தி கூட்டத்திற்குள் நுழைந்து ஜீவாவின் கையைப் பிடித்து மேடைக்கு அழைத்துப்போனார். மேடையிலிருந்த பல தலைவர்களும் வற்புறுத்தியதின் அடிப்படையில் ராஜகோபாலாச்சாரியார் ஜீவாவை ஐந்தே ஐந்து நிமிடங்கள் மட்டும் பேசுங்கள் என அனுமதித்தாராம். ஆனால் ஜீவா பேசியதைத் தொடர்ந்து மக்களிடமிருந்து வந்த வரவேற்பை, ஆதரவைக் கேட்ட ராஜாஜி, அவரை அரைமணிநேரம் பேச அனுமதித்துவிட்டாராம். அந்த உரை ஒரு சிறு பிரசுரமாக வெளியிடப்பட்டது. பேச்சை முடிக்கும்போது, பாரதியார் கவிதைகளை அரசுடைமையாக்க வேண்டுமென்ற கோரிக்கையுடன் முடித்தார். முடிவுரையில் பேசிய ராஜாஜி, பொதுவுடமை வேண்டும் எனப் பாடிய பாரதியாரின் பாடல்களை பொதுவுடைமைவாதியான ஜீவா கேட்டுக் கொண்டபடி இந்தியா சுதந்திரம் பெற்றவுடன் பாரதியார் கவிதைகள் அரசுடைமையாக்கப்படும் என்று அறிவித்தார். அவ்வாறே செய்யப்பட்டது என்பதும் வரலாறு.

உதகமண்டலத்தில் சுயமரியாதை சமதர்மக் கூட்டம் ஒன்றில் ஜீவா 'கடவுள்' என்ற தலைப்பில் ஆற்றிய பொருள் பற்றி கல்கி கிருஷ்ணமூர்த்தி எழுதியது: உதகையில் சுயமரியாதை சமதர்மப் பிரச்சாரக் கூட்டம் ஒன்று நடைபெறுகிற விளம்பரத்தைக் கண்டு அதில் ஜீவா பேசுகிறார் என்பதால், ஆர்வத்தோடு கல்கி கிருஷ்ணமூர்த்தி போய் கூட்டத்தில் கலந்து கொண்டாராம். இரண்டு மணிநேரம் பேசிய ஜீவா, கடவுள் என்ற ஒன்று இல்லை. அது மனிதனின் பயத்தால் எழுந்த கற்பனை என்பதற்குப் பலவற்றை ஆதாரமாகக் காட்டிப் பேசினாராம். அக்கூட்டத்தில் ஜீவா பேசியதைக் கேட்டுத் திரும்பிய பிறகு அது குறித்து எழுதிய கல்கி, 'அந்தக் கூட்டத்தில் ஜீவாவின் பேச்சைக் கேட்கக் கடவுளும் வந்திருந்தால், அவரே தன் கையைக் கிள்ளிப் பார்த்து நாம் இருப்பது உண்மை தானா? எனச் சந்தேகப்பட்டிருப்பார். அவ்வளவு

ஆற்றலுடையதாக இருந்தது ஜீவாவின் பேச்சாற்றல்' என எழுதிய கல்கி, அவருக்கே உரிய பாணியில், **அத்தகைய பேச்சாற்றலை கடவுள் அவருக்கு அருளியுள்ளார்** என எழுதினார்.

மாற்றாரும் போற்றிய நாவன்மையைப் பெற்றிருந்தவர் ஜீவா. எனவே பன்முகத்திறன் கொண்ட தனித்தன்மை படைத்த தலைவராக மக்களால் மதிக்கப்பட்டார்.

இவ்வாறு ஜீவா, வள்ளலார் வள்ளுவர் பற்றி, ஏன் பக்தி இலக்கியங்கள் உட்பட எந்தத் தலைப்பில் பேசிய காலங்களிலும் அவரது நாவால் மேடைக்கலை மாட்சி பெற்றதேயன்றி தாழ்ச்சியுற்றது இல்லை.

அண்மைக்காலங்களில், பல மேடைகளில் பலவகைப்பட்ட தலைவர்களுடன் கலந்துகொள்ளக்கூடிய வாய்ப்பினைப் பெற்றிருக்கிறேன். சொல்லின் செல்வர் ஈ.வெ. கி. சம்பத் அவர்களின் குரல் மிக இனிமையானது. தமிழ்ச் சொல் உச்சரிப்பு மிகத் தெளிவானது. அவரது பேச்சைக் கேட்பது என்பதே ஒரு இனிய இசையைக் கேட்பதை ஒத்து இருக்கும். சீறுகிறபோதுகூட தரங்கெட்ட ஒரு சொல்லை அவர் எப்போதும் பயன்படுத்தி நான் கேட்டதே இல்லை. அழகிய நடை, தெளிவான கருத்து, உறுதியான உரை என்று அவருடைய பேச்சை வருணிக்கலாம்.

கவிஞர் கண்ணதாசனுடைய பேச்சும் கேட்பதற்கு இனிமையாக இருக்கும். கல்லூரி மாணவர்கள் கூட்டம் என்றால், காதல் ரசத்தைப் பிழிந்து ஓடவிடுவார். சில சமயங்களில் மாணவிகளும், ஆசிரியைகளும் முகம் சுளிக்க நேரிட்டதைக் கண்டிருக்கிறேன். அரசியல் மேடைகளிலும் போற்றும்போது விண்ணுக்கும் உணர்த்துவார், தாக்கத் தொடங்கினால் சாக்கடை நடையைப் பயன்படுத்தவும் தயங்க மாட்டார். ஆனால், கற்பனைத் திறமைமிக்க அருமையான கவிஞர் அவர் அவசரப்பட்டு, ஆத்திரப்பட்டு வெளியிட்ட கருத்துக்களை மட்டும் நீக்கிவிட்டுப் பார்த்தால் அற்புதமான மனிதர்.

தமிழை செழிக்கச் செய்த சிறுகதை இலக்கிய மன்னன் ஜெயகாந்தன் சீரிய சிந்தனையாளரும் ஆவார். இளமைப் பருவத்திலும், வளரும் காலத்திலும் பொதுவுடமை இயக்கத்தோடு சேர்ந்து வளர்ந்தவர் அவர் படைத்த பாத்திரங்கள் அவரது எழுத்துக்களால் உயிரோடு நடமாடுவது மாதிரியே தெரியும். இந்த எழுத்தாளர் மக்களால் விரும்பப்பட்ட மேடைப் பேச்சாளராகவும் திகழ்ந்தார். அவரது பேச்சிலும் கம்பீரம் இருந்தது. அவரது தனித்தன்மைகள் ஆய்வுக்கு உரியவை.

நான் மேடையில் சந்தித்த, மிகவும் மதிக்கிற ஒரு பண்பட்ட பேச்சாளர் பழ. நெடுமாறன் ஆவார். அவர் தேசிய இயக்கத்தில் பல முக்கிய பொறுப்புக்களில் இருந்தவர். பின்னர், தமிழர்- தமிழ்நாட்டு நலனுக்காக முழுக் கவனம் செலுத்தத் தொடங்கியவர். அவர் சட்டமன்றத்திற்கு உள்ளும், சட்டமன்றத்திற்கு வெளியிலும் தனித்தும், கூட்டு மேடைகளிலும், எங்கும், எந்தச் சூழ்நிலையிலும் நிதானம் இழக்காமல் நடுநிலைக் கருத்துக்களை அலங்கார ஒப்பனைகள் எதுவுமில்லாமல், நீதிமொழி போதனை மாதிரி பேசுகிற ஒரு பாணியை கடைப்பிடித்து வருகிறார். அவரது குரலும், அவரது கருத்தைத் தெளிவுபடுத்தும் தன்மையுடையதாக இருக்கிறது. அவரது பேச்சில், நிறைய படித்திருக்கிறார்; அதில் சிலவற்றை மட்டுமே வடித்துக் கொடுக்கிறார் என்பதைப் புரிந்து கொள்ளமுடிகிறது. நல்ல மனிதரின் நல்ல வாக்கு என்பதால் நன்மக்கள் பாராட்டி வருகின்றனர்.

தமிழ்நாட்டில் முதலமைச்சர்களாக வந்தவர்களில் காமராஜர், குமாரசாமிராஜா, ஓமந்தூரார், பக்தவத்சலம் ஆகியோர் மேடைக் கலையினால், பேச்சுத்திறனால் மக்களின் அன்பைப்பெற்றவர்கள் அல்லர். அவர்கள் அனைவருமே சுதந்திரப்போராட்டத்தால் படைக்கப்பட்டவர்கள். அவர்கள் தியாகத்தால், சேவையால், தூய்மை நிறைந்த பொது வாழ்க்கையால், அர்ப்பணிப்பால் மக்களின் அன்பைப் பெற்றவர்கள்.

1967இல் முதலமைச்சராகப் பொறுப்பேற்ற அறிஞர் அண்ணாவைப் பொறுத்தமட்டில், தன் நாவன்மையால் நாட்டுமக்களைத் திரட்டியவர். தமிழிலும் ஆங்கிலத்திலும் தங்கு தடையின்றி சரளமாகப் பேசக் கூடியவர் பாமர மக்களிடமும் பேசுவார். பல்கலைக்கழகப் பேராசிரியர் களிடமும் பேசுவார். அவர் வாழ்ந்த காலம் முழுமையிலும், அவர் பேச்சைக் கேட்பதற்காக மக்கள் தேடி, ஓடி, கூடிய காலம் இருந்தது. அவர் **சிறந்த பேச்சாளர் என்பதை விட, பேச்சாளர்களை உருவாக்கிய பேச்சாளர் என்பது சரியாக இருக்கும்.** அவருடன் ஓரிரு தடவைகள் மட்டும் மேடையில் பங்கேற்ற அனுபவத்தை சுருக்கமாக முன்னரே குறிப்பிட்டுள்ளேன்.

அவரது மறைவிற்குப்பின் தமிழக முதலமைச்சராகப் பொறுப் பேற்ற கலைஞர் அவர்களுடன் பல மேடைகளில், பல தடவைகள் பங்கேற்கும் வாய்ப்பைப் பெற்றிருக்கிறேன். அரசியல் மேடை, இலக்கிய மேடை, புத்தக வெளியீடு, கண்டனக் கூட்டம் எனப் பலவகைப்பட்ட, பலரும் கலந்து கொண்ட கூட்டங்களிலும் பங்கெடுத்திருக்கிறேன். கடந்த 50 ஆண்டுகளுக்கு மேலாக இந்த மேடைக் கலையிலும், அரசியலிலும் புறக்கணிக்கமுடியாத, ஒதுக்கித்தள்ள முடியாத

நடுநாயகனாகவே திகழ்ந்து வருகிறார். இவரது நாவன்மையைப் போலவே எழுதுகோலின் வலிமையும் கூர்மையானது. இவர் பிறந்த பின்னணி, வளர்ந்த சூழ்நிலை ஆகியவற்றை வைத்துப் பார்த்தால் இவரது மேடைக்கலைச் சாதனை மகத்தானது. திரையுலகத்திலும், நாடக அரங்கிலும், முத்திரை பதித்தவர். அவரது தனிமனித ஆற்றலை அவரோடு கருத்து மாறுபாடு கொள்கிறவர்களும் ஒப்புக்கொண்டு பாராட்டவேண்டியே இருக்கிறது.

இவரை அடுத்து தமிழ்நாட்டின் முதலமைச்சர்களாக வந்த M.G.R.ம், ஜெயலலிதாவும் திரையுலகத்தின் மூலம் அறிமுகமாகி அரசியல் உலகமே திரும்பிப் பார்க்கும் அரசியல் நட்சத்திரங்கள் ஆகிவிட்டார்கள். M.G.R. பற்றி தனியாக ஒரு ஆய்வுநூல் எழுதப்பட வேண்டும். நம்நாடு அவருக்கு பாரத ரத்னா பட்டம் வழங்கிவிட்டது. இருப்பினும், அனுபவங்கள் சிலவற்றை தனி நூலில் எழுதுகிறேன்.

தற்போது தமிழ்நாடு முதலமைச்சராக உள்ள ஜெயலலிதா அம்மையார் MGR அவர்களால் அ.இ.அ.தி.மு.க.வின் கொள்கை பரப்புச் செயலாளராக நிமிக்கப்பட்டவர். ஆக, தன் கட்சி மேடைக்கு இவர் தேவை என அவர் தீர்மானித்திருக்கிறார்.

ஆறாவது முறையாக முதலமைச்சராகப் பொறுப்பேற்றுள்ள ஜெயலலிதா அம்மையாருக்கு சில சிறப்பு வாய்ப்புக்களும், கடுமையான சோதனைகளும் வலுவூட்டியிருக்கக்கூடிய விந்தையைக் காணமுடி கிறது. அவருக்கு தாய் மொழி கன்னடம் என்றாலும், தமிழ் மண்ணி லேயே வளர்ந்ததால் தமிழ் மொழியும் தாய்மொழியாகவே இருக்கிறது. திரைப்படத்தில் இந்தி, தெலுங்கு, மலையாளம் ஆகிய மொழிகளிலும் பேசியதால் அவருக்கு இயல்பாகவே பன்மொழிப் புலமை கிட்டி விட்டது. அத்துடன் ஆங்கில மொழியிலும் நல்ல புலமை பெற்றிருக் கிறார். பொதுவாக இந்தியர்கள் (ஒரு சிலர் நீங்கலாக) ஆங்கிலத்தில் பேசும் போது அவரவர் தாய்மொழிச் சொல் உச்சரிப்பு அந்த ஆங்கிலத் திலும் உப்புமாதிரி, சர்க்கரை மாதிரி ஏறிவிடும். உத்திரப்பிரதேசத்து ஆள் ஆங்கிலம் பேசினால் ஆங்கிலமே வெறுத்துப்போகும். மலையாளி ஆங்கிலம் பேசினால், ஆங்கிலமும் மலையாள அவியலாகும். ஆனால், ஆங்கிலத்தை ஆங்கிலமாக மட்டுமே பேசக்கூடியவர்கள் சிலர் மட்டும் தான் இருக்கிறார்கள். தமிழ்நாட்டைப் பொறுத்தவரையில், நம்மோடு வாழ்பவர்களில் முன்னாள் மத்திய நிதியமைச்சர் ப.சிதம்பரம் நல்ல ஆங்கிலப் புலமை படைத்தவர். ஜெயலலிதா அம்மையார் ஆங்கிலத்தில் பேசும்போது உச்சரிப்பும் அழகாக இருக்கிறது; அதைவிடப் பயன் படுத்தும் சொற்கள் தேர்ந்தெடுத்த வைரக் கற்கள் எனப் பதிக்கப்படு கிறது. இந்தியாபோன்ற ஒரு நாட்டில் ஒரு மாநில முதலமைச்சராக

இருப்பவர் பல மொழிகளில் பேசும் திறமை பெற்றிருப்பது அந்த மாநிலத்திற்கே நன்மை பயப்பது ஆகும்.

தொலைக்காட்சிகளும், வானொலிகளும் அவற்றில் பல வகையான பிரச்சார உத்திகளும் வளர்ந்து வருகிற காரணத்தால், இனி வருங்காலத்தில் மக்களிடம் கருத்தைப் பரப்ப மேடைப் பேச்சாளர்கள் தேவைப்படுவார்களா? அநேகமாக மக்கள் கூட்டமே பொதுக் கூட்டங்களுக்கு வருவதற்கும், வசதியின்றி உட்காருவதற்குத் தயாராக இல்லை என்பதும், லட்சங்களில் கூடிய கூட்டம் தற்போது சிற்றரங்குகளுக்குள் நடக்கும் கருத்தரங்கமாக சுருங்கிவருவதைக் காணும்போது, மேடைக்கலை மெல்ல இனிச்சாகும் எனக் கூறுகின்றனர். ஆனால், அது ஏற்கத்தக்கது அல்ல. ஒன்றுக்கு மேற்பட்ட மக்களைத் திரட்டி, ஒரு பொய்யை மறுக்க அல்லது ஒரு மெய்யை நிறுவிக்காட்ட வேண்டிய கட்டாயம் இருக்கிற காலம் வரையில் மேடைக்கலை என்பது ஏதாவது ஒரு வடிவில் இருந்துகொண்டேதான் இருக்கும். ஒருவேளை, மனிதர்கள் பேசுவதையே நிறுத்திவிட்டால் அப்போது மேடைக்கலை இல்லாமல் போகலாம்.

இன்னொரு முக்கியமான கேள்வி, மேடைப் பேச்சு பேசாமல், அதன் மூலம் மக்களைக் கவராமல், அரசியல்வாதிகள் எவ்வாறு தலைவர்கள் ஆகமுடியும்? மக்கள் அவர்களை எப்படித் தெரிந்து கொள்வார்கள்? என சில வினாக்கள் எழுப்பப்படுகின்றன.

நம் வாழ்நாளிலேயே, நம் அனுபவத்தில், மேடைப்பேச்சு கொண்டு கவர்ந்திழுக்காமல், சாதாரண உரையாடல் மூலமே பேசிப் புகழ்பெற்ற, மக்களால் மதிக்கப்பட்ட, வணங்கப்பட்ட தலைவர்களைப் பார்த்திருக்கிறோம். எடுத்துக்காட்டாக, தந்தை பெரியார் மேடைப் பேச்சுக்கு என்று எந்த ஒரு தனி நடையையும் கடைப்பிடித்தவர் அல்ல. எந்த கூட்டமானாலும், தந்தை பிள்ளைகளுக்குச் சொல்ல வீட்டில், தெருவில், கடையில் எப்படிப் பேசுவாரோ அப்படியேதான் மேடையிலும் பேசுவார்.

நாம் புகழ்ந்துகொண்டிருக்கும் பல தலைவர்கள், பல முதல்வர்கள் அவரிடம் பாலபாடம் கற்றவர்கள். எனவே, அழகிய பேச்சினால்தான் தலைவராக முடியும் என்பது அவசியம் இல்லை- அதுவும் இருந்தால் நல்லது, அவ்வளவுதான்.

தோழர் E.M.S. நம்பூதிரிபாட், பிறக்கும்போதே நாவில் ஒரு சிறு குறையுடன் பிறந்து விட்டார். சிலர் திக்குவாய் என்று சொல்லுவார்கள். பேசும்போது சொற்களில் தடுமாற்றம் ஏற்படும். ஆனால் அந்த மனிதர் பேசுவதைக் கேட்க- ஆமாம் திக்கித் திக்கிப் பேசுவதைக்கேட்க,

கேரளத்தில் மட்டுமல்ல, மணிபுரி வரையில், டெல்லி வரையில் எங்கும் மக்கள் கூடிக் கேட்டனர் என்பதைக் கண்களால் கண்டோம்; காது களால் கேட்டோம். இவரைப் போன்றோர் பேசுவதைக் கேட்க விருந்தாக அல்ல, மருந்தாக மதித்து வந்தார்கள். இங்கு அவரது தியாகம், சேவை, தூய்மையான பொது வாழ்க்கை அவர் வெளியிட்ட ஒவ்வொரு சொல்லுக்கும் மந்திர சக்தியைக் கொடுத்தது என்பதைத் தானே கண்டோம். எனவே, சொல்பவர் யார் என்பதை வைத்து, சொல் ஒவ்வொன்றும் சக்தி பெற்றது.

இதே போன்ற ஒரு நல்ல உதாரணம்தான், தமிழ்நாடு பெற்றெடுத்த மாமனிதர் காமராஜர். அவர், இந்தியாவை ஆண்ட ஆளும் கட்சிக்கே தலைவராக இருந்த தலைமகன். அவர், எங்கும் சட்டசபை, நாடாளு மன்றம் உட்பட பலபடப் பேசியதாகக் காணோம். ஆனால், அந்த மெளன அரசியல்வாதியின் தீர்ப்புப்படிதான் நாட்டின் பிரதமரே தீர்மானிக்கப்பட்டார் என்றால், தலைவர்கள் ஆவதற்கு அருங்குணங்கள் பல தேவை. அவற்றுள் ஒன்றாக மேடைப் பேச்சும் இருக்கலாம்.

## 9. மொழிபெயர்ப்பாளனாக

இலக்கிய அரசியல் கூட்டங்களில் பேசி வந்த எனக்கு, மொழி பெயர்க்க வேண்டிய கடமையும் 1960 முதல் வரத்தொடங்கி விட்டது.

அனைத்திந்திய கட்சிகளில் உள்ளோர் வடபுலத்திலிருந்து வரும் தலைவர்கள் ஆங்கிலத்தில் பேசுவதை மொழிபெயர்க்க வேண்டிய கட்டாயக் கடமை ஏற்படும். சுதந்திரப் போராட்ட காலத்திலும், பிபின் சந்திரபால், காந்தியடிகள், நேரு, சுபாஷ் சந்திரபோஸ் போன்றோர் தமிழ்நாட்டிற்கு வந்த போதெல்லாம், யாராவது ஆங்கிலமும் தமிழும் தெரிந்த தமிழனொருவன் மொழிபெயர்க்க வேண்டி இருந்தது.

மொழி பெயர்க்கப்படுவதைப் பலமுறை கேட்டிருக்கிறேன். பண்டித நேரு காரைக்குடியில் மின் ரசாயன ஆய்வுக் கூட்டத்தைத் திறந்து வைத்துப் பேசியபோது, தினமணி ஆசிரியர் ஏ.என். சிவராமன் மொழி பெயர்க்கக் கேட்டுள்ளேன். வி.கே. கிருஷ்ணமேனன் பேசியதை ஆர்.வெங்கட்ராமன் மொழிபெயர்க்கக் கேட்டுள்ளேன். இந்திரா காந்தியார் ஆற்றிய உரையை சொல்லின் செல்வர் ஈ.வி.கே. சம்பத் மொழி பெயர்க்கக் கேட்டுள்ளேன்.

அஜய்குமார் கோஷ், டாங்கே, பூபேஷ் குப்தா, நம்பூதிரிபாட் போன்றோர் பேசியதை ஜனசக்தி ஆசிரியர்களில் ஒருவரான ராதாகிருஷ்ணன் மொழிபெயர்க்கக் கேட்டுள்ளேன்.

அவற்றை ரசித்ததும் உண்டு. சென்னை கடற்கரையில் நடந்த பல கூட்டங்களைப் பார்த்தும், கேட்டும், ஓரிரு கூட்டங்களில் பேச்சாளனாக, மொழிபெயர்ப்பாளனாகப் பங்கேற்றும் இருக்கிறேன்- பிறர் பேசியதை, மொழிபெயர்த்ததைக் கேட்டும் இருக்கிறேன்.

1960 முதல் சென்னையில் குடியிருந்து வருகிறேன். கடந்த 15 ஆண்டுகளாக மெரினா கடற்கரையில் கூட்டங்கள் நடத்த அனுமதிக்கப் படுவது இல்லை. தடை செய்யப்பட்டு விட்டது.

2000 வரை, அங்குப் பெருங் கூட்டங்கள், ஒன்றல்ல, பல நடந்துள்ளன.

நான் சென்னை வந்தபிறகு 1960 முதல் 1969 வரை, சென்னைக் கடற்கரையில், தி.மு.க. வினால் நடத்தப்பட்ட கூட்டங்களே அதிகம். காங்கிரஸ் கட்சி பண்டித நேரு, இந்திராகாந்தியார் போன்றோர் வருகிற போது மட்டுமே நடத்தியது. கிருஷ்ணமேனன் இந்திய- சீன எல்லைப் பிரச்சினையில் பதவி நீக்கம் செய்யப்பட்ட பின், கடற் கரையில், காமராசர் தலைமை தாங்கி நடத்திய காங்கிரஸ் கட்சியின் விளக்கக் கூட்டத்தில் கிருஷ்ண மேனன் 2 மணி நேரம் ஆங்கிலத்தில் உரையாற்றினார்.

ஐ.நா. சபையில் பேசிய நாட்டுப் பிரதிநிதிகளில், அதிகம் பங்கெடுத் தவர் மேனன். அவர் மிகமிக வேக நடையில் பேசுவது வழக்கம்.

இதைக் கேட்டு ஆச்சரியப்பட்ட அமெரிக்கர்கள், குறிப்பாக செய்தித்துறையினர், அவரது உரைகளைப் பதிவு செய்து பிறரது உரைகளையும் பதிவுசெய்து, பேச்சாளர்கள், நிமிடத்துக்கு எத்தனை சொற்களைப் பயன்படுத்தியுள்ளனர். ஒரு மணி நேரத்தில் சராசரியாக எத்தனை சொற்களைப் பயன்படுத்தினர் எனக் கணக்கிட்டதில், ஒரு நிமிடத்திற்கு, ஒரு மணி நேரத்திற்கு என்று கணக்கிட்ட போது அதிகச் சொற்களை தடையின்றி கொட்டும் அருவி போலப் பொழிந்து தள்ளியவர் மேனன் தான் எனக் கண்டனர். கோபத்தை வெளியிடும் போது வேகம் அதிகரித்திருக்கிறது. இத்தனை வேகத்தில் பேசியும், ஒரு சொல் கூட தவறாகப் பயன்படுத்தப்படவில்லை. எங்கும் தடுமாற்றமும் இல்லை என்று வியந்து எழுதினர்.

அதே போன்று ஆங்கில இலக்கியத்தில் மிக அதிகமான சொற் களைக் கையாண்டவர் மில்டன் எனக் கணக்கிட்டுள்ளனர்.

தமிழில் கவிச்சக்கரவர்த்தி கம்பன்தான் அதிகச் சொற்களைக் கையாண்டவர். அவரை இன்னொரு எழுத்தாளர் யாரும் இன்றுவரை மிஞ்சவில்லை.

புயல் வேகப் பேச்சாளரான கிருஷ்ணமேனன் பேச்சை, ஆர்.வெங்கட் ராமன் எவ்வாறு மொழிபெயர்க்கப் போகிறார் என எதிர் பார்த்து உட்கார்ந்திருந்தேன். முதலில் இரண்டு மூன்று வரிகளை மொழி பெயர்த்தவுடன், கிருஷ்ணமேனன் பேசும் ஆங்கிலத்தைப் புரிந்து கொள்ளக்கூடிய மக்கள் தான் வந்திருக்கிறீர்கள். எனவே என் மொழி பெயர்ப்பு இடையூறாகத் தோன்றும், அதிக நேரமும் ஆகும். எனவே அவர் பேசுவார் - நாம் கேட்போம் என்று, அவர் கூற, அதை

ஆமோதிப்பது போல லட்சக்கணக்கில் கூடியிருந்த சென்னை மாநகர மக்கள் கைதட்டினர்.

என்னிலும் பின் வந்த இளம் சந்ததியினர் அப்படியொரு கூட்டத்தை, அத்தகைய பேச்சாளரைக் காண இயலுமா என்பது தெரியவில்லை. எனவே தான் அதைப் பற்றிக் குறிப்பிட்டேன்.

வி.கே.மேனன் ஐ.நா. சபையில் இந்தியப் பிரதிநிதியாகப் பேசியவர், பாதுகாப்பு அமைச்சராகவும் இருந்தவர். மந்திரிப் பதவியிலிருந்து விலக்கப்பட்டவுடன் வாடகை வீடு தேடிக் குடியேறியவர், மீண்டும் கருப்பு அங்கி அணிந்து வழக்குரைஞராகத் தொழில்புரியத் தொடங்கியவர்- நம் நாடு இத்தகைய மனிதர்களையும் பெற்றது உண்டு. மந்திரியாக இருந்து அவர் சம்பாதித்த சொத்து 'நாட்டைக் காட்டிக் கொடுத்து விட்டார்' பட்டம் தான். அதனால் அமெரிக்க வெள்ளை மாளிகையில் சிரிப்பொலி எழுந்தது.

1967 பொதுத் தேர்தலில் தி.மு.க அமைத்த கூட்டணி வெற்றி பெற்று, அறிஞர் அண்ணா தலைமையில் தமிழகத்தில் ஆட்சி அமைத்தது. தேர்தல் வெற்றியைக் கொண்டாட நடத்தப்பட்ட கடற்கரைக் கூட்டத்தில் அறிஞர் அண்ணாவுடன், ராஜாஜியும் கலந்து கொண்டார். ஐந்து லட்சம் மக்கள் கூடியிருந்ததாக இந்து, தினமணி பத்திரிகைகள் போட்டிருந்தன அவர்களுள் உட்கார்ந்து கேட்டவர்களில் நானும் ஒருவன்.

அப்போதைய கூட்டணியில் சுதந்திராக் கட்சியும் மார்க்சிஸ்டுக் கட்சியும், பார்வர்டு பிளாக்கும் ஒன்றாக இருந்தன. வலது கோடியும், இடது கோடியும் ஒரே மேடையில் தோன்றிய காட்சியைக் கண்டோம். கூட்டணி என்றாலும், திமுக மட்டுமே பெரும்பான்மை பெற்று, தனிக்கட்சி ஆட்சியை அமைத்தது. அப்போது அனைத்திந்திய காங்கிரஸ் கட்சியின் தலைவராக இருந்த காமராஜரை, திமுக வேட்பாளர், இளைஞர் சீனிவாசன், விருதுநகரில் எதிர்த்துப் போட்டியிட்டு வெற்றி பெற்றுவிட்டார்.

பிறந்த ஊரிலேயே, பல்லாண்டு சுதந்திரப் போராட்டத்தில் ஈடுபட்டு, நாட்டின் சுதந்திரத்திற்காகப் போராடிய போராளியைத் தோற்கடித்த சாதனை பற்றி, கூட்டத்தில் முதலில் பேசிய மூவர் குறிப்பிட்டனர். பெயர் எதையும் குறிப்பிடாமல் பேசிய அண்ணா, ஒரு தொகுதித் தேர்தல் முடிவைக் கேட்டபோது, மகிழ்ச்சி அடைய முடியாது, வென்ற என் தம்பியைப் பாராட்டவும் முடியாது திணறினேன். என் கழகத்தின் வெற்றியில் நான் மகிழ்ச்சியடைய முடியாத சம்பவம் நிகழ்ந்துவிட்டது. வேதனைப்படுகிறேன் எனக் கூறியவர், அவ்வளவு

பெரிய தலைவரை, இளைஞர் ஒருவர் தோற்கடித்தது பற்றிப் பேசும் போது நீங்களும் கைத்தட்டினீர்கள். ஆனால், அது நம்மால், எம் தம்பியால் விளைந்தது அல்ல, பிறந்த தமிழ்நாட்டிற்கு தமிழ்நாடு எனப் பெயர் சூட்டக்கேட்டு, சுதந்திரத்திற்காகப் போராடிய சங்கரலிங்கனார் கோரிக்கை வைத்தார், முறையிட்டார், மன்றாடினார், கெஞ்சினார்- எதுவும் பலன் தரவில்லை என்பதால், உண்ணா நோன்பை மேற் கொண்டார். விரத நாட்கள் நீண்டன. ஆட்சியாளர்கள் மக்களின் கோரிக்கையை ஏற்காததால் அவர் உயிர்துறக்க நேரிட்டது. அதனால் வந்ததே அந்தத் தொகுதியின் தேர்தல் முடிவு என்று கருதுகிறேன் என்றார்.

ஆட்சிப் பொறுப்பேற்பதற்கு முன்னதாக நான் மக்கள் மன்றத்தில், நான் பதவி ஏற்றபின் எடுக்கும் முதல் நடவடிக்கையாக சென்னை மாகாணம் என்ற பெயர் தமிழ்நாடு என மாற்றப்படும் என்றார்.

கரவொலி, கடலின் அலை ஓசையை அடக்கிக் காட்டியது. அதற்கு முன்னர் ராஜாஜி பேசும்போது, சுதந்திராக் கட்சி, திமுகவுடன் கூட்டு வைத்ததைச் சிலர் கிண்டல் செய்தனர். ஆட்சி அமைக்கும் போது சுதந்திராக் கட்சியை திமுக ஒதுக்கித் தள்ளிவிட்டது என்று இப்போதும் கேலி பண்ணுகின்றனர். சுதந்திராக் கட்சி, சமையலுக்குப் பயன்படுத்தப்படும் உப்பு மாதிரி, அது அரிசிச் சாதத்திற்குள், சாம்பார் காய்கறிக்குள் கரைந்து இரண்டறக் கலந்து விட்டது போல, சுதந்திராக் கட்சி மற்ற கட்சிகளுக்குள் உப்பு போல் கலந்து விட்டது என்றார்.

இதற்கு அண்ணா என்ன பதில் கூறப்போகிறார் என்பதைக் கேட்பதில் ஆர்வமுடன் இருந்தேன்.

பல லட்சம் ஏழை, உழைக்கும் மக்கள் வாக்களித்ததால் தான் வெற்றிவிழா நடந்துகொண்டிருக்கிறது. ஏழைகளின் சிரிப்பில் இறைவனைக் காண்போம் என்பதே எங்கள் ஆட்சியின் கடமையாக இருக்கும். பலவகை உணவை உண்டாலும், சீரணிக்கும் சக்தியுள்ளவன் செய்வதில் தவறு இல்லை. நாக்கு இயற்கையாக தூசி, முள்ளைத் தள்ளி விடுகிறதல்லவா? என்றார். சாரை சாரையாக கூட்டம் முடிந்து திரும்புகிற மக்கள் அவர் பேசியதைப் பற்றியே பேசிக் கொண்டு போனார்கள்.

நாவன்மையால் நாட்டு மக்களின் பேராதரவைப் பெற்றவர் என்பதை கட்சிக் காழ்ப்பு உணர்வற்ற மதிப்பீட்டாளர்கள் ஒப்புவர். சொல்வன்மையோடு, அரசியல் நாகரிகமும் அவரிடம் இருந்தது.

ஒரு கூட்டத்தில் பேசும் போது தி.மு.க.வும் உழைப்பாளர்களின் கட்சிதான். நடைமுறை உத்திகளில் கம்யூனிஸ்டு கட்சியிலிருந்து மாறுபடுகிறோம். அவர்கள் (1948இல்) வன்முறை வழியில் ஆட்சி மாற்றம் காணப்போவதாகக் கூறியதை எங்களால் ஏற்க இயலாது. நான் அவர்களைப் போல தீவிரப் போராளியாக இல்லாதிருக்கலாம். ஆனால் இயல்பாகக் கனிய வேண்டும், அதுவரை காத்திருக்கப் பொறுமை வேண்டும் என நினைக்கிறேன். இந்தியக் கம்யூனிஸ்டுகள், நான் பேசுவதை ஏற்காவிட்டாலும், சோவியத் கம்யூனிஸ்டுக்கட்சி, Peaceful Co- existence என்ற கொள்கைப் பிரகடனம் செய்துள்ளதை யாவது ஏற்க வேண்டும்.

நான் மாஸ்கோவுக்குப் போக விரும்புகிறேன். தந்தை பெரியார் 1930இல் அங்குப் போய் வந்தார். நான் தற்போது (1949இல் பேசியது) போக விரும்புகிறேன். அங்கு வாய்ப்புத் தரப்பட்டால் மாலங்கோவைச் சந்திப்பேன். உண்மையான கம்யூனிஸ்டுக்கட்சி தி.மு.க. என்று கூறப் போகிறேன்.

இங்கு தமிழ்நாட்டில் கம்யூனிஸ்டுக்கட்சி தடைசெய்யப்பட்டிருக் கிறது. அவர்களுக்கு எதிராகச் செய்யப்படும், அடக்குமுறைக் கொடுமை களை திமுக- கண்டிக்கும் என்றும் பேசியவர், **“மண்ணுக்கேற்ற மார்க்சீயம் தேவை”** என்றும் பேசினார். இதை ஏற்க மறுத்து பல கட்டுரைகளில் போலி வேடம் போட வேண்டாம் எனப் பல கம்யூனிஸ்டு தலைவர்கள் எழுதினார்கள்.

அது இரு கட்சிகளிடையே விரிசலை விரிவுபடுத்தியது. அந்த விவாதத்தை அவர் தொடராமல் விட்டுவிட்டார்.

விவாதம் தொடர்ந்திருக்க வேண்டும். அறிஞர் அண்ணா கூறிய அந்த அரசியல் விளக்கம் அன்றே மறுக்கப்பட்டது சரிதானா? என்பதை இப்போது சிந்திக்கலாம்.

இன்றும், ஒவ்வொரு நாட்டிற்கும் வெவ்வேறு அரசியல் வழி அமையும் என லெனின் கூறியது பற்றியும் தோழர்கள் சிந்திக்க வேண்டிய நேரம் வந்துவிட்டது. அறிவுபூர்வமான வாதங்களை முடக்குவது அடக்குவது வளர்ச்சியைக் கெடுக்கும்.

திமுகவிலிருந்து சொல்லின் செல்வர் சம்பத்தும், கவியரசு கண்ணதாசனும் வெளியேறிய போது அண்ணா பேசிய ஒரு கூட்டத்தை நேரில் கேட்டேன்.

அண்ணாவுக்கு முன்னர் பேசிய சிலர் சொல்லின் செல்வரையும், கவியரசு கண்ணதாசனையும், நன்றி கெட்டவர்கள், துரோகிகள்,

பணத்துக்காக, பதவிக்காகப் பறந்து விட்ட வெளவால்கள் என்றெல்லாம் பேசினார்கள்.

இறுதியாகப் பேசிய அண்ணா, தாய்மார் வைரக் கடுக்கண்களைப் போட்டு இருப்பார்கள். நம் வீட்டுப் பெண்களுக்கு ஏது வைரக் கற்கள். செட்டி நாட்டு ஆச்சிமார் அணிந்திருப்பதைக் கண்டவன் என்ற முறையில் கூறுகிறேன்.

அவர்கள் எண்ணெய் தேய்த்துக் குளிக்கிற வழக்கம் உடையவர்கள். குளிக்கப் போகும் முன், எண்ணெய் தேய்ப்பதற்கு முன்னர் வைரக் கடுக்கண்களை கழற்றி வைத்து விடுவார்கள். குளித்து முடித்த பின் தேவைப்படும் போது அதை எடுத்து அணிந்து கொள்வார்கள். சிலசமயம் ஆச்சிமார் காதுகளில் புண் வந்து விட்டாலும் வைரக் கடுக்கனை கழற்றி வைத்து விடுவார்கள். பத்திரமாக, பாதுகாப்பாக வைத்துக் கொள்வார்கள். தூக்கி எறிய மாட்டார்கள். அது வைரக் கடுக்கன்கள் அல்லவா? தூக்கி வீச முடியுமா?

அதே போல், என் அருமைத்தம்பி, தன் பேச்சால் என்னை மயக்கிய சொல்லின் செல்வனை, என் மனம் தூக்கி எறியுமா? தமிழ் நாட்டில் திரைப்பாடல்கள் மூலம், இனிய பாடல்களை எழுதி கவியரசாகத் திகழும் என் தம்பியை இழக்க என் மனம் ஒப்புமா?

அதாவது நான் வெளியேற்றவில்லை. அவர்களாகப் போய் விட்டார்கள். திரும்ப வந்தால் ஏற்றுக் கொள்ளுவேன் என்பதை இனிமையாகக் கூறிவிட்டார்.

சொல்லின் செல்வரும், செந்தமிழில் இனிக்க இனிக்கப் பேசுவார்- ஆனால் மொழிபெயர்ப்பு என்று வருகிறபோது சில சொற்களுக்கு சரியான, ஈடான, பொருள் தரும் தமிழ்ச் சொல்லைத் தேடவேண்டி வரும்.

இன்னொரு சிக்கல் விஞ்ஞான இயல் சொற்கள். தொழில் நுட்பப் பதங்கள் உதாரணமாக ஆங்கில மொழி கற்பிக்கும் பேராசிரியர்கள் கூட, மருத்துவர்கள் எழுதும் மருந்துப் பெயரைப் படித்துத் தமிழில் கூறிவிட முடியாது. ஏனெனில் மருத்துவச் சொற்கள், கிரேக்க, லத்தீன் மொழிகளில் இருக்கலாம். அல்லது அதிலிருந்து மருவிவந்த ஆங்கிலச் சொற்களாக இருக்கலாம். எனவே மொழியறிவு மட்டும் போதாது பொருளறிவும் வேண்டும். சொற்புலமையும் இருத்தல் தேவை.

சென்னைக் கடற்கரையில், கேட்பாளனாக, நான் பங்கேற்ற கூட்டங்களில், என்றும் மறக்க முடியாத ஒரு கூட்டம், தமிழக முதல்வர் எம்ஜியார், ஆந்திர மாநில முதல்வர் என்டி ராமராவ், இந்தியப் பிரதமர் இந்திராகாந்தியார் கலந்து கொண்ட ஒரு மாபெரும் பொதுக்கூட்டம்.

மேலும் ஒரு சிறப்பு - இந்திராகாந்தியாருக்கு மொழிபெயர்ப் பாளராக வந்தவர் சொல்லின் செல்வர் ஈ.வெ.கி. சம்பத் அவர்கள். ஆந்திர மாநிலத்தில் பாயும் கிருஷ்ணா நதியிலிருந்து சென்னை நகருக்குக் குடி தண்ணீருக்காக ஏற்பட்ட ஒப்பந்தத்தை அறிவிக்க வந்திருந்தார் இந்திராகாந்தியார். அந்தத் திட்டத்திற்கு தெலுங்கு கங்கை திட்டம் எனப் பெயர் சூட்டியிருந்தனர்.

இந்திராகாந்தியார், என்டி. ராமராவ், எம்ஜியார் ஆகிய மூவரையும் ஒரே மேடையில் பார்க்க வேண்டும் என்பதற்காகவே திரண்டது பெருங்கூட்டம்.

இந்திராகாந்தியார் பேசும்போது 15. டி.எம்.சி. தண்ணீர் வருடந் தோறும் ஆந்திரா தமிழ்நாட்டின் தலைநகர் சென்னைக்கு வழங்கும் என்று மக்களின் மகிழ்ச்சி ஆரவாரத்திற்கிடையே அறிவித்தார்.

அதுவரை அழகிய தமிழில் இனிய குரலில் மொழிபெயர்த்து வந்த சம்பத் அவர்கள், பதினைந்து டி.எம்.சி- தண்ணீர் என்றால் அதைத் தமிழில் எப்படிச் சொல்வது என்று ஒரு நொடி திகைத்து இருபுறமும் பார்த்தார். இதைக் கண்டுவிட்ட இந்திரா காந்தியார், கவலைப் படாதே, அதை அப்படியே சொல் என்றார். அதற்குள் நீர்வளத்துறை அதிகாரி ஒருவர் அது 15 கோடி கன அடி தண்ணீர் என்று காகிதத்தில் எழுதி அனுப்பினார். அதை சம்பத் அவர்கள் பயன்படுத்தி மொழி பெயர்த்து முடித்து விட்டார்.

சொற்பொழிவாளர், மொழிபெயர்ப்பாளர் என்பது பற்றி நினைப்பவர், தோழர் எஸ்.ராமகிருஷ்ணனைப் பற்றிக் குறிப்பிடாமல் இருக்க முடியாது.

காரைக்குடி கம்பன் விழாவில் அவர் பேச முதலில் பெரும் முயற்சி தேவைப்பட்டது. ஆனால், முதல் மேடைப் பேச்சே கம்பனும், மில்டனும் என்பதாகும். மனிதர் பொழிந்து தள்ளிவிட்டார். பேராசிரியர். சீனிவாசராகவன், ராமகிருஷ்ணனை அழைத்து, இதை விரிவுபடுத்தி, புத்தகமாக வெளியிடு என்றார்.

பேராசிரியர் சீனிவாசகராகவன் ஆங்கில மொழி கற்பிக்கும் பேராசிரியர். சீரிய தமிழ் அறிஞர் ராமகிருஷ்ணன் எழுதிய கம்பனும் மில்டனும், புத்தகமாக வெளிவந்தது.

பின்னர் கம்பன் கழகத்தார் அவரை ஆண்டுதோறும் விடாமல் கலந்து கொள்ள வைத்தனர்.

அதே போன்று அவர் பலரது சொற்பொழிவுகளை மொழிபெயர்த் துள்ளார்.

மதுரையில் நடந்தேறிய கம்யூனிஸ்டு கட்சியின் மாநாட்டில் இங்கிலாந்து நாட்டு கம்யூனிஸ்டுக் கட்சியின் தலைவர் ஹாரி பாலிட்டின் பேச்சை, ராமகிருஷ்ணன் மொழிபெயர்த்த சிறப்பை என்றும் மறக்க இயலாது. ஏனெனில், இந்தியர்கள் எவ்வளவுதான் ஆங்கிலம் படித்திருந்தாலும், இங்கிலாந்து, அமெரிக்க நாட்டினர் பேசும் ஆங்கில உச்சரிப்பு முறையைப் புரிவது சிக்கலானது. ஆனால் தோழர் ராமகிருஷ்ணன், ஹாரிபாலிட்டின் ஆங்கில உரையை இம்மியும் பிசகாது மொழிபெயர்த்து முடித்தார். அவரது மொழி பெயர்ப்பைக் கேட்டு மகிழ்ந்த ஒருவர், ஹாரிபாலிட் தமிழனாகப் பிறந்து தமிழில் பேசினால் எப்படிப் பேசியிருப்பார், அது மாதிரி ராமகிருஷ்ணன் மொழிபெயர்ப்பு அமைந்து விட்டது. ஹாரிபாலிட்டை தமிழில் பேச வைத்து விட்டார் ராமகிருஷ்ணன் எனப் பாராட்டினார்.

எனவே சொல்லின் செல்வராகவும், மொழி பெயர்ப்பாளராகவும் புகழுடன் திகழ்ந்தவர் தோழர். எஸ்.ஆர்.கே. அவரது நினைவையும் நெஞ்சில் கொள்வது நல்லது.

இதே போன்றதொரு நிகழ்ச்சி எனக்கும், வேறுவிதமாக ஏற்பட்டது. காங்கிரஸ் கட்சி, சிண்டிகேட், இந்திரா காங்கிரஸ் எனப் பிரிந்த பிறகு, நடந்த பொதுத் தேர்தலில் புதுச்சேரியில் காங்கிரஸ் கட்சியின் வேட்பாளராக வழக்கறிஞர் மோகன் குமாரமங்கலம் போட்டி யிட்டார். தேர்தல் பிரச்சாரத்திற்கு இந்திராகாந்தியார் வந்திருந்தார். தமிழ்நாட்டிலிருந்து கவியரசு கண்ணதாசன், தஞ்சை இராமமூர்த்தி யுடன் நானும் போயிருந்தேன். இந்திராகாந்தியார் மதுரை, திருச்சி, தஞ்சை எனப் பல இடங்களில் பேசி விட்டு மாலை 6 மணிக்கு புதுச்சேரி வருவதாகத் திட்டம்.

காலை முதல் தொடங்கிய நீண்ட பயணத்தில், இந்திரா காந்தியாருக்கு சி. சிப்பிரமணியம் மொழிபெயர்த்துக் கொண்டே வந்தார். களைத்துப் போனதோடு, தொண்டையும் கம்மி விட்டது அவருக்கு. இந்திராகாந்தியார் வருகிற வரை நாங்கள் மூவரும் பேசிக் கொண்டிருந்தோம். இந்திராகாந்தியார் அருகில் வந்துவிட்டார். அடுத்த சில நிமிடங்களில் மேடைக்கு வந்து விடுவார் எனக் காவலர்கள் கூறியவுடன் பேச்சை முடித்துக்கொண்டு, படிகளில் இறங்கிக் கொண்டிருந்தேன். பிரதமர் இந்திராகாந்தி என்பதால், காவல் துறை யினர் தள்ளி விடுவார்கள் என்பதால், நான் வேகமாக அந்த நெரிசலி லிருந்து விலகிப் போக முயன்று கொண்டிருந்தேன். சி. சிப்பிரமணியம் வேகமாக வந்து என் கையைப் பிடித்து இழுத்து நீ தான் அவரது பேச்சை மொழிபெயர்க்க வேண்டும். என் தொண்டை சரியில்லை

எனக் கூறியவர், என்னை இந்திராகாந்தியாரிடம் கம்யூனிஸ்டு என்றே அறிமுகம் செய்துவிட்டு, இவர்தான் தங்களது பேச்சை மொழி பெயர்ப்பார் என்றார். அவர் சிரித்துக் கொண்டே அங்கீகரிக்கும் முறையில் தலையை ஆட்டினார். அவரது பாதுகாப்பு அதிகாரி என்னை அழைத்துக் கொண்டு மேடையில் ஏறினார்.

மேடைக்கு வந்து நான்கு திக்கிலும் திரண்டிருந்த மக்களுக்குக் கையை ஆட்டி வணக்கம் செலுத்திவிட்டு உட்கார்ந்தவர், மோகன் குமாரமங்கலத்தைப் பேசச் சொல்லி விட்டு, என்னை அருகில் வர சைகை காட்டினார். எழுந்து முகத்தைத் துடைப்பது மாதிரி இரண்டடிகள் பின்னே வந்தவர், நான் பேசும் போது காமராசர் பெயரைக் குறிப்பிடவே மாட்டேன். ஆனால் அதற்குரிய இடத்தில் அவரது பெயரையும் சேர்த்துக் கூறிவிடு என்றார். அப்போதுதான் அவரது உயரம் மிகக் குறைவு எனக் கண்டேன். என்னுடன் நின்று பேசும்போது அவரது உச்சந்தலை தெரிந்தது. அவர் உடுத்தியிருந்த கதர்ப்புடவை கனமான வடிவில் தெரிந்தது. ஒரு மாதத்திற்கும் மேலாக இந்தியா முழுவதும், காலை முதல் மாலை வரை காரில் நின்றவாறு பயணம் செய்து பல கூட்டங்கள் என்று சிரமப்பட்டதைக் கூட்டம் முடிந்த பிறகு கூறியவர், கர்னாடகாவில் காலை முதல் இரவு 10 மணி வரை 11 கூட்டங்களில் பேசியதாகவும், நல்ல மனிதர்களிடம் பில்டர் காபி கேட்டேன், அடுத்த இடத்தில், அதற்கடுத்து என்று கூறி, காபி கூடத்தராமல் தமிழ்நாட்டுக்கு அனுப்பிவிட்டார்கள். ஒருவர் பெயரைக் குறிப்பிட்டு அவரது துணைவியார் சென்னையில் எனக்குப் பிடித்தமான தயிர்சாதம் தந்தார். புறப்படும் முன் பில்டர் காபியும் தந்தார் என்று கூறிவிட்டுச் சிரித்தார்.

உடல் வருத்தம் பாராது அரசியல் போராட்டம் நடத்திய ஆண்மையுள்ள பெண்ணைக் கண்டேன். இதற்கு முன்னதாக கூட்டம் நடந்த போது, அவர் கூறியபடி மோகன் குமாரமங்கலம் சென்னையில் குடி இருப்பவர், புதுச்சேரியில் வந்து ஏன் போட்டி போடுகிறார்? என்று சிலர் கேட்பதாக அறிந்தேன். சென்னையில் வாழ்ந்துகொண்டிருக்கும் ஒருவர் குமரியில் போட்டியிடுவதை ஏன் மறந்துவிட்டார்கள் என்றார். ஆகா, காமராசர் குமரியில் போட்டியிடுவதைத்தான் குறிப்பிடுகிறார் என்பதைப் புரிந்து, பெருந்தலைவர் காமராசர் சென்னையில் வாழ்ந்தாலும், கன்னியாகுமரியில் போட்டியிடவில்லையா? என்று நான் மொழிபெயர்த்தேன். புதுவை மாநில முதல்வர் பரூக் மரைக்காயர், கூட்டம் முடித்தவுடன் ரொம்ப மகிழ்ச்சியோடு என் கையைப் பிடித்து குலுக்கினார். அன்று இரவு ஓய்வெடுப்பதற்காக இந்திரா காந்தியார் அரவிந்தர் ஆசிரமத்திற்குப் போய் விட்டார். அந்தத் தேர்தலில் மோகன் குமாரமங்கலம் வென்று, மத்திய அமைச்சர் ஆனார்.

மொழிபெயர்க்க விரும்புகிறவர்கள் யாருடைய பேச்சை மொழி பெயர்க்க வேண்டுமோ அவரது பேச்சின் சாரத்தை, மையக் கருத்தை சிதைக்காமல் மொழிபெயர்க்க வேண்டும். தப்பும் தவறுமாக மொழி பெயர்ப்பவர்களை, அவரிடம் மொழிபெயர்க்கச் சொல்லாதே. மொழியை (முழங்கால் முட்டு) பெயர்த்து விடுவார் என்று தோழர்கள் கிண்டல் செய்ததைக் கேள்விப்பட்டுள்ளேன். எனவே மொழிபெயர்க்க மேடை ஏறும் போது மிகுந்த கவனத்துடன் அப்பொறுப்பை ஏற்பேன்.

அணிசெய் காவியம் ஆயிரம் கற்பினும், ஆழ்ந்த கவியுள்ளம் காண்கிலாதார் என்பதன் பொருளைப் புரிந்துகொள்ள வேண்டும். யாருடைய பேச்சை மொழி பெயர்க்கிறோமோ, அவருடைய சிந்தனைப் போக்கை உள்வாங்கிக் கொள்ள வேண்டும்.

பிற மொழிகளிலிருந்து பல இலக்கியங்கள், வேத நூல்கள் மொழி பெயர்க்கப்பட்டுள்ளன.

Holy Bible என்பதை சத்திய வேதம் என மொழிபெயர்த்தனர். தஞ்சைக்கருகிலிருந்த மொழிப் புலவர்கள் வாழ்ந்த வேதபுரம் என்ற கிராமத்தில் இருந்தோர்தான் கிறித்துவப் பாதிரியார்களுடன் நட்பு கொண்டு, சிலர் மதமும் மாறி, பைபிள் தமிழில் மொழி பெயர்க்கப் பட்டதாகவும், அதற்காக தரங்கம்பாடியில் முதல் தமிழ் அச்சகம் அமைக்கப்பட்டதாகவும் ஓரிரு கட்டுரைகளில் படித்தேன். இது வரலாறு ஆதலால், உறுதிப்படுத்திக் கொள்ள வேண்டியது அவசியம். ஆனால் தேவநேயப் பாவாணர், தமிழில் மொழிபெயர்க்கப்பட்டுள்ள விவிலியத்தைப் பாராட்டினார். John என்ற பெயரை யோவான் என்றும், Peter என்ற பெயரை பேதுரு என்றும், Jesus என்ற பெயரை இயேசுநாதர் என்றும், old Testament என்பதை பழைய ஏற்பாடு, New Testament என்பதை புதிய ஏற்பாடு என்றும் மொழிபெயர்த்தனர். மேரி என்ற பெயரையும் கன்னி மேரி, மரியாள் என மொழிபெயர்த்தனர்.

காரைக்குடியில் இலக்கியக் கூட்டம் ஒன்றில் பேசிய புரட்சிக் கவிஞர் பாரதிதாசன், விவிலிய நூலைக் குறிப்பிட்டு, அது பலநூறு ஆண்டுகட்கு முன்பு அச்சிடப்பட்டது. அதற்காக அச்சகமே நிறுவப் பட்டது. அவர்கள் மதத்தை வளர்க்கப் பாடுபட்டார்கள். அத்துடன் தமிழையும் வளர்த்தார்கள். வெளிநாட்டிலிருந்து வந்த பெஸ்கி பாதிரியார் தமிழ்நாட்டிற்கு வந்தவுடன், பிறரை மதம் மாறச் செய்வதற்கு முன்பு அவர் தமிழனாக மாறினார். வீரமாமுனிவர் எனப் பெயரை மாற்றிக் கொண்டார். தமிழைக் கற்று, இலக்கணம் கற்று, யாப்பிலக்கணத்திலும் தேர்ந்த பிறகு தேம்பாவணியைப் படைத்தார். இங்கே தமிழனாய், தமிழ்நாட்டில் பிறந்தவர்கள் நடத்தும் பத்திரிகை களைப் பாருங்கள். அதுவும் பெரிய, கொட்டை எழுத்தில் ஒருமை,

பன்மை தடுமாறுகிறது. சந்திப்பிழை வரிக்கு வரி வருகிறது. எல்லாத் தலைப்புகளுக்கும் மூன்று, நான்கு ஆச்சரியக் குறிகள் போடுகிறான். அவனுக்கே தான் எழுதுவதில் சந்தேகம். தமிழைக் கெடுக்க வந்த 'சும்பப் பயல்கள்' எனக் கடிந்தார்.

சிறிய சிறிய எழுத்துக்களில் ஆயிரத்திற்கும் மேற்பட்ட பக்கங்களில் விவிலியம் தமிழிலில் அச்சிடப்பட்டுள்ளது. தேடிப் பார்த்தாலும் பெரும் பிழைகள் இல்லை. இதையும் பல நூறு ஆண்டுகட்கு முன்பு செய்த கிறித்துவப்பாதிரியார்களை வாழ்த்துகிறேன் என்றார். அத்துடன் விடுவாரா?

தமிழ் மொழிக்கான அச்சுத் தொழிலைக் கொண்டு வந்தவனே வெளிநாட்டார். அவர்கள் அதன்மூலம் தமிழுக்குத் தொண்டாற்றினார்கள். ஆனால் நம் நாட்டில் பிறந்த பயல்கள், மணிப்பிரவாள நடையில், சமஸ்கிருதத்தைப் புகுத்தி பஞ்சாங்கம், சோதிடம், எமகண்டம் பார்க்கத்தான் பயன்படுத்தினார்கள். என்வே, இளைஞர்களே தமிழைக் காக்க வளர்க்க விரும்பினால், தமிழன் விஞ்ஞானி ஆக வேண்டும். அறிந்ததைத் தமிழில் எழுத வேண்டும் என்றார். நல்லுரை மறக்க முடியாத சொற்கள்.

வான்மீகியிலிருந்து தான் கம்பன் கருத்துக்களை, விவரங்களை எடுத்துக்கொண்டு, ராமன் மீதுகொண்ட பக்தியால் ராமகாவியம் படைத்ததாக எழுதுகிறார். வான்மீகியின் ராமாயணத்தில் வரும் ராமா என்ற பாத்திரம், கம்பன் எழுத்தில் இராமன் என்று இன் விகுதியோடு தமிழ் ஆக்கப்பட்டது. சீதா என்பவர் சீதை ஆனார். விபீஷணன்- வீடணன் ஆனான். பெயர்கள் தமிழ்மயமாக்கப்பட்டதோடு கம்பன் விட்டானா?

தசரதனை, தயரதன் ஆக்கிய கம்பன் ராமனைத் தமிழ் மன்னன் ஆக்கி தமிழ்ப் பண்பாட்டில் நடக்க விட்டவன், கண்ணகியை, மாதவியை மனத்தில் நிறுத்திக்கொண்டே சீதையைப் படைத்து முடித்தான்.

இராவணனையோ, அரக்கன், கொடூரன் எனக் கூற நேரிட்டாலும், நல்லரசு நடத்தியவன், மக்களின் அன்பைப் பெற்றவன். பிறன் மனை விழைந்த ஒரே ஒரு தவறைத்தவிர, குற்றம் ஏதும் புரியாத கொற்றவன் எனக் காட்டி, அவன் கொல்லப்பட்ட பின்னர் அவன் முகம் மும்மடங்கு பொலிந்தது அம்மா! - என்றவன், இசையில் வல்லவன், இசையால் நடராசனை ஈர்த்தவன் வீணைக் கொடியுடையோன் என்று தமிழ் மண்வாசனை மங்காது புகழ்பாடுவது புரிகிறதல்லவா? எனவே மொழி பெயர்ப்புக்கு முன்பே வழி காட்டியவர்கள் உள்ளனர்.

ஆங்கிலம், தெரிந்தால் மட்டும் **'எந்தப் பேச்சையும்'** மொழி பெயர்த்து விடலாம் எனக் கருதமுடியாது. விண்வெளிக் காலத்தை ஏவும் தலைவர் ராவ், நெல்லையில் பிறந்தவர். இருப்பினும், அவர் ஆங்கிலத்தில் பேசுவதை நான் தமிழில் மொழிபெயர்க்க நேரிட்டால், மன்னித்து விலக்கு தரக்கேட்பேன்.

ஏனெனில் ஆங்கிலம் ஓரளவு தெரியும், தமிழிலும் கையளவு தெரியலாம். அணு விஞ்ஞானம் பற்றியோ அதற்கான தொழில்நுட்பச் சொற்களோ தெரியுமா?

தெரியாது என்பதால், இயலாது எனக்கூறி விலகிவிட வேண்டும்.

அதனால் தானே, மருத்துவர்கள் எழுதுகிற சீட்டை நான் படித்தே பார்ப்பது இல்லை. படித்தாலும் புரியாது. ஏனெனில் மருத்துவத் துறையினர் பயன்படுத்தும் சொற்களில் மிகுதியும் கிரேக்க, லத்தீன் சொற்களாக, அல்லது அவற்றிலிருந்து திரிந்து மாற்றுருக் கொண்டவை யாக வந்தவை தான்.

எனவே மொழிபெயர்ப்பது கடினம். சமூகஇயல், அரசியல், வரலாறு, பொருளாதாரம் ஆகியவை பற்றி மொழிபெயர்ப்பதிலும், நல்ல விவரங்கள் தெரிந்திருக்க வேண்டும். சரிவரத் தெரியாவிட்டால், பலர்முன், தலையைச் சொரிந்து நிற்க நேரிடும்.

தோழர். எஸ்.ஏ. டாங்கேயின் பேச்சைப் பலமுறை மொழி பெயர்த் துள்ளேன். இரண்டு மேடைகளில் சிக்கலில் மாட்டிக் கொண்டேன். அவர் அரசியல் கட்சிகளைப் பற்றிக் கூறிவந்தவர், பிரெஞ்சுப் புரட்சியில் ரோபஸ்பியர் எனும் போராளிதான் தலைமை தாங்கி வீரப்போர் நடத்தி வெற்றிகண்டபின், பதினான்காம் நாள், 'கில்லட்டினில்' - அவர் வெட்டிக் கொல்லப்பட்ட வரலாற்றைக் கூறியவர் ஜேக்கோபின் - மேக்ரோபின் என்ற சொற்களைப் பயன்படுத்தினார்.

நல்ல வேளை பிரெஞ்சுப் புரட்சி பற்றி, ரோபஸ்பியர் பற்றி மார்க்ஸ் எழுதியது உட்பட, படித்திருந்ததால் எளிதாக மொழிபெயர்த்தவன் ஜேக்கோபின் என்பதை விளக்க முடியாது தயங்கினேன். தோழர். என்.கே. கிருஷ்ணன், அதை அப்படியே சொல்லி விடு - பெயர்தான் என்றார் - தப்பினேன் - நல்ல வேளை கேட்போருக்கும் தெரியாதல்லவா?

அதே போன்று இன்னொருமுறை பஞ்சாலைக்குள் பணிபுரியும் தொழிலாளர்கள், பல பிரிவுகள் பற்றிப் பேசியவர், அந்தத் தொழில் வாரிப் பதங்களை வேகவேகமாகச் சொல்லி விட்டார். பஞ்சாலைக்குள் நுழைந்து பழகிய வழக்கம் இல்லாதவன் ஆதலால் பின்பக்கம்

திரும்பினேன். அன்றைக்கும் ஆபத்பாந்தவனாக என்.கே. கிருஷ்ணன், உடனுக்குடன் சொல்லி உதவினார். இல்லை மானம் காத்தார்.

தோழர்கள் பூபேஷ் குப்தா, ஹிரேன் முகர்ஜி ஆகியோர் பேசுவதை மொழிபெயர்க்க வேண்டியவர் பெரும்பாடுபட நேரிடும். தோழர் பூபேஷ் குப்தா, மொழிபெயர்ப்பாளர் என்று ஒருவர் நிற்கிறார். எனவே, நாம் ஒரு கருத்தைக் கூறிவிட்டு, அதை மொழிபெயர்ப்பாளர் கூற இடைவெளி விடவேண்டும் என்று நினைக்காமல் பேசுவார்.

அவர் உரை Non-Stop Express சிறிய நிலையங்களில் நிற்காது ஓடும் விரைவு வண்டி. அதுதான் சிரமம். ஆனால், அவர் அரசியல் பேசியதால், அவர் கட்சியிலேயே அதே அரசியலில் இருந்ததால் மொழிபெயர்ப்பில் சிரமம் இருந்தது, சிக்கல் ஏற்படவில்லை.

ஆனால் பேராசிரியர் ஹிரேன் முகர்ஜி, ஆங்கிலத்தில் அதீதப் புலமை பெற்றவர். புத்தகங்களுக்குள்ளேயே வாழ்ந்தவர்.

நேரு, இந்திரா காந்தியார், மன்மோகன் சிங் போன்றோரும், ஆற்காடு ராமசாமி முதலியாரும் இவரது நண்பர்கள், ரசிகர்கள்.

ஹிரேன் முகர்ஜி பேசுகிறபோது நேரு தவறாமல் வந்து உட்கார்ந்து கேட்டு ரசிப்பாராம்! பேச்சு முடிந்தவுடன் தன் அறைக்கு அழைத்து அவர் பேசுகையில் மேற்கோள் காட்டிய புத்தகங்களைப் பற்றிக் கேட்பாராம். மறுநாள் காலை என்னுடன் காலைச் சாப்பாட்டுக்கு வாருங்கள் என அழைப்பாராம். ஒவ்வொரு காலை உணவின் போதும், நேரு என்றுமே தனியாக உணவருந்த மாட்டாராம். யாராவது ஒரு அறிஞர் என அவர் மதித்த நபர்களை அழைத்து, காலையில் உரையாடுவது அவருக்கு வழக்கம்.

நேருவுடன் அதிகமாக, Breakfast- காலை உணவில் கலந்து கொண்டவர், அழைக்கப்பட்டவர், டாக்டர் அம்பேத்கர். அரசியல் நிர்ணய சட்டசபை நடந்த காலம் முழுவதும்.

இது குறித்து அம்பேத்கர் எழுதிய கட்டுரை ஒன்றில், பல நண்பர்கள் என்னை அழைத்து வீடுகளில் விருந்துண்ண வைத்துள்ளனர். நான் பெயர் குறிப்பிட விரும்பவில்லை. என்னுடன் நண்பர்கள் சமமாக மேஜையில் உட்கார்ந்து உண்பார்கள். ஆனால் அவர் வீட்டுப் பெண்கள், பரிமாறுகிறவர்கள் கண்களில் நான், ஏதோ ஒரு பார்வையைக் கண்டுள்ளேன். பண்டித நேருவின் வீடு ஒன்றிலேதான் என்னை மனிதனாக, உறவினனாக, அதற்கும் மேலாக ஒரு அறிவுள்ள பிறவி என மதித்து உபசரிப்பதை உணர்ந்தேன். எனவே அவரது வீட்டில் சாப்பிட்டது இனிமையாக இருந்தது என எழுதியுள்ளார்.

டாக்டர். அம்பேத்கர் வடமொழியையும் கற்றுத்தேர்ந்தவர். பெரும் பெரும் சாஸ்திரிகளைவிட சமஸ்கிருத வேத, உபநிஷத்துக்களை மூலம் முறியாது கூறக்கூடியவர்.

அவர்கள் இமயம் போன்றவர்கள். நாம் அதன் அடிவாரத்தின் அழகையாவது ரசிக்கத் தகுதி பெற வேண்டும்.

இந்திய சோவியத் நட்புறவுக் கழக மாநாடு, பெரியார் திடலில் நடந்த போது, இந்தியாவின் தூதுவராக ரஷ்யா சீனாவில் பணியாற்றிய கே.பி.எஸ். மேனனுடைய பேச்சை மொழிபெயர்க்க வேண்டியதாயிற்று. (இவர் வி.கே. கிருஷ்ண மேனன் அல்ல) அதே பெயர் கொண்ட தூதுவர் இந்தியா நேற்றும், இன்றும், நாளையும் என்ற நூலை எழுதியவர். அதில் தோழர் கல்யாணசுந்தரம், எம்ஜியார் பற்றி இருவரும் மாஸ்கோவில் பேசிக்கொண்டது பற்றி எழுதியுள்ளார்.

அவர் பேச எழும் முன் என்னை அழைத்து, என்னால், அரசியல் கட்சித் தலைவர்கள் மாதிரி, நேரு மாதிரி, மொழி பெயர்ப்பாளர்களுக்கு நேரம் விட்டுப் பேசமுடியாது. நான் நாற்பத்தியைந்து நிமிடங்கள்தான் பேசுவேன். பக்கத்தில் உட்கார்ந்து கேட்டு குறிப் பெடுத்துக் கொண்டு, நான் பேசி முடித்தபின் நீங்கள் பேசிவிடுங்கள் என்றார்.

சரி என்றேன். அவ்வாறே நாற்பத்தியைந்து நிமிடங்களிலேயே மொழிபெயர்த்து முடித்தேன். மேனன் என் கையைப் பிடித்துக் குலுக்கி, எனக்குத் தமிழில் பேச முடியாது. பேசுவதைக் கேட்டுப் புரிந்துகொள்ள முடியும். நான் தாம்பரம் கிறித்துவக் கல்லூரியில் படித்தவன் எனக் கூறிவிட்டு நீ காகிதத்தில் குறிப்பு எடுக்காமல் உட்கார்ந்து கேட்டுக் கொண்டிருந்து விட்டு, மொழி பெயர்த்தாயே எப்படி? ஒன்றைக் கூட விடாமல் கூறிவிட்டாயே என்றார்.

நாங்களும் இந்திய சோவியத் நட்புறவு பற்றியே பேசுகிறவர்கள். நீங்கள் கூறிய உறவினால் வந்த உதவிகள், நம் நாட்டிற்குக் கிடைத்த பலன்கள் பற்றி எழுதியும் உள்ளேன். பேசியும் இருக்கிறேன். எனவே, பின்பாட்டு மாதிரி நான் நீங்கள் பாடிய ராகத்திலேயே பாடி விட்டேன் என்றேன். மிகுந்த மகிழ்ச்சியோடு உன் நினைவாற்றலை இழந்து விடாதே. இதே சுறுசுறுப்புடன் வைத்திரு எனக் கூறிவிட்டுப் புறப் பட்டார்.

இதே போன்று கலை இலக்கியப் பெருமன்ற மாநாடுகளில் புகழ்பெற்ற எழுத்தாளர்கள் அகமது அப்பாஸ், தகழி சிவசங்கரன், கவிஞர் சஜ்ஜத் ஜகீர் ஆகியோரது சொற்பொழிவுகளையும் மொழி பெயர்த்தேன்.

ஒருமுறை, வட சென்னையில் நான் போட்டியிட்ட போது என்னை ஆதரித்து ஜோதிபாசு பேச வந்தபோதும் மொழிபெயர்த்தேன்.

முதலமைச்சர்களாக இருந்தபோது தேர்தல் பிரச்சாரத்திற்கு வந்த இ.எம்.எஸ். சொற்பொழிவையும், சீத்தாராம் யெச்சூரி பேசியதையும், இந்திரஜித் குப்தா, ராஜேஸ்வர ராவ், இந்திர தீப் சின்கா ஆகியோர் சொற்பொழிவுகளையும் மொழிபெயர்த்துள்ளேன்.

அவர்கள் ஆதரித்துப் பேசிய தேர்தல்கள் உட்பட, இந்தியக் கம்யூனிஸ்டு கட்சியின் வேட்பாளராகப் போட்டியிட்ட எந்தத் தேர்தலிலும் நான் வென்றதே இல்லை. பேசினேன், மொழிபெயர்த்தேன் என்று கூறிக் கொள்ளுகிற நினைவு மட்டுமே மிஞ்சி நிற்கிறது.

நான் ராஜீவ் காந்தியின் சொற்பொழிவை நான்கு முறை தேர்தல் களின் போதும், ஒருமுறை சென்னையில் எம்ஜியார் சிலையைத் திறந்து வைத்தபோதும் மொழிபெயர்த்தேன். இறுதியாக 1991 மே 21ஆம் நாளன்று ஸ்ரீ பெரும்புதூரில் மனித வெடிகுண்டால் அவர் அநியாய மாகக் கொல்லப்பட்ட போது அருகிலிருந்து மொழிபெயர்க்க நின்ற நான் படுகாயம் அடைந்தேன். எப்படியோ என் உயிர் தப்பியது. தப்பியிருக்க வேண்டிய ராஜீவின் உயிர் பறிக்கப்பட்டது.

தமிழ் மண்ணில் அவரது ரத்தம் சிந்தப்பட்டது. அதே மண்ணில், அவரது ரத்தத்துடன் என் ரத்தமும் நம் மண்ணில் கலந்தது.

அந்த மண்ணிலிருந்து முளைக்கும் புல் கூட, முள்ளைப் போல எழுந்து பிற்போக்கு வகுப்புவாதத்தை எதிர்க்கும்.

இதை ராஜீவ் காந்தியின் “கடைசி மணித்துளிகள்” என்ற நூலில் எழுதியுள்ளேன்.

என் மேடைப் பணிக்கு பரிசாக வழங்கப்பட்ட ரத்தப் பொட்டு அது!

## 10. நிற்கும் நினைவுகள்

நான் பேசுகிற கூட்டங்களில் மூட நம்பிக்கைப் பழக்க வழக்கங் களைக் கண்டித்துப் பேசுவதைக் கடமையாகக் கொண்டுள்ளேன்.

எங்கள் கட்சித் தோழர்கள் பலரும் தங்கள் மகன், மகள் திருமண நிகழ்ச்சிக்கு அவசியம் வந்து கலந்து கொள்ளவேண்டும் என்பார்கள். முன்னூறு, நானூறு கிலோ மீட்டர் தூரம் பயணம் செய்து, சில இடங் களில் பூ மாலை, மங்கல நாணை எடுத்துக் கொடுத்து திருமணத்தை நடத்தி வாழ்த்தச் சொல்லுவார்கள். சில இடங்களில் நம்மையும் உட்கார வைத்துவிட்டு, சிலர் மேடையில் சட்டை போடாமல் உட்கார்ந்து சாம்ராஜ்ய பரிபாலனம் செய்துகொண்டிருப்பார்கள். புகை மண்டலத்திற்கும் குறைவே இருக்காது.

பொதுவாக மங்கள காரியம், துக்க நிகழ்ச்சிகளில் கட்சி, அரசியல் பிரச்சாரம் கூடாது என்பது என் கருத்து. ஏனெனில் அத்தகைய நிகழ்ச்சி, அல்லது கவலை தரத்தக்க நிகழ்ச்சிகளுக்கு உறவினர்கள், பல்வேறு கட்சியினர் வந்திருப்பார்கள். குடும்பத்தாரில் சிலர் சகுனம், முகூர்த்த நேரம் ஆகியவற்றுடன் சாத்திர சம்பிரதாயப்படி, காலடி எடுத்து வைப்பது தொடங்கி, இலையில் உப்பு வைப்பது வரை, ஏதாவது முன்னர் பின்னதாக நடந்து விட்டால், அதனாலேயே குடும்பம் கெட்டுவிடும் என நம்புகிறவர்கள் இருக்கிறார்கள்.

வேறு சில திறமையுள்ள கட்சியின் பெரிய மனிதர்கள், அதிகாலையில் கோயில்களில், காரியத்தை முடித்துவிட்டு "சம்பிரதாயமாக" வாழ்த்துக் கூட்டம் நடத்த வருவார்கள். இது படித்தறியாத கிராமப்புறத்து கடைக்கோடித் தோழன் என்று கருதாதீர்கள். அவர்கள், கட்சி கட்டளை யிட்டால், நெருப்பிலும் குதிப்பார்கள். தான் அறுவடை செய்து பெற்று வந்த கூலி நெல்லில், ஒரு பகுதியை கட்சிக்கு நிதியாக அந்த நிலமற்ற, வீடற்ற, படிக்க வாய்ப்பை இழந்த உத்தமர்களும், ஊருக்குச் சோறு

போட உழைக்கும் தாய்மார்களும் தான் கட்சிக்காக உள்ளது அனைத்தையும் வழங்குகிறார்கள்.

கட்சியும், தொழிற்சங்கமும் போராடி சம்பள உயர்வு பெற்றுள்ளவர்கள், கட்சிக்கு உதவி என்று கேட்கும்போது உலகப் பொருளாதார நெருக்கடி பற்றிப் பேசி, நாமே வேண்டாம் எனக் கூறும் வகையில் எழ வைத்து விடுகிறார்கள்.

'பாழுக்கு உழைத்தோமடா பசையற்றுப் போனோமடா' என்று ஜீவா ஏன் பாட்டு எழுதினார் என்பது 83 வயதைத் தாண்டிய பிறகுதான் தெரிகிறது.

கட்சியின் உயர்மட்ட அதிகாரக் குழுக்களில் அங்கம் வகிப்போர் நடத்தும் திருமண நிகழ்ச்சிகளில் காட்டும் படாடோபம், இலை கொள்ளாத விருந்து, சில நாட்களுக்கு கச்சேரி மேளம், இசை என்று செலவிடப்படுகிற காட்சியையும் கண்டேன்.

மதுரை மாவட்டத்தில் 1963இல் ஒரு நட்புக் கட்சியின் ஆதரவாளர் வீட்டில் திருமணம் நடந்தது. தலைமை வகித்தவர் திரையுலகத்தைச் சேர்ந்தவர். வாழ்த்த அழைக்கப்பட்டிருந்தேன்.

தலைமை தாங்கியவர் முற்பகலிலேயே முழுக்குளியல் போட்டு விட்டு வந்திருந்தார் - (வெளிநாட்டில் தயாரித்த தண்ணீராம்! போதை மயக்கம் குறையவில்லை) என்னை வாழ்த்துச் சொல்லுமாறு அழைத்தவர், என் பெயரைச் சொல்லி அவர் இப்போது தாலி கட்டுவார் எனக் கூறி விட்டார். கூட்டத்தினர் அதிர்ந்து போயினர். ஆனால் மாப்பிள்ளையும், பெண்ணும் என்னை விரும்பி அழைத்தவர்கள் என்பதால் சிரித்தார்கள். அந்த மாப்பிள்ளை பின் காவல்துறை அதிகாரி ஆகிவிட்டார்.

இன்னொரு முறை, காலையில் திருமண நிகழ்ச்சி ஒன்றில் பங்கெடுத்து விட்டு, மாலை அதே ஊரில் ஒரு பொதுக் கூட்ட நிகழ்ச்சிக்கு கிளைச் செயலாளர் தலைமை வகித்திருந்தார். நான் பேசும் போது மூட நம்பிக்கைகள் வேண்டாம் எனக் கூறும் போது, மழித்தலும் நீட்டலும் வேண்டாவாம், உலகம் பழித்தது ஒழித்து விடின் எனக் குறட்பாவைக் கூறிவிட்டு பொருள் கூறி விளக்க முயன்றபோது கூடியிருந்தோர் பலமாகச் சிரித்தனர். சிரிக்க வைக்கிறார் போல நாம் ஒன்று கூடச் சொல்லவில்லையே, ஏன் இப்படிச் சிரிக்கிறார்கள் என வியந்தவன், தலைமை வகித்த தோழர் பக்கமாகத் திரும்பிப் பார்த்த போதுதான், வெடிச்சிரிப்புக்கான வேடிக்கையான காரணம் தெரிந்தது.

தலைமை வகித்த தோழர் கோயில் எதற்கோ போய் மொட்டையடித்து விட்டு, வழுக்கையில் சந்தனம் தடவி உட்கார்ந்திருக்கிறார்.

மேடை ஏறும்போது தலையில் துண்டு, (உருமால்) கட்டியிருந்தார். தலையில் அரிப்பு எடுத்ததால், துண்டைக் கழற்றியிருக்கிறார்- மொட்டைத் தலை கூட்டத்திற்குத் தெரிய, அதே நேரத்தில் மொட்டையடிப்பது, சடாமுடி, தாடி பற்றித் தாக்கிப்பேச, நகைச்சுவை நாடகம் அரங்கேறி விட்டது!

இன்னொரு கூட்டத்தில், என்னை அறிமுகம் செய்கிற தலைமை வகித்த தோழர், தேவையற்ற பட்டங்களையும், மிகைப்படுத்தப்பட்ட சிறப்புக்களையும் அடுக்கியவர் அத்தகையவர் என்று கூறி என் பெயரைச் சொல்ல வந்தவர், தா.பாண்டியன் என்பதற்குப் பதிலாக, பா.தாண்டியன் என்று கூறி முடித்தார். மக்கள் சிரித்தனர்.

சிரிப்பது உடலுக்கு நல்லது! சென்னை கோகலே மன்றத்தில் நடந்த ஒரு கட்டத்தில் குன்றக்குடி அடிகளாரை வரவேற்ற பெண்மணி ஒருவர், குன்றக்குடிகளார் எனக் குறுகத்தரித்துக் கூறி சிரிப்பை மூட்டினார். அடிகளார் அதைப் பெரிதுபடுத்தவே இல்லை.

தந்தை பெரியாரின் நூற்றாண்டு விழா, திராவிடர் கழகத்தாரால் தமிழ்நாடு எங்கும் நடத்தப்பட்ட போது, கழகச் செயலாளர் கி.வீரமணி அவர்களின் அழைப்பின் பேரில் பல கூட்டங்களில் பெரியாரின் முற்போக்குச் சிந்தனை, இடைவிடாத சேவை பற்றிப் பேசிவந்தேன். அப்போதும், அதற்கு முன்னரும், கட்சிக்குள் திராவிடர் கழகத்தை, 'திராவிடர் கலகம்' என்று பேசுவதும், வர்க்கப் பிளவு செய்வோர் என்று எழுதியும், பேசியும் வந்தனர். நான் இதிலிருந்து முற்றாக மாறுபட்டவன். ஏஎஸ்கே, ஜீவா, மணலி கந்தசாமி ஆகியோருடன் பழகி, கேட்டறிந்ததால், நான் பெரியாரைப் போற்றுகிறவனாக ஆனேன்.

தற்போது அந்த நிலை கட்சி நிலையாக ஆகிவிட்டது. நல்லது!

நூற்றாண்டு விழாக் கூட்டங்களில் இறுதிக் கட்டக் கூட்டம், ஈரோட்டில் நடைபெற்றது. பேராசிரியர்நன்னன் தலைமை தாங்கினார். பேசுவோரில் நானும் ஒருவன். கலைஞர் முடிப்புரை என நினைக்கிறேன். பெரியாரின் பணியை மதிப்பிட்டு நாடு பயன்படுத்தத் தவறினால், தமிழ்நாட்டிற்குள்ளும் வகுப்புவாத கருநாகம் நுழைந்து குட்டி போட்டுவிடும் என்று பேசினேன்.

இறுதியாக தலைமையுரையாற்றிய பேராசிரியர் நன்னன் அவர்கள், தா.பாண்டியன் ஆற்றிய உரை பதிவு செய்யப்பட்டிருக்கிறது. அதை திராவிடர் கழகம் சிறு பிரசுரமாக வெளியிட, நண்பர் வீரமணி செய்து முடிக்க வேண்டும் என்றும், மறுநொடியே சகோதரர் வீரமணி எழுந்து, ஒலிபெருக்கிமுன் வந்து, ஓரிரு நாட்களுக்குள் அவரது உரை அச்சிடப்பட்டு

உங்களுக்குக் கிடைக்கும் என்று அறிவித்ததை மக்களும் வரவேற்றுக் கைத்தட்டினர்.

நான் யாழ்ப்பாணம் நூலகம் தீயிடப்பட்ட ஆறேழு மாதங்கட்குப் பிறகு இலங்கைக்குச் சென்று இருபது நாட்கள் பயணம் செய்தபோது, கொழும்பு, கண்டி, யாழ்ப்பாணம் ஆகிய இடங்களில் பல்கலைக் கழகத்தில் நான் பேசிய பின்னர், பெரியார் பற்றிப் பேசிய என் உரையை, புத்தகமாகக் கொடுத்து பலர் கையெழுத்து வாங்கினர்.

தமிழறிஞர் கைலாசபதி, என்னுடன் பல கூட்டங்களில் பேசியவர். கொழும்பு மாணவியர் பள்ளியில் பாரதி பற்றியும், பொது மண்டபத்தில் பெரியார் பற்றியும் பேச வைத்தார். இலங்கைத் தமிழ் வானொலி முழுவதாக ஒலிபரப்பியது.

கலைஞர் அவர்கள் தலைமை தாங்கிய கூட்டம் ஒன்றில், சென்னையில், காமராசர் அரங்கில் கூட்டம் நடந்தது. நான் பேசுகிற போது அனைத்திந்திய கட்சிக்குத் தலைமை தாங்கும் வாய்ப்பைப் பெற்றவர் காமராசர் தான். அவர் அகில இந்தியத் தலைவராக இருந்த போது, அவரைத் தேர்தலில் தமிழர்கள் தோற்கடித்தது, தமிழக நலனைத்தான் கெடுத்தது. ஏனெனில் வேறொரு தமிழன் அந்தப் பொறுப்புக்கு உயர இயலாது. எனவே, தமிழர் நலன் பற்றிப் பேசுவோர், அவர்களது கண்ணோட்டப்படியே பார்த்தாலும் பெரும் தவறு செய்து விட்டார்கள் என்பது போன்ற பல விவரங்களைக் கூறிவிட்டு, நான் கோவைக்கு ரயிலில் செல்ல வேண்டியிருப்பதால், விடைபெறுகிறேன் எனக் கூறிவிட்டுச் சென்றேன்.

நான் ரயிலில் போய்க் கொண்டிருந்தபோது, காங்கிரஸ் கட்சி நண்பர் ஒருவர், தன் அலைபேசியில் பதிவு செய்த கலைஞர் உரையைப் போட்டுக்காட்டினார். அதில் அவர், "என் நண்பர் தா.பாண்டியன் வழக்கம் போல, புகையைக் கிளப்பிவிட்டு புகைவண்டிக்குப் போய் விட்டார்" எனக் கைதட்டலுக்கிடையே பேசியதைக் கேட்டு மகிழ்ந்தேன்.

இன்னொரு முறை, திமுகவுடன் இந்திய கம்யூனிஸ்டுக் கட்சி தேர்தல் கூட்டணி வைத்திருந்த போது தேர்தல் பிரச்சாரத் தொடக்க விழா புரசைவாக்கத்தில் நடந்தது. நானும் உரையாற்றினேன்.

அந்தத் தேர்தலிலும் சகோதரர் வைகோ, எங்களோடு தொகுதி உடன்பாடு பற்றிப் பேசிக்கொண்டிருந்து விட்டு எதிரணிக்கு திடீரெனப் போய்விட்டார். அதனால், தி.மு.க. வினர் கடுங்கோபத்துடன் வைகோ வைத் தாக்கிப் பேசினர்.

எனக்கு முன்னர் பேசிய அன்றைய மத்திய அமைச்சர் தயாநிதி மாறன் திமுகவின் முயற்சியால்தான் ஒரு ரூபாயில் தொலைபேசியில் எங்கும் பேசும் வசதி கிடைத்தது என்றெல்லாம் பேசியவர், வை.கோ.வை பெயர் குறிப்பிட்டு, “பெரிய சவால் விடுகிறாயே, வா, நீயும் நானும் மேடையிலே வாதிடலாம். ஒத்தைக்கு ஒத்தை பார்ப்போமா” என்று பெரும் கைத்தட்டலுக்கிடையில் பேசினார்.

மக்களின் உணர்வும் அவ்வாறுதான் இருந்தது.

நான் பேசும்போது, தம்பி தயாநிதி மாறன் மேடையில் முழங்குவதை அருகிலிருந்து இன்றுதான் கேட்டேன். கலைஞர் அவர்களிடம் ஒரு வேண்டுகோள்- மீண்டும் ஒரு மனோகரன் என்றொரு படத்தைத் தயாரியுங்கள். அதில் சிவாஜி கணேசனுக்குப் பதிலாக, மாண்புமிகு அமைச்சர் தயாநிதி மாறனை நடிக்கச் செய்யுங்கள் என்றேன். அதற்கும் பலமான கைதட்டல். தம்பி தயாநிதிமாறன் மத்திய ஆட்சியில் இருப்பவர். நூறு கோடி மக்களுக்கும் அமைச்சர். அத்தகையவர் வா மேடைக்கு - ஒத்தைக்கு ஒத்தை பார்க்கலாம் என்றெல்லாம் பேசாமல் பேசுவது வேண்டும் - ஏனெனில், இது தேர்தலுக்கான தொடக்கக் கூட்டம். இதே முறை தொடரக்கூடாது என்பதால் வேண்டுகிறேன். ஆனால், அவர் நடித்தால் வெற்றி பெறுவார் என்றும் கூறிவிட்டு வெளியூர்ப் பயணமாகப் போய்விட்டேன்.

அன்றைக்கும் அதே கதை. கலைஞர் கடைசியில் பேசியவர், என் நண்பர் தா.பாண்டியன் பேசியதைக் கேட்டு கை தட்டினீர்கள். அவர் வாழைப்பழத்தில் ஊசி குத்திப் பழகியவர். அவர் தயாநிதி மாறனைப் பாராட்டவில்லை. மாறாக என்னிடம் கூறி, ஒரு மத்திய மந்திரி, இந்த மாதிரிப் பேசலாமா என்பதைத்தான் கூறிவிட்டுப் போயுள்ளார். என் கருத்தும் அதுதான். அவர் புகழாரம் சூட்டியதாக நினைத்துக் கைதட்டி விட்டீர்கள். அவர் மறைமுகமாகச் சுட்டிக்காட்டியிருக் கிறார். நம்மவர்கள் யாருமே பிரச்சாரத்தின் போது தேவையற்ற முறையில் பேசி நேரத்தை வீணடிக்க வேண்டாம் என்று கலைஞர் பேசியதையும், திமுக நாடாளுமன்ற உறுப்பினர் ஒருவர்தான் ஒலிப்பதிவு செய்து போட்டுக் காட்டினார்.

நான் நாடாளுமன்ற உறுப்பினராக இருந்தபோது, வியாசர்பாடியில், பேருந்து நிலையம் ஒன்றைத் திறந்துவைக்க முதல்வர் கலைஞர் வந்திருந்தார். அந்தத் தொகுதியின் நாடாளுமன்ற உறுப்பினர் ஆதலால் எனக்கும் அழைப்பு வந்திருந்தது.

நான் பேசும் போது, “எனக்கும் அழைப்பு அனுப்பியதற்காக நன்றி” என்று கூறும்போது, ‘எனக்கும்’ என்பதை அழுத்திச் சொன்னேன்,

யாருமே அதைக் கவனிக்கவில்லை. ஆனால் கலைஞர் பேசும்போது என் நண்பர் தா.பாண்டியன் பேசும்போது எனக்கும் என்ற போது, 'ம்'மை அழுத்தி ஏன் கூறினார் தெரியுமா? வேறு ஒரு ஆட்சியிருந்தால் மாற்றுக் கட்சியினர் பெயரைப் போடுவார்களா? என்பதால் தான் ஆச்சரியத்தோடு பேசுகிறார் என்றார். தும்முவதைக் கூடக் கவனிக்கும் போக்கு உள்ளவர் கலைஞர்.

வடசென்னையிலுள்ள எண்ணெய் சுத்திகரிப்பு நிலையத்தில் ஒரு கூட்டம் நடந்தது. மத்திய எண்ணெய் வளமந்திரி, மாநில மந்திரி நாஞ்சில் மனோகரன், சட்டமன்ற உறுப்பினர் துரைமுருகன், நாடாளுமன்ற உறுப்பினர் என்ற முறையில் நானும் பங்கு கொண்டேன்.

எனக்கு முன்னர் பேசிய நண்பர் துரைமுருகன், தொழிற்சங்கப் போராட்டங்கள், தூண்டும் தொழிற்சங்கத் தலைவர்கள் எனத் தாக்கிப் பேசினார்.

நாஞ்சில் மனோகரன் குறுக்கிட்டு, தா.பாண்டியன் போன்ற தொழிற்சங்கத் தலைவர்களும் இருப்பதை மறந்து பேச வேண்டாம் நண்பரே என்றார்.

துரைமுருகன், திருப்பி பதிலடியாக, இத்தகைய தலைவர்களை நம் தொழிலாளர்கள் தலைவராகத் தொடர்ந்து இருக்கவிட மாட்டார்களே! என்றபோது தொழிலாளர்களும் கைதட்டினார்கள்-

பல சுவையான அனுபவங்கள். பேசிப் பேசி காலத்தைக் கழித்தேன். அதைப் படித்து உங்களது பொன்னான நேரம் வீணாக வேண்டாம்.

வெளிநாடுகளில் சுற்றுப் பயணத்தை மேற்கொள்ள வேண்டியதும் சில சமயங்களில் ஏற்பட்டது. முன்பு கிழக்கு ஜெர்மனி என்றழைக்கப் பட்ட ஜெர்மன் ஜனநாயகக் குடியரசிலுள்ள கம்யூனிஸ்டு கட்சியின் அழைப்பின் பேரில் ராஜஸ்தானைச் சேர்ந்த தோழர் எச்.கே. வியாஸ் தலைமையில் நால்வராகச் சென்ற குழுவில் நானும் போய் வந்தேன். மாஸ்கோ வழியாகத்தான் பெர்லினுக்குப் போய் வந்தோம்.

பெர்லினில் இட்லர் இறுதியாகப் பதுங்கியிருந்து கொல்லப்பட்ட பங்கர் உட்பட, நாடாளுமன்றக் கட்டடம் வரை பார்த்துப் பார்த்து வந்தோம். ஆரம்பக்கல்வி முதல் பல்கலை வரை காட்டியதோடு, விளையாட்டுப் பயிற்சிக்கு அவர்கள் கொடுத்து வந்த முக்கியத்துவத் தையும் காட்டினார்கள். ஒவ்வொரு கல்லூரி, பள்ளிக்கூடத்திலும் நன்றி சொல்லிப் பேச வேண்டும். தொடக்கப்பள்ளி ஒன்றைப் பார்த்தோம். மனிதன் கரங்களால் படைத்த சொர்க்கம். வண்ண உடைகளில் பட்டுப்பூச்சி மாதிரி குழந்தைகள் தோளில் பைகளுடன்

கம்பீரமாக நடந்து வந்ததைக் கண்டு உள்ளூரப் பொறாமை பற்றி எரிவது தெரிந்தது. பல வண்ணப் பூச்செடிகள்- மயங்கிப் போனேன். ஒரே நகரத்தில் பத்து வீதிகளுக்கு ஒரு பள்ளிக்கூடம். அனைத்தும் வண்ணமயம். நீச்சல் குளம் உட்பட... நானே விரும்பி நன்றி கூற எழுந்தேன்... நான் இந்தியாவிலிருந்து இந்தியக் கம்யூனிஸ்டு கட்சி சார்பில் உங்களைப் பார்த்துப் பேச வந்துள்ளேன். நானும் ஒரு கிராமத்தில், இதே போன்ற தொடக்கப்பள்ளி ஆசிரியர்களாக இருந்த அப்பா, அம்மாவுக்குப் பிறந்தவன் என்றவுடன் ஆசிரியைகள் முகத்தில் சிரிப்பு மலரக் கண்டேன். என் மனைவியும் ஆசிரியைதான் என்றேன். சிரித்ததோடு, கைத்தட்டவும் செய்தார்கள்.

நான் உங்கள் பள்ளிக் கூடத்திற்குள் நுழைந்தவுடன், உங்கள் சார்பில் உங்கள் தோட்டத்து மலர்கள் எங்களை வரவேற்றது. அழகினும் அழகு... அதை விட, வகுப்புகளை எட்டிப் பார்த்த குழந்தைகள் நறுமலர்களைவிட அழகுடன் இருக்கக் கண்டேன். எங்கள் குழந்தை களும் அழகாகத்தான் இருப்பார்கள். உங்கள் தோட்டத்து மலர்கள் அழகாக இருந்தாலும், நறுமணம் கமழக் காணோம். அதே போல எங்கள் குழந்தைகள் அழகாகப் பிறந்தாலும், அறிவுக் கூர்மையுடன் பிறந்தாலும், உங்கள் நாட்டில் கிடைக்கும் வசதிகள் கிடைக்காததால் வாடிய மலர்களைப் போல இருப்பார்கள் என்று பேசினேன்.

கூட்டம் முடிந்தவுடன் ஆசிரிய- ஆசிரியைகள் சுற்றி வளைத்து உட்கார்ந்து பல கேள்விகளைக் கேட்டார்கள் - எங்கள் குழந்தைகள் பிறந்தது முதல் எட்டு வயது வரை- பிற நாட்டுக் குழந்தைகளுடன் ஒப்பிடும்போது, இந்தியக் குழந்தைகளே அறிதலில் புரிதலில் மிஞ்சி நிற்பது தெரிந்தது. ஆனால் வறுமை காரணமாக, எங்கள் குழந்தைகள் எட்டு வயதுக்குப் பின்னர் வளர்ச்சி வேகம் குன்றி விடுவதாக, ஐநா. மனித வளம் பற்றிய அறிக்கை கூறியதை எடுத்துச் சொன்னேன்...

அவர்கள் அனுதாபத்தையும் காட்டினார்கள். மேலும் அறிந்து கொள்ளும் ஆர்வத்தையும் காட்டினார்கள். அந்நாட்டவர் நம் தாய் மொழியாம் தமிழைக் கற்கிறார்கள்.

## 11. கைக்கொள்ள வேண்டியவை

இளமைப் பருவத்தில் பேசுகிறபோது உணர்ச்சி வயப்பட்ட உரையாகத்தான் என் உரை இருந்ததை, தற்போது உணருகிறேன். நம்மைப் பேச அழைக்க மாட்டார்களா என விரும்பிய காலமும் இருந்தது. ஆனால் மிக விரைவில், அது பொழுதுபோக்கு விளையாட்டல்ல என்பதை உணர்ந்தேன்.

பேசுவதற்காக அழைக்கப்பட்டாலும், அதைத் தவிர்த்து விடவே முயன்றேன். ஆனால், தேர்ந்தெடுத்துக்கொண்ட வாழ்க்கைப் பாதை, கட்சிப் பேரவைகளிலும், பேச்சு, பொது மேடைகளிலும் பேச்சு, அழைக்கப்பட்ட பள்ளிகள், கல்லூரிகள், இலக்கிய மன்றங்கள், மாநாடுகள் எனத் தொடர்ந்து பேச்சு, பேச்சு என்றே பேசுவதாக ஆகி, பேசிக் கெடுக்கிறோமா? பேசிக் கெட்டோமா? என்று நினைக்க வேண்டிய கட்டம் வந்தது. கடமை கைவிட முடியாதது, அது இழுத்த வழியிலேயே இழுபட வேண்டி வந்தது.

பொதுவுடமைக் கட்சியில் பிரச்சாரப் பணியில் ஈடுபடுகிறவர்கட்கு தடித்த தோலும், எதையும் தாங்கும் இதயமும், எதையும் எதிர்பாராத மனநிலையும் இருக்கவேண்டும். பாரதியார், தமிழ்நாட்டுப் பாட்டுக் கச்சேரிகளைப் பற்றி எழுதியுள்ள கட்டுரையில், பாகவதர்கள் மேடைக்கு வந்தபிறகு ஒவ்வொரு வாத்தியக்காரரும், அதை அடித்து, தட்டி, இழுத்துக்கட்டி, ஊதிப் பார்த்து, பழுதுபார்க்கும் படலத்தைக் கடுங்கோபத்தோடு சாடியிருப்பார்.

ஒரே பாட்டை, அதே பல்லவியை திரும்பத் திரும்பக் கேட்டு, தொடையைத் தட்டிக் கொண்டிருப்பவர்களை இவர்கட்கு காது இரும்பால் அடித்துப் போட்டதா? எனக் கேட்டிருப்பார். இது அரசியல் கட்சிப் பேச்சாளர்கட்கும் பொருந்தும்.

கட்சிக் குழு நிறைவேற்றிய தீர்மானத்தை அட்சரம் பிறழாமல் அதே வாசகங்களைக் கொண்டு, மணிக்கணக்கில் பேசுகிற விசுவாசி களை கட்சியினர், 'புட்டுப்புட்டு' வைக்கிறார் என்பார்கள்... நாட்டு மக்களோ நடந்தெழுந்து போய்க்கொண்டே இருப்பார்கள்.

மாறுபட்ட முறையில் மக்களைக் கேட்க வைக்கிற முறையில் சிலர் பேசுவர். அவர்களைக் கட்சி வட்டத்திற்கு வெளியிலுள்ள பெரும்பான்மையான மக்கள் போற்றுவார்கள். பாராட்டுவார்கள்.

கட்சியைச் சேர்ந்தவர்களிடம் இருந்து பாராட்டு என்பது மட்டும் என்றைக்கும் வராது. ஏதாவது அவர்கள் நினைக்கிறபடி இல்லாது இருந்தால், அதைக் குறையாகக் குத்திக் காட்டத் தயங்க மாட்டார்கள்...

இதை மதுரையில் வில்லுப்பாட்டுக் கச்சேரியை முடித்தவுடன், டாக்டர் பிச்சைக்குட்டி, அவருக்கே உரிய பாணியில், பாரதியின் பாட்டை, பண்ணோடு ஒருவன் பாடினால், கன்றும் பால் (குடிப்பதை) மறந்து கேட்குமடா என கவிமணி பாடியதைச் சொல்லிவிட்டு இசையரசி, எம்.எஸ். சுப்புலட்சுமியோ, கே.பி. சுந்தராம்பாளோ பாடினாலும், அதைக் கேட்காமல், வியத்னாம் போர் பற்றிப் பேசுகிற வீரர்கள் நம்மவர் மட்டும் தான். மேடைக்கு முன்னால், சில ஆயிரம் பேர் ரசித்து, கைத்தட்டி தலையை ஆட்டிக் கொண்டிருந்தவர்களைப் பார்த்தீர்கள் அல்லவா? அவர்களுள் நம் கட்சிக்காரர்கள் பத்துப்பேர் கூட, உட்கார்ந்திருக்கவில்லை. பார்த்தீர்களா? ரசிப்புத் தன்மையை இழந்து விட்ட கூட்டமா?

ஒரு கலைஞனுக்கு, அவன் கலைத்திறனைப் பாராட்டி, மக்கள் பார்த்து ரசிப்பதுதான் உடனடிப் பரிசு. அதனால் தான் "நம் மேடை களில்" கண்களை மூடிக்கொண்டு பாடும்போது தான் பாட்டே வருகிறது என்றார்.

ரசிக்கத்தான் இல்லை. கச்சேரி தொடங்கும் முன்போ, முடிந்த பின்போ, வந்தோர்க்கு உணவு தரப்பட வேண்டுமல்லவா?

இரவு 11 மணிக்குத்தான் என்ன சாப்பிடுகிறீர்கள் என்று கேட் கிறார்கள். அல்லது 6 மணிக்கு வாங்கிய இட்டிலியை தினத்தந்தி பத்திரிகையில் கட்டி வைத்திருப்பார்கள். அது சட்டினியை உறிஞ்சிய பின், எடுத்தால் இட்டிலியிலிருந்து நூல் நூலாக வரும் எனக் கூறிச் சிரித்தார்.

சரி, ரசித்துப் பாராட்டவில்லை. அந்தப் பழக்கம் இல்லை. வந்து போவதற்கான பயணக் கட்டணத்தையாவது கச்சேரி முடிந்தவுடன் செயலாளர் கொடுப்பாரா? எனப் பார்த்தால், சில இடங்கள் நீங்கலாக,

பல இடங்களில் செயலாளர்களைத் தேட வேண்டி வரும்... இதை யெல்லாம் சகித்துக் கொள்ளுகிறவன்தான் இருக்க முடியும் என்று வேதனையுடன் கூறினார்.

பைந்தமிழ்ப் பாவலன் திருமூர்த்தி இதே போன்று நகைச்சுவையோடு அனுபவத்தைச் சொல்வார்.

பாவலர் வரதராஜனும் பலமுறை பட்ட பாடுகளை, பாட்டாகவே பாடிக்காட்டுவார்.

தஞ்சை இராமலிங்கமும் கதைகதையாகச் சொல்வார்.

கார்க்கி கதையும் அதே போன்றது தான்...

ஏறத்தாழ சொற்பொழிவாளனாக களம் காணப்போன நான் பட்ட பாடுகளை, இனி எழுதி என்ன பயன்?

தொடக்க காலத்தில் ரயில் பயணத்திற்கு, தூங்கும் வசதி கிடையாது. உட்காரும் இடம் உறுதி செய்யப்படுகிற முறை இருக்கவில்லை. மூட்டைப் பூச்சி கட்டணம் கட்டாது குடும்பம் குடும்பமாக ரத்தம் உறிஞ்சி ஆட்சி நடத்தி வந்த காலம்...

கோவையிலிருந்து சென்னை வரை, சி.ஏ. பாலனும், நானும், படிக்கட்டு ஓரம் நின்றவாறே வந்து சேர்ந்தோம்...

இன்னொரு இடத்தில் என்னை சைக்கிளில் பின்னால் உட்கார வைத்துக்கொண்டு போனவர், வயலுக்குள் விழுந்து, எனக்கும் முழு வேடம் போட்டு விட்டார்.

அதற்கு மேல், வேறு வகை அடி காத்திருந்தது. ஊர் மக்கள் திரண்டு நின்று வேட்டுப் போட்டு, மண்ணில் புதைந்து மீண்ட மனிதனுக்குக் குடம் குடமாகத் தண்ணீர் ஊற்றிப் பிறகு பேச அழைத்தனர். கைகளிலும், கால்களிலும் சிராய்ப்பு! அனுபவம் புதிது!

பொதுவாக தமிழ்நாட்டில் இலக்கிய மேடைகளில் பேசுவோர், வந்து போவதற்கான கட்டணம், பேசுவதற்கு நிர்ணயிக்கப்பட்ட தொகையை வாங்கிய பின்னர்தான் பேசவே போகிற வழக்கம் இருக் கிறது.

தற்போது ஒரு கவிஞரும், இன்னொரு இலக்கியவாதியும், பயணக் கட்டணம் அல்லாமல், ஐம்பதாயிரம் பணமும் வாங்குகிறார்கள். இருந்தும், விரும்பி அழைக்கப்படுகிறார்கள்.

அவர்களது உரைகளைப் பதிவுசெய்து தகடு போட்டு விற்பனையும் செய்கிறார்கள்...

பொதுவுடமைக் கட்சிக்காகப் பேசுகிறவன், இவற்றை எதிர்பார்க்கக் கூடாது. அது லட்சிய விளக்கம் ஆகாது. மாறாக வார்த்தை வணிகம் ஆகிவிடும்...

ஆனால், பாராட்டுதல் என்ற பண்பு தேவை. இரும்பால் அடித்துப் போட்ட இதயம் எல்லோருக்கும் அமையாது.

இத்தகைய போக்குகளால், வில்லிசை வேந்தன், முதுமைக் காலத்தில் திருப்பனந்தாள் மடம், தருமபுரம் ஆதினம் ஆகியோரால் வரவேற்றுப் பாராட்டப்பட்ட போது, சாமி சிலைக்குச் சாத்துவது மாதிரி இசை வேந்தனுக்கும் தங்கச் சங்கிலிகளைப் போட்டு சுமக்க வைத்தார்கள்.

ஒருநாள் ரயில் பயணத்தில் என்னைச் சந்தித்த வில்லிசை வேந்தர் ஓடி வந்து, கட்டிப் பிடித்து, கண்ணீரோடு, என் கழுத்தைப் பார் என்றவர், ஆனால் என் இதயம் உன்னையே வணங்குகிறது. உன் லட்சிய முழக்கத்தை விட்டுவிடாதே என்றார்-

அவர் வசதி தேடி ஓடவில்லை. பக்க வாத்தியம், பின்பாட்டுப் பாடியோரைக் காக்க, ரசிக்கும் இடத்திற்குப் போக நேரிட்டது.

இதுவே பாவலர், பாவலர் சகோதரர்கள் வரலாறும் என்று கூறுவேன். தேர்தலில் வாக்குகள் குறைவது அல்ல சரிவு. இத்தகைய பலரை இழந்தது தான் சரிவு என்பேன்.

இதே போன்றுதான், கவிஞர்கள், எழுத்தாளர்கள், கலை உலகினர் லட்சியத்தால் ஈர்க்கப்பட்டு வந்தாலும் நடைமுறைகளால், விலகுவதே அதிகமாகி விட்டது.

கடந்த ஐம்பதாண்டுகட்கு மேலாக, சிறு பிரசுரங்கள், புத்தகங்கள், ஜனசக்தியில் கட்டுரைகள் என எழுதி வருகிறேன்.

அவற்றைப் பாராட்டி, எனக்கு அறிமுகம் இல்லாத பேராசிரியர், "படித்தேன். சிக்கலான கருத்தை எளிமையாக எழுதியுள்ளீர்கள்" எனத் தொலைபேசியில் சொல்வார்.

பத்திரிகை, தொலைக்காட்சி நிகழ்ச்சியை இயக்குவோரும், மகிழ்ச்சியுடன் கருத்தை வெளியிடக் கேட்கிறேன்.

பொதுவுடமைக் கட்சியைச் சேர்ந்தோரிடமிருந்து, "படித்தேன். பரவாயில்லை" என்ற வார்த்தை தானம் கூட வருவது இல்லை.

இது எனக்காகப் போடும் மனு அல்ல. இனியும் தவறு தொடரக் கூடாது என்பதற்காக எழுதினேன்.

ஒரு பேருண்மையை 90 ஆண்டுகால போராட்ட அனுபவத்திற்குப் பிறகும் புரியாமல் இருப்பது நல்லதல்ல-

வரலாற்றுப் பயணத்தில் ஒவ்வொரு கட்சியும், பல கட்டங்களில், பல தீர்மானங்களை நிறைவேற்றி இருப்பார்கள். ஆனால் அவற்றைப் பலரால் இப்போது நினைவுகூர்ந்து, திருப்பிச் சொல்ல இயலாது.

ஆனால் 1920க்கு முன்னர் பாரதியார் எழுதிய ஒவ்வொரு வரியையும் பேச, மேற்கோள் காட்ட ஆசைப்படுகிறோமல்லவா...?

திருவள்ளுவர், ஈராயிரம் ஆண்டுகட்கு முன்னர் எழுதியதை மறக் காமல் மேற்கோள் காட்டுகிறோம் அல்லவா?

இக்பால், பாரதிதாசன், தாகூர் போன்ற மகாகவிகளால் எழுதப் பட்ட வைரப் பாடல்களைப் பாடுகிறோம் அல்லவா? காங்கிரஸ் கட்சியின் மாநாட்டுக்கு, வணக்கப் பாடலாக எழுதப்பட்டதுதான் தேசிய கீதமாகிவிட்ட, ஜன, கன, மன என்ற பாடல்.

கட்சிகள் நிறைவேற்றிய தீர்மானங்களை சுப்ரபாதமாகப் பாடி னாலும், மக்களைக் கேட்க வைக்க இயலாது. எனவே கலைத்துறை யினரைப் போற்ற வேண்டும்.

ஏனெனில், நாம் வாழும் சகாப்தம் இதயங்களைக் கவருவதற்கான போர்க் காலம் ஆகும். எனவே அவர்களை முன் நிறுத்த வேண்டும்.

போர் வீரர்கள் வாளேந்தி நிற்க வேண்டும். அதே சமயம் அவர் களை "கூற்று உடன்று மேல் வரினும், கூடி எதிர்நிற்கும் ஆற்றல் அதுவே படை" என எழுப்பி நிறுத்த, நம்பிக்கை ஊட்டும் ஒரு மாவீரனும் இருக்க வேண்டும்.

அது "Cult of Personality" அல்ல. தனி நபருக்கும் வரலாற்றில் பாத்திரம், பங்கு உண்டு. அது அங்கீகரிக்கப்பட வேண்டும்.

குற்றப் பத்திரிகையாக சமர்ப்பிக்கவில்லை. இத்தகைய அசட்டைப் போக்கை மாற்றிவிட்டு, மாற்றத்தை விரும்பும் மாமணிகளாய் நடந்து கொள்ள சில கருத்துக்கள்! அவ்வளவே! என் பேச்சு முறையில், படிப் படியாக நான் செய்துகொண்ட சில முறை மாற்றங்களைச் சுருக்க மாகக் கூறுகிறேன்.

கட்சியின் பெருமையை மிகைப்படுத்திக் கூறுவது. எதிர்க்கட்சி களைச் சாடுவது, குறைகளை மட்டுமே அடுக்குவது போன்ற உணர்ச்சி களுக்குத் தீனி போடும் வேலை தான், முதற்கட்டத்தில் அமைந்தது.

நாம் கற்பிக்கவும் வேண்டும் என உணர்ந்ததால், சிக்கலான பொருளாதாரப் பிரச்சினைகளையும் புள்ளி விவர ஜாலம் செய்யாமல், பாமர மக்களும் புரிந்துகொள்ளும் வகையில் அதை, எளிமைப்படுத்தி, அழகுபடுத்திக் கதைகளையும் கூறி விளங்கவைக்க முயன்றேன்.

வெற்றி கிட்டியது. இவற்றிற்கு இனிமை ஊட்ட, குறட்பா, பாரதி, பாரதிதாசன், பட்டுக்கோட்டை போன்றோரின் அமுத மொழிகளை, காரப் பலகாரத்துக்கு முந்திரிப்பருப்பு, சர்க்கரைத்தூவல் போடும் கலையைக் கடைப்பிடித்தேன்.

இலக்கிய மேற்கோள்கள் பல நன்மைகளைச் செய்தன.

நாம் கூறும் கருத்து, வள்ளுவராலும் தமிழ் மண்ணில் விதைக்கப் பட்டதே என்ற நல்லுணர்வை ஏற்படுத்துகிறது.

நாம் பலபடப்பேசி, புரிய வைக்கப்படுகிற பாட்டை, கவிஞரின் பொருத்தமான ஒரு பாடல் வரி, சுருக்கிக் கூறி விடுகிறது.

பாடல் வரி என்பதால், உரைநடை மாதிரி மறக்கப்படுவதில்லை. பாடலைக் கேட்டவர் வாய் மீண்டும் உச்சரிக்கிறது.

- அதாவது கேட்டவரையும் பேச வைத்து விடுகிறது - இம்முறையைப் பின்பற்றுக.

ஒரு பொதுக் கூட்டத்தில் ஒருவர் மேடையிலிருந்து பேச, பல்லாயிரம் பேர் மணிக்கணக்கில் ஆடாமல், அசையாமல், உட்கார்ந்து கேட்க வேண்டியுள்ளது. எனவே தூக்கம் வரலாம். பொறுமை இழக்கலாம். அதனால், இடையிடையே நகைச்சுவை கூறி சிரிக்க வைத்தல் அவசியம்.

அதாவது கே.டி. ராஜு, சி.பி. சிற்றரசு மாதிரிப் பேசும்போது மக்கள் களைப்படைவது இல்லை.

இலக்கியத்தின் ஆழமான நுண்கருத்தைக் கூட, இனிப்பூட்டும் முறையில் பேசியவர்கள், கி.ஆ.பெ. விசுவநாதம் அவர்களும், திருக்குறள் முனுசாமியும் ஆவர். புலவர் கீரனின் உரையில், நடைவேகத்தோடு, இடையிடையே கிண்டலும், கேலியும், கைகட்டி உட்கார்ந்திருந்த மக்களைக் கைத்தட்ட வைத்து விடுவதால், அவர்களும் உரையில் பங்கெடுப்போர் ஆகி விடுகின்றனர்.

தோழர் கே.டி. ராஜுவிடம் பல ஆண்டுகளாகச் சொன்ன கதையையே, சொல்கிறீர்கள். மக்களும் 'போர்' என்று கூறாமல் சிரிக்கிறார்களே என்று கேட்ட போது, பேசுகிறவன் அதே மனிதன்தான்; ஆனால் கேட்போர் அப்பொழுதுதான் கேட்போராக இருக்கிறார்களே என்றார்... உண்மை தான்!

நான் இலக்கியக் கூட்டங்களில் அரசியலைக் கலப்பது இல்லை. ஏனெனில் இலக்கியம் சகலருக்கும் பொதுவானது.

"மொழிக்கு வர்க்கக் குணம், வர்க்க வேறுபாடு கிடையாது. அது மனிதகுலத்துக்குப் பொதுவானது" என ஜோசப் ஸ்டாலின் எழுதியது, அன்றும், இன்றும், என்றுமே சரியான இலக்கணம் ஆகும்...

கல்லூரி மாணவர்களிடையே பல்கலைக்கழகங்களில், கல்லூரி களில் பேசியுள்ளேன். இலங்கையில் யாழ்ப்பாணம், கண்டிக் கல்லூரி களில் பேசியுள்ளேன். சென்னைப் பல்கலைக்கழகம், லயோலா கல்லூரி போன்றவற்றில் ஆங்கிலத்தில் உரையாற்ற வேண்டி நேரிட்டது.

உயர்நிலைப் பள்ளி மாணவ மாணவியரிடம் பேசுவதில் ஒருவர் வெற்றி பெற்றால், சிறந்த சொற்பொழிவாளர் எனக் கூறிவிடலாம்.

தமிழ்நாட்டில் பல கல்லூரிகளில் தமிழிலும், ஆங்கிலத்திலும் பேசியுள்ளேன். குடந்தை அரசினர் கல்லூரியின் நூற்றாண்டு விழாவில் வாழ்த்துரை உரையாற்றினேன். அனைத்தும் அழகப்பா கல்லூரியில் தொடங்கிய பயணம்தான்!

பாராட்டையோ, பண வருவாயையோ, எதிர்பாராது, கார்ல் மார்க்ஸ், மனித குலத்தை ஏழ்மைக் கொடுமையிலிருந்து விடுவிக்க, வறுமைக் கொடுந்துன்பங்களைத் தாங்கிக்கொண்டும், பெற்ற குழந்தை களைப் பலி கொடுக்க நேரிட்ட போதும், கலங்காது பிறரையும் கலங்கி விடாமல் காத்து, கலங்கரை விளக்காகத் திகழ்ந்ததை நினைத்துப் பார்த்து, மனிதகுல விடுதலையை நாடுவோர், இழப்பதற்கு அஞ்சக் கூடாது. அத்தகைய உள்ள உறுதிகொண்ட மனிதர்களை, அவதூறு களால் அழித்து விட முடியாது.

பாரதியார் மரணத்தை வென்று வாழ்கிறார் அல்லவா? குவேராவைச் சுட்டுக் கொன்ற பிறகும், உயிரோடு நடமாடும் தலைவர்களை விட உலகம் போற்றும் தலைவராக நிமிர்ந்து நடக்கிறார் பாருங்கள்.

இளைஞர்கள் அவரை நடக்க விடுவது இல்லை. நெஞ்சில், உடையில் தாங்கிச் செல்லும் காட்சி நமக்கு வழிகாட்டட்டும்.

## 12. பள்ளி முதல் பல்கலை வரை...

**நா**ன் மதுரை மாவட்டம், உசிலம்பட்டியில் அமைந்திருந்த அரசினர் உயர்நிலைப் பள்ளியில் படித்தவன் என்பதை முன்னரே எழுதியுள்ளேன்.

அப்பொழுதுதான் மேடையில் ஏறி நின்றுப் பேசுகிற முதல் அனுபவத்தைப் பெற்றேன்.

அதற்கும் முன்னதாக தொடக்கப்பள்ளி மாணவனாக இருந்த போது சுதந்திரப் போராட்டப் போராளி பசும்பொன் முத்துராமலிங்கத் தேவரின் உரையைக் கேட்டேன். அதுதான் நான் கேட்ட முதல் பொதுக் கூட்ட முழக்கம்...

அதன் பின்னர் கல்லூரி மாணவனாக இருந்தபோது மேடை ஏறிப் பேசவும் நேரிட்டது. பல சொற்பொழிவாளர்களின் தமிழ், ஆங்கிலச் சொற்பொழிவுகளைக் கேட்கவும் வாய்ப்புக் கிட்டியது.

பேசியதை, கேட்டதைப் பதிவு செய்யவில்லை என்பதோடு, எத்தனை மேடைகளில் பேசி இருக்கிறோம் என்ற கணக்கும் பதியப்பட வில்லை.

முத்தமிழ்க் காவலர் கி.ஆ.பெ. விசுவநாதன் அவர்கள் தமிழர் மரபுத் திருமண முறையில் திருமணங்களை நடத்திவிட்டு வாழ்த்துக் கூறுகிற போது, இன்றைய திருமணம், நான் கலந்துகொண்டு வாழ்த்தும் 2011 வது திருமணமாகும் என்பார். அவர் நடத்திய சில திருமண நிகழ்ச்சிகளில் நானும் பங்கேற்ற போதுதான், இவரைப் போல, நாமும், பங்கேற்ற அரசியல் பொதுக் கூட்டங்கள், கல்வி நிலையங்களில் ஆற்றிய உரைகள், இலக்கியக் கூட்டங்களில் பேசியவை, பட்டி மண்டபங்களில், திருமணங்களில், இடம், தேதி, பொருள் என்று கணக்கிட்டு எழுதி வைக்கத் தவறிவிட்டோம் என்பதை நினைத்து வருந்தினேன்.

மேலும், ஒவ்வொரு நிகழ்ச்சிக்கும் சென்று திரும்ப ஆன கால அளவு, பயணம் செய்த தூரம், எழுதி வைக்காமல் விட்டு விட்டோமே என்றும் நினைத்து வருந்தினேன்.

தந்தை பெரியார் பயணம் செய்த தூரம், கலந்துகொண்ட கூட்டங்களை அவரது நாட்குறிப்பில் எழுதி வைத்துள்ளார். அவர் அன்றாட வரவு- செலவுக் கணக்கையும் எழுதி வைத்துள்ளார். அவர் நெல்லையிலிருந்து திருச்சிக்குத் திரும்பும்போது, வழியில் ஓரிடத்தில் இரண்டு அணாக் கொடுத்து கொய்யாப்பழம் வாங்கியதாகவும், (அன்றைய நாணயப் புழக்க முறைப்படி, பைசா, அணா, கால், அரை, முழு ரூபாய் என்றிருக்கும்) அவர் கொடுத்த இரண்டணாவுக்கு ஆறு கொய்யாப் பழங்கள் தந்தாராம், அதில் மூன்று சாப்பிட்டது போக, மூன்று பையில், உள்ளன. அதாவது ஓரணா சாப்பிட்டு விட்டேன். ஓரணா பழங்கள் பையில் உள்ளன என்று எழுதியிருக்கிறார்- மகா சுறார் மனிதர் என்பது தெரிகிறது.

இன்னொரு முறை திருச்சி ரயில் சந்திப்பில், ரயிலுக்காகக் காத்திருந்த போது நடைமேடைக் கடையில், மிட்டாய்கள் வாங்கினாராம். பெரியார் கடைக்கு வந்து மிட்டாய் கேட்பதால் மகிழ்ச்சிப் பெருமை யடைந்த நடைமேடைக் கடைக்காரர் ஒரு கைநிறைய இனிப்பு மிட்டாய்களை ஐயாவுக்கு அள்ளிக் கொடுத்துவிட்டு, காசு வாங்க மாட்டேன் என மறுத்தாராம். இருந்தாலும், தான் தரவேண்டிய இரண்டணாவைக் கொடுத்துவிட்டு, நாலு எட்டு நடந்தவர் திரும்பி வந்து, மீண்டும் இரண்டணாவைக் கொடுத்து மிட்டாய் கொடு என்றாராம்! மீண்டும் அவர் கைநிறைய அள்ளித் தந்தவுடன், ஐயா, சிரித்துக் கொண்டே, "நீ கடையைத் தொடர்ந்து நடத்தப் போகிறாயா? அல்லது மூடப் போகிறாயா? வியாபாரம் என்றால் வியாபாரம்தான். கணக்கு கணக்குப்படி இருக்க வேண்டும்... நன்றாகச் சம்பாதித்தால், அதைக் கொண்டு பள்ளிக்கூடம் நடத்து. வியாபாரத்தில் அள்ளிக் கொடுத்துக் கெட்டுப் போகாதே" என்று புத்திமதி கூறிவிட்டுப் போனாராம்.

இந்த நிகழ்ச்சியை அதே கடைக்கருகில் தேநீர் வாங்கிக் குடிக்க நின்ற போது, பொன்மலைத் தோழர்கள் அழைத்துக் கொண்டு போய்க் காட்டினார்கள். இனிப்பு மிட்டாய்கள் போட்டு வைக்கும் ஒரு கண்ணாடிப் புட்டியில் இரண்டு அரைக்கால் ரூபாய் நாணயங்கள் காகிதத்தில் அடுக்கப்பட்டு, தந்தை பெரியார் தந்தது என்று எழுதி ஒட்டி இருந்தது.

பெரியாரை நினைத்து வியந்து நிற்கிறேன். கடைக்காரரையும் பாராட்டுகிறேன்.

இந்த நல்ல பாடத்தைப் பிறருக்கும் சொல்லுங்கள் என்று சொல்லி விட்டு வந்த நான், அது போன்று கறாராகக் கணக்கு எழுதப் பழகாத தால், பழி பல ஏற்றேன்- படிக்கத் தவறியோர்க்குத் தரப்படும் தண்டனை தான்.

அழகப்பா கல்லூரியில் மாணவனாகவும் அதே கல்லூரியில் மாணவர் பேரவைத் தலைவராகவும் இருந்ததால், அக்கல்லூரி மேடை களில் தான் அதிகம் பேசியுள்ளேன். பிறர் பேசக் கேட்டும் உள்ளேன்.

1960இல் நேரடி அரசியலில் ஈடுபட்ட பின், தொடக்கத்தில் கல்லூரிகள், உயர்நிலைப் பள்ளிகளில் பேச அழைப்புகள் வந்தன.

குமரி மாவட்டம், நாகர்கோயிலில் இலக்கியச் செல்வர் குமரி அனந்தனின் தம்பி, வசந்தகுமார், (தற்போது பெரிய வணிகர், காங்கிரஸ் கட்சி, சட்டமன்ற உறுப்பினர்) என்னை அவர் படித்த கல்லூரிக்கு அழைத்துச் சென்று பேச வைத்தார்.

கல்லூரி மாணவர்களுக்கிடையே பேச்சுப் போட்டி நடைபெற்ற போது பச்சையப்பன் கல்லூரியில் பேச்சுப் போட்டியில் கலந்து கொண்டேன். அப்போது மு. வரதராசனார், அங்கு தமிழ்த்துறைத் தலைவராக இருந்தார். அன்றைய போட்டியில் முதல் பரிசு பெற்றவர் அந்துவான் எனும் திருச்சி ஜோசப் கல்லூரிப் பிரதிநிதி. அவர்தான் அசோகன் எனும் பெயர் மாற்றத்துடன் நன்கு அறிமுகமாகி விட்ட நடிகர்.

அதே போன்று கோவை பி.எஸ்.ஜி கல்லூரியினால் நடத்தப் பட்ட போட்டியில் ப. நமசிவாயம் முதல் பரிசு பெற்றார். முனைவர் க.செல்லப்பா இரண்டாம் பரிசு பெற்றார்.

நான் போட்டியில் பரிசு பெற முடியாதுபோன கல்லூரிகளில், அதே மன்றத்தில் பேச அழைக்கப்பட்டது பலமுறை நடந்தது.

கும்பகோணம் அரசினர் கல்லூரி நூற்றாண்டு விழாவில் பேச அழைக்கப்பட்டிருந்தேன். எனக்கு ஆச்சரியமாக இருந்தது. ஏனெனில் நான் எந்தப் பெரிய பதவியிலும் இல்லை. ஆளுங்கட்சியைச் சேர்ந்தவனும் அல்ல, அங்கு நான் தங்கியிருந்த போது பேராசிரியர்கள் சிலரும், மாணவர்கள் பலரும், அரசியல் மேடைகளில் நான் பேசியதைக் கேட்ட பின்னரே அழைத்தனர் என்பதை அறிந்தேன்.

கத்தோலிக்கர் நடத்தும் லயோலா, திருச்சி புனிதர் ஜோசப், கிறித்தவர்கள் (தென்னிந்திய திருச்சபை) நடத்தும் தாம்பரம் கிறித்துவக் கல்லூரி போன்றவற்றிலும் பேச மீண்டும் மீண்டும் அழைக்கப்பட்டேன்.

லயோலா கல்லூரி மாணவர்கள் இலங்கைத் தமிழர் படுகொலையைக் கண்டித்து, நுழைவாயிலில் மேடை போட்டு நடத்திய கண்டனக் கூட்டத்தில் கத்தோலிக்கப் பாதிரியார்களும் கலந்துகொண்டனர்.

முப்பது ஆண்டுகட்கு முன்னர் என் மகனுக்குக் கல்லூரியில் சேர்ந்து படிக்க இடம் தரக் கேட்டுப் போனபோது இயலாது என எதையும் கேட்காமல் என், சிவப்புத் துண்டைப் பார்த்து அன்போடு திருப்பி அனுப்பினார் அன்றைய முதல்வர்.

2010ஆம் ஆண்டில், இந்தியப் பல்கலைக்கழகங்கள் ஒவ்வொன்றிலும் இருந்து, இரு பேராசிரியர்கள், இரு மாணவர்கள் வீதம் அழைக்கப்பட்ட ஆண், பெண் ஆசிரியர்கள், இருவர் வீதம் கலந்துகொண்ட மாணவ மாணவியர் ஆகியோருடன் லயோலா கல்லூரி முதல்வர் உட்பட, நூற்றுக்கும் மேற்பட்ட ஆசிரியர்கள், லயோலா கல்லூரி மாணவர்கள் என ஆயிரத்தி ஐநூறுக்கும் மேற்பட்டோர் மன்றத்தில் உட்கார முடியாமல் வெளியிலும் நின்றனர். அங்கு ஒரு முக்கிய கருத்தரங்கம். ரிசர்வ் வங்கியின் மேலாளர், ஆங்கிலப் பத்திரிகையின் ஆசிரியர் ஆகியோருடன், நானும் அழைக்கப்பட்டிருந்தேன்.

உலகமயத்தால் இந்தியா பலம் பெற்றதா? என்பதே விவாதத் தலைப்பு. ஆங்கிலத்தில்தான் விவாதம் நடந்தது. இதை வரவேற்பது, எதிர்ப்பது என்று சொல்லி விட இயலாது. தவிர்க்க முடியாத முதலாளித்துவ வளர்ச்சிக் கட்டம்.

இது சிலரிடம் செல்வம் குவியவும், பல கோடி மக்களை துன்பக் கேணியில் தள்ளும் என்பதை பல விவரங்களுடன் விளக்கினேன். ரிசர்வ் வங்கி நிர்வாகி என்னை மறுத்து நெடுநேரம் பேசினார். இறுதியில் மாணவ- மாணவியரிடம் கேள்விகள் அடங்கிய காகிதச் சீட்டைக் கொடுத்து, அவர்களது கருத்துத் தீர்ப்பை வாங்கி எண்ணிப்படித்து விட்டு, பெரும்பான்மையினர், நான் முன்வைத்த கருத்துகளுக்கு ஆதரவு தந்திருப்பதை பேராசிரியர் அறிவித்தார். நாகாலாந்து, மேகாலயா, அசாம் மாநிலங்களிலிருந்து வந்திருந்த பேராசிரியைகள், நேரில் வந்து பாராட்டி விட்டு, எங்கள் மாநிலங்களில் உங்கள் கட்சியினரைக் காண முடியவில்லையே? தொடர்புக்கு என்ன வழி எனக் கேட்டனர்.

நான் மேற்கு வங்க மாநிலக் கட்சியுடன் தொடர்புகொள்ளச் சொன்னேன்- ஆங்கிலத்தில் சிறுநூல் எழுதச் சொன்னார்கள்- கட்சிப் பணி அதைச் செய்ய நேரம் தரவில்லை.

இதே போன்று சென்னைப் பல்கலைக்கழகத்தில் மத்தியப் பல்கலைக்கழகத் தலைமையாக இயங்குகிற யு.ஜி.சி ஏற்பாடு செய்தபடி,

சென்னைப் பல்கலைக்கழகத்தில், பேராசிரியர். நாகநாதன், பொருளியல் துறைக்குத் தலைமைப் பேராசிரியராக இருந்தபோது, ஐந்தாண்டுகள் தொடர்ந்து நடந்து வந்த, இந்தியா முழுவதிலும் இருந்து வந்து கலந்து கொண்ட பேராசிரியர்களைக் கொண்ட பயிற்சி முகாமில், பொருளியலில் பல தலைப்புகளில் உரையாற்ற, மறவாமல் என்னை அழைப்பது வழக்கம்.

அங்கும் சொற்பொழிவு முடிந்த பின்னர், யாருடைய உரை அதிகம் கவர்ந்தது? பயன் தந்தது எனும் கருத்துக் கணிப்பு நடத்தி, அவர்கள் எழுதித் தந்த கடிதங்களுடன், அவருடைய கருத்தையும், கேட்டபோது என் உரை பலன் தந்தது எனப் பெரும்பான்மையினர் முடிவு தெரிவித்தனர்.

பேராசிரியர் நாகநாதன் அவர்கள் கம்யூனிஸ்டு இயக்கத்தின் முன்னோடிகளில் ஒருவராகவும், புகழ்பெற்ற சுதந்திரப் போராட்ட காலத் தலைவர்களின் நண்பருமான ஜமதக்கினியின், மகளை மணந்தவர். ஜமதக்கினி, மூலதனத்தை தமிழில் மொழிபெயர்த்தவர். தங்கள் உரைகளைக் கேட்டவர்கள் ஆதரிப்பது தெரிகிறது. ஆனால், தங்களது உரை எல்லோரையும் எட்ட வழி இல்லையே எனக் கூறி வருந்தினார். ஆம், என் குரல் (உரை) மக்களுக்கு எட்டச் செய்ய வழியே இல்லை... எனவே தான் பயணம், பயணம் என்றாகி விட்டது.

அந்தக் கூட்டமும் சுருங்கிக் கொண்டே வந்து விட்டது. இலையுதிர் காலம் போலும்.

2016, செப்டம்பர் 20ஆம் நாளன்று பச்சையப்பன் கல்லூரியில் பொருளியல் பேரவையைத் தொடக்கி வைத்துப் பேசினேன். திருவள்ளுவர் மாமன்றம் நிறைந்து இருந்தது. வெளியிலும் மாணவர்கள் நின்றனர்.

கடந்த பல வருடங்களில் கல்லூரிப் பேரவைகளில் கூட்டங்கள் நடத்துவதே குறைந்து வருவதுபோலத் தெரிந்தது. மாணவர்கள் விரும்பிக் கேட்பதும் குறைந்தே வருகிறது.

அண்ணாமலைப் பல்கலைக்கழகத்தில் இந்தி மொழி எதிர்ப்புப் போராட்டம் நடந்தபோது, பாரதியார் பற்றிப் பேச அழைக்கப்பட்டேன். சென்னை- உயர்நீதிமன்ற நீதிபதி பஞ்சாபகேசன் (தெலுங்கர்) துணை வேந்தராக இருந்தார். தலைமை தாங்கினார். மாணவர்கள் கூச்சலிடத் தொடங்கினால், பேச்சை முடித்து விடுங்கள், நாம் இறங்கிப் போய் விடுவோம் என்றார்.

அக்கூட்டம் வெற்றிகரமாக, கலகலப்புடன் நடந்தேறியது. அக்கூட்டத்தை ஏற்பாடு செய்த மாணவர் மே.து. ராசகுமார்.

அன்றிரவு என்னை ரயிலில் அனுப்ப வந்தவர் கணேசன் என்ற, அதிதீவிரம் பேசிவந்த மாணவர். மறுநாள் குண்டு தயாரிப்பில் ஈடுபட்ட போது வெடித்ததால் இறந்துபோனார் என்ற செய்தி வந்தது.

உதிர்ந்து போன மலர்கள் பல. மேலும் பல கல்லூரிகளில் பேசினேன். நான் தற்போது செல்லும் இடங்களில் பேராசிரியர்கள், முப்பது, நாற்பது ஆண்டுகட்கு முன்னர் அழைத்துச் சென்ற மாணவராக இருந்ததை நினைவு கூறுவதைக் கேட்டு மகிழ்ச்சியடைவது உண்டு.

அண்மையில் ஒரு கிராமக் கூட்டத்தில் பேசப் போனபோது எனக்கு வரவேற்புக் கொடுத்து துண்டு அணிவித்த இளம்பெண் என் அப்பா அம்மா திருமணத்தைத் தலைமை தாங்கி நீங்கள்தான் நடத்தினீர்களாம். எனக்குப் பெயர் வைத்ததும் நீங்கள்தான். எனக்கு திருமணம் நிச்சயமாகப் போகிறது. அதற்கும் வந்து தலைமை தாங்க வேண்டும் எனக் கேட்டபோது கூட்டத்தார் கைத்தட்டினர். திருமணத்திற்கு வரவழைக்க முன் பதிவு செய்த புதுமைப் பெண்ணைக் கண்டேன்.

ருசிகர நினைவுகள் பலவுண்டு - என் இலக்கிய நண்பர் நெல்லை கண்ணன், தெளிந்த தேசியவாதி. நற்றமிழர். ஆனால் உறுதிமிக்க பாரத புத்திரன். இவருடைய நினைவாற்றல் வியக்கத்தக்கது: கம்பனில் குறிப்பிடத்தக்கதாக, சிறந்த கருத்து, சிறந்த கற்பனை, நல்ல நற்கருத்தை நற்றமிழில் தேன் குழைத்துக் கொடுக்கிறார்.

ஓடுகிற ஓட்டத்தில் படிக்கிற எழுதுகிற அரசியல்வாதியான என்னால், பல பாடல்களை நினைவிலிருந்து கூற முடியும். ஆனால், என் இளவல் நெல்லை கண்ணன் இருக்கிறாரே, அவர் கம்பனில் செருகல் என வெட்டப்பட்ட பாடல்கள் உட்பட, தடையின்றி நினைவி லிருந்து கொட்டக்கூடிய ஒரு உயிருள்ள பதிவுக் கணிணி போலத் தோன்றுவார்.

பாரதி, பாரதிதாசன் பாடங்களையும், கொட்டும், குற்றால அருவியாக எடுத்துரைப்பார்... நான் சுதந்திரமாகப் பேசப் போகிறேன். மேடையை, விட்டுப் போய் விடுங்கள் என்றார் என்னிடம்.

பிறகு என்ன! செந்தேளாக, அதே நாவு கொட்டியதாம். அன்போடு நான், தம்பி கனியிருப்பக் காய் கவர்ந்தற்று என்று கூறினேன்- ஏற்கிறேன் என்றார் புன்முறுவலுடன்.

## 13. விடை பெறும் முன்

அண்மைக் காலமாக, காலையிலும் மாலையிலும் செய்தி ஏடுகள் வருவதால் முன்னைப்போல் தலைவர்களின் பேச்சின் மூலம் கேட்டுத் தெரிய வேண்டிய அவசியம் குறைந்து வருகிறது. தொலைக்காட்சிகளும் உலக நிகழ்ச்சிகளை அவ்வப்போது காட்டிவிடுகின்றன. எனவே, தலைவர்களை நேரில் காணவும், அவர்கள் கூறும் விவரங்களைத் தெரிந்துகொள்ளவும் ஆர்வத்தோடு கூடிய மக்கள், தற்போது தொலைக் காட்சி மூலமே பலரது முகங்களையும் பார்த்து விடுகிறார்கள்; பல விவரங்களையும் தெரிந்துகொள்கிறார்கள். தற்போது தனிமனிதருக்கும் அல்லது அவரது கட்சிக்கும் உள்ள செல்வாக்கைக் காட்ட கூட்டம் திரட்டப்படுகிறது.

எதையாவது தெரிந்துகொள்ளவோ, ஆதரிக்கவோ விரும்புவோர், அரங்குகளில் திரளுகிறார்கள். எனவே, மேடைப்பேச்சு என்பது ஏதாவது ஒரு வடிவத்தில் தொடர்ந்து இருந்து கொண்டேயிருக்கும். கல்வி கற்பிக்கும் ஆசிரியப் பெருமக்களும் இக்கலையைப் பயன்படுத்த வேண்டிய கட்டாயம் இருப்பதால், அவர்கள் தங்களது மூளையையும் நாவையும் கூர்மைப்படுத்திக் கொண்டேயிருக்க வேண்டும்.

தமிழ்நாட்டில், மதப் பிரச்சாரம் தொலைக்காட்சிகளில் மேலோங்கிக் காட்டப்படுகிறது. வணிக வியாபாரம் விளம்பரமாக வருகிறது. அறிவுக்கு வேலை கொடுக்க விவாதங்கள் நடைபெறுகின்றன. ஆனால் அரசியல் கட்சிகளுக்கு பொதுக்கூட்டத்தின் மூலம் கொள்கைகளை விளக்கவேண்டிய முறை குறைந்தே வருகிறது.

1947க்குப்பின், இன்றுவரை, மிக அதிகமான பேச்சாளர்களை மேடை ஏற்றியிருப்பது திராவிட முன்னேற்றக் கழகம். இதே முறையை 1947க்கு முன் செய்துவந்தது காங்கிரஸ் கட்சி.

ம.பொ. சிவஞான கிராமணியார், தமிழரசுக் கழகம் என்ற அமைப்பைத் தொடங்கியதில், பேராசிரியர் ந. சஞ்சீவி, புலவர் கீரன், கலிவரதன் போன்றோர் பாராட்டப்பட்ட பேச்சாளர்களாக இருந்தனர். திராவிடர் கழகம் பலருக்கும் முதல் பயிற்சிக்கூடமாக இருந்தது.

நான் அறிந்த வரையில், புலமையோடு, நாவன்மையோடு பேசி மக்களால் விரும்பி அழைக்கப்படுகிற சொற்பொழிவாளர்களில் பேராசிரியர்கள் கோ. சத்தியசீலன், ப.நமசிவாயம், குழந்தை நாதன் பேராசிரியர் ராஜகோபால், க.செல்லப்பன் ஆகியோரும், இலக்கிய வாதிகளான சிலம்பொலி செல்லப்பா, ஈரோடு தமிழன்பன், தமிழருவி மணியன் ஆகியோரும், ஆன்மீகத்துறையில் கிருபானந்த வாரியார், குன்றக்குடி அடிகளார், சுகிசிவம் போன்றோரும் குறிப்பிடத்தக்கவர்கள். கிறித்துவ மதப் பிரச்சாரத்தில் பாட்டும், பேச்சும், விவிலிய மேற்கோளும், பக்தி உணர்ச்சியும் அகழ்ந்து தருவதில் பால் தினகரன், சமீபத்தில் அவரது மகன் போன்றோரும் பேச்சுக்கலையை நுட்பத்தோடு பயன் படுத்தி வருகிறார்கள். திரையுலக நடிகர்களில் சிந்தனையைத் தூண்டும் பேச்சாளராக சிவகுமார் திகழ்கிறார். இவர் ஓவியராகப் பயிற்சி பெற்று, நடிகராக என்றும் முருகனாக வளர்ந்து, தற்போது பேச்சாளராக மேடையில் தோன்றி வருகிறார்.

முற்போக்கு இயக்கத்தில் ஜீவாவிற்குப் பின், கல்யாணசுந்தரம், K.T. ராஜு, பாலதண்டாயுதம், எஸ். ராமகிருஷ்ணன், S.A. முருகானந்தம், என வந்த சந்ததிக்குப்பின், சிவகாமசுந்தரி, ஜெயகாந்தன், குற்றாலம். பொன்னி வளவன், கப்பு என வந்தோரை இயற்கை அழைத்துச் சென்று விட்டது. இவர்கள் அனைவரும் அர்த்தமுள்ள, அழகிய நடைகளில் பேசியவர்கள். உதிர்ந்த மலர்கள் போல் ஆகிவிட்டது.

இதனை அடுத்து வந்த சந்ததியில் K. சுப்பராயனையும், ஸ்டாலின் குணசேகரனையும் குறிப்பிடலாம். K. சுப்பராயன் மக்களால் சட்டமன்றத் திற்கு இருமுறையும், நாடாளுமன்றத்துக்கு ஒரு முறையும் தேர்ந் தெடுக்கப்பட்டவர். பாரதி, பாரதிதாசன், பட்டுக்கோட்டை கவிஞன் எப்போதும் அவர் நாவின் வழியாக பேசிக்கொண்டேயிருக்கிறார்கள். ஸ்டாலின் குணசேகரன் மாணவப் பருவத்திலேயே பேரவைத் தலைவர் ஆனவர். மாணவராக இருக்கும் போதே கல்லூரிகளிலும், உயர்நிலைப் பள்ளிகளிலும் பேசுவதற்காக அழைக்கப்பட்டவர். கடந்த சில ஆண்டு களில், கடல் கடந்து இலங்கை, சிங்கப்பூர், அமெரிக்கா ஆகிய நாடுகளில் வாழும் தமிழர்களால் அழைக்கப்பட்டு, நண்பர்களையும், நற்பெயரையும் பெற்றுத் திரும்பியுள்ளார். தட்டினாலும் திறக்காத தில்லி தமிழ்ச் சங்கத்தாரால் அழைத்து கௌரவிக்கப்பட்டுள்ளார். ஈரோடு புத்தகத்

திருவிழாவை நடத்துவதன் மூலம் அப்துல்கலாமைப் போல் பலராலும் பாராட்டப்படுகிறவராகத் திகழ்கிறார். மேலும் பலர் இருக்கிறார்கள். சிலரைப் பற்றி மட்டுமே குறிப்பிட்டுள்ளேன். இவர்கள் பேசுவதைக் கேட்கும்போது "என் பின்னவன் பெற்ற செல்வம் அடியேன் பெற்றதன்றோ" என்றே மகிழ்கிறேன்.

என் வாழ்நாளில் பல புகழ்பெற்ற தலைவர்களின் பேச்சைக் கேட்டு மகிழ்ந்திருக்கிறேன்; பயனும் பெற்றிருக்கிறேன். அவற்றுள் 1964இல் மும்பையில் நடைபெற்ற அகில இந்திய தொழிற்சங்க மாநாட்டில் அந்த அமைப்பின் பொதுச் செயலாளராக இருந்த தோழர் S.A. டாங்கே அவர் எழுதிய அறிக்கையை அச்சடித்துப் புத்தகமாகக் கொடுத்துவிட்டு, விளக்கவுரை என்று பேசத் தொடங்கினார். அது தொழிலாளிகள், தொழிற்சங்கப் பிரதிநிதிகள் பங்கேற்றிருந்த மாநாடு. அதில் பேசத் தொடங்கிய தோழர் டாங்கே, மில்டன் எழுதிய சொர்க்க நீக்கம் (Paradise Lost) என்ற நீண்ட நெடுங்காவியத்தில் வரும் சாத்தானைப்பற்றி சிரித்துக் கொண்டே மேற்கோள் காட்டிப் பேசினார். நீண்ட விளக்கவுரையில், தொழிற்சங்க இயக்கத்தின் வரலாறு தொடங்கி, உலகப் பொருளாதார புள்ளிவிவரங்களோடு மூன்றரை மணிநேரம் பேசினார். அவரை 'ஒழிக' என முழங்கி வந்தோரும் அசையாது உட்கார்ந்து கேட்டனர். அவருடைய உரையில், காந்தியடிகள் எங்களைச் சிறையில் சந்தித்தபோது, திலகருடன் நான் வாதாடியபோது, ஸ்டாலினை நான் சந்தித்தபோது, ரஜினி பாமே தத்துடன் விவாதித்த போது, இந்தோனேஷியாவின் ஐதித்தோடு விமான நிலையத்தில் கடந்த வாரம் காரசார விவாதம் நடந்தியது, மா சே துங், லியோ சோஷி சூ என் லால் ஆகியோருடன் பேசியது, காந்தியுடன், நேருவுடன், சர்தார் படேலுடன், சரோஜினி நாயுடுவுடன் என்று பத்திரிகையில் மட்டும் நாம் படித்த வரலாற்று நாயகர்களின கருத்துக்களை கூறிக்கொண்டே போனவர், கைது செய்யப்படுவதற்கு முன் பகத்சிங் தன்னை ரகசியமாகச் சந்தித் ததையும், தான் அவருக்கு கம்யூனிசம் பற்றிச் சொன்னதையும் கேட்ட என் கண் முன்னால் உலக வரலாறு பற்றிய திரைப்படம் ஓடுவது போலத் தெரிந்தது.

அந்த மாநாட்டிலிருந்து பிரிந்து சென்று தனி அமைப்பை அமைக்கும் நோக்குடன் வந்திருந்த எதிர் மனநிலை கொண்ட தலைவர்கள், அவரது பேச்சை ஒலிப்பதிவு செய்யக்கூடாது எனத் தடுத்து விட்டனர். ஒரு அற்புதக் காவியம் காற்றோடு கலந்து போய்விட்டது. இதே போன்று, பல அரிய உரைகள் காற்றோடு போயிருக்கலாம். எனவே, இளம் சந்ததி, நினைப்பதை எழுத்து வடிவமாக்க முன்னுரிமை தர அன்போடு கேட்டுக் கொள்கிறேன்.

●●●